# നിയോലിബറലിസത്തിന്റെ 30 വർഷങ്ങൾ

**Neoliberalizathinte 30 varshangal**
Politics

*Translation*
G Vijayakumar
Arya Jinadevan

CHINTHA PUBLISHERS
Thiruvananthapuram



*First Edition*
June 2022

*Published & Typesetting*
Chintha Publishers, Thiruvananthapuram

*Cover Design*
Vinod Mangoes

ISBN : 978-93-93468-12-3

CO - 3098 / 5984

**₹ 190**

Email: chinthapublishers@gmail.com
Website: www.chinthapublishers.com

A version is available at National Libraries
Kolkata, Mumbai, Chennai and Delhi

***Distribution***
**DESHABHIMANI BOOKHOUSE**
H O Thiruvananthapuram 695035

***Branch***
Head Office Kunnukuzhi • Statue Thiruvananthapuram
KSRTC Bus Terminal Thampanoor • Saphalyam Complex Thiruvananthapuram
KSRTC Bus Station Alappuzha • KSRTC Bus Station Ernakulam
Machingal Lane Thrissur • IG Road Kozhikode
Mavoor Road Kozhikode • NGO Union Building Kannur
Central Bus Terminal Complex Thavakkara Kannur

# നിയോലിബറലിസത്തിന്റെ 30 വർഷങ്ങൾ

പരിഭാഷ
ജി വിജയകുമാർ
ആര്യ ജിനദേവൻ

ചിന്ത പബ്ലിഷേഴ്സ്
തിരുവനന്തപുരം-695 035
വില : ₹ 190

## ജി വിജയകുമാർ

സംസ്ഥാന സർക്കാർ സർവ്വീസിൽ 30 വർഷം – സർവ്വേ വകുപ്പ് ജീവനക്കാരനായിരുന്നു. ഇക്കാലത്ത് കേരള എൻ ജി ഒ യൂണിയൻ സംസ്ഥാന സെക്രട്ടറി. *കേരള സർവ്വീസ്* മാസികയുടെ എഡിറ്റർ. ഇപ്പോൾ *ചിന്ത* വാരികയുടെ പത്രാധിപ സമിതി അംഗം.

കൃതികൾ : *ആണവകരാർ അടിമത്തത്തിലേക്കുള്ള കാൽവെപ്പ്, അറബ് വസന്തം മുതൽ വാൾസ്ട്രീറ്റ് പിടിച്ചെടുക്കൽ വരെ, ക്യൂബ സോഷ്യലിസത്തിന്റെ പാതയിൽ തന്നെ, മാധ്യമ നുണകളുടെ പെരുമഴക്കാലം, വധശിക്ഷ ഭീകരത യാക്കൂബ് മേമൻ, ഹ്യൂഗോ ഷാവേസും ഇരുപത്തിയൊന്നാം നൂറ്റാണ്ടിലെ സോഷ്യലിസവും, ലാറ്റിനമേരിക്കൻ ജനകീയ ചരിത്രം, ചുവന്ന സൂര്യന്റെ ഉദയാസ്തമയം, മാർക്സിന്റെ സമരങ്ങൾ, ഒക്ടോബർ വിപ്ലവം.*

പരിഭാഷകൾ: കാൾ മാർക്സിന്റെ *ഗോഥാ പരിപാടിയെക്കുറിച്ചുള്ള വിമർശനം*, ചെഗുവേരയുടെ *മോട്ടോർ സൈക്കിൾ ഡയറി*, മാർക്സ് & എംഗൽസ് ജീവചരിത്രക്കുറിപ്പ്, അന്റോണിയോ ഗ്രാംഷിയുടെ *തത്ത്വശാസ്ത്രത്തിന്റെ പഠനം*, അൽത്തൂസറിന്റെ *മൂലധനത്തിനൊരു മുഖവുര*, പ്രഭാത് പട്നായക്കിന്റെ *മുതലാളിത്തത്തിന്റെ പ്രതിസന്ധിയും സോഷ്യലിസത്തിന്റെ ഭാവിയും.*

**വിലാസം** : ദീപ്തി, TC 20/1884 (17)
ARA -E 40, തമലം,
പൂജപ്പുര P O
തിരുവനന്തപുരം 695 012
ഫോൺ : 9446383414
ഇ- മെയിൽ : vijayan.chintha@gmail.com

## ആര്യ ജിനദേവൻ

1994 ൽ ഇടുക്കി ജില്ലയിലെ തൂക്കുപാലത്ത് ജനനം. പ്രാഥമിക വിദ്യാഭ്യാസം ഇടുക്കിയിൽ. തുടർന്ന് കുടുംബം തൃശൂർജില്ലയിലേക്ക് താമസം മാറ്റി. ഹൈസ്കൂൾ വിദ്യാഭ്യാസവും കോളേജ് വിദ്യാഭ്യാസവും തൃശൂരിൽ. തൃശൂർ കേരള വർമ്മ കോളേജിൽനിന്ന് പൊളിറ്റിക്കൽ സയൻസിൽ ബിരുദവും ചാലക്കുടി പനമ്പിള്ളി ഗോവിന്ദമേനോൻ സ്മാരക ഗവ. കോളേജിൽനിന്ന് ബിരുദാനന്തര ബിരുദവും. എസ് എഫ് ഐ സംസ്ഥാന കമ്മിറ്റി അംഗമായിരുന്നു. ഇപ്പോൾ ചിന്ത വാരികയിൽ സബ് എഡിറ്റർ.

അച്ഛൻ : പി ജി ജിനദേവൻ
അമ്മ : ലൈല ജിനദേവൻ
ജീവിതപങ്കാളി : ആഷിൻ ആന്റണി

# ഉള്ളടക്കം

# പ്രസാധകക്കുറിപ്പ്

**ലോ**കം കീഴ്മേൽ മറിഞ്ഞ നാളുകൾ എന്ന് കഴിഞ്ഞ മൂന്നു പതിറ്റാണ്ടുകൾ വിശേഷിപ്പിക്കപ്പെടാറുണ്ട്. സാമൂഹിക സാമ്പത്തിക രംഗത്ത് വലിയ ചലനങ്ങളാണ് കഴിഞ്ഞ ഏതാനും പതിറ്റാണ്ടുകളിൽ അരങ്ങേറിയത്. തൊണ്ണൂറുകളുടെ ആദ്യംനടന്ന സോവിയറ്റ് യൂണിയ നടക്കമുള്ള ചില സോഷ്യലിസ്റ്റ് രാജ്യങ്ങളുടെ തകർച്ച, അതിനെത്തുടർന്ന് മൂന്നാംലോക രാജ്യങ്ങളിലെമ്പാടും ഇരച്ചുകയറിയ കമ്പോളവല്ക്കരണവും സാമ്പത്തികരംഗത്തെ ഘടനാപരമായ പരിഷ്കാരങ്ങളും. ലോകമെങ്ങും ആധിപത്യം സ്ഥാപിച്ച അമേരിക്കൻ കാഴ്ചപ്പാടുകൾ. ആഗോളതലത്തിൽ ഉല്പാദന പ്രവർത്തനങ്ങളെ പുനഃസംഘടിപ്പിക്കുന്ന തിനുതകിയ സാങ്കേതികവിദ്യയുടെ വിസ്ഫോടനകരമായ വളർച്ച. പക്ഷേ, ഇന്ന് നാം തിരിഞ്ഞുനോക്കുമ്പോൾ കാണുന്ന കാഴ്ച അന്താരാഷ്ട്ര മാധ്യമങ്ങളുടെ ആഖ്യാനങ്ങളിൽനിന്ന് ഏറെ വ്യത്യസ്തമാണ്. കുതിച്ചുപാഞ്ഞ നിയോലിബറലിസത്തിന്റെ രഥങ്ങൾ മുന്നോട്ട് പോകാനാകാതെ മണ്ണിൽ പുതഞ്ഞുകിടക്കുന്നു. അചഞ്ചലമെന്നു പലരും കരുതിയ അമേരിക്കൻ നേതൃത്വത്തെ സാമ്പത്തികരംഗത്തുപോലും സോഷ്യലിസ്റ്റ് രാജ്യമായ ചൈനതന്നെ ചോദ്യംചെയ്തു തുടങ്ങിയിരിക്കുന്നു.

അനുദിനം പെരുകുന്ന ഇന്ധന വിലവർദ്ധനവിലൂടെ തൊണ്ണൂറുകളുടെ ആദ്യം ഇന്ത്യ നടപ്പിലാക്കിയ ഉദാരവല്ക്കരണത്തിന്റെ തിക്തഫലങ്ങൾ നാം ദിനംപ്രതി അനുഭവിക്കുന്നു. നമ്മുടെ അയൽരാജ്യമായ ശ്രീലങ്കയിൽ ഇന്ന് അരങ്ങേറിക്കൊണ്ടിരിക്കുന്ന സംഭവ വികാസങ്ങളുടെ ഉറവിടം തിരഞ്ഞുപോയാലും നാം എത്തിച്ചേരുന്നത് എഴുപതുകളുടെ ഒടുവിൽ അവിടെ നടപ്പിലാക്കിയ നിയോലിബറൽ നയങ്ങളിൽത്തന്നെ.

വിനാശകരമായ വംശീയ വെറികൊണ്ട് മനുഷ്യരെ ഭിന്നിപ്പിക്കാനും സാമ്പത്തികാഘാതങ്ങളിൽനിന്ന് ശ്രദ്ധതിരിക്കാനും ഭരണകൂടങ്ങൾ ശ്രമിക്കുന്നതും ഇതിനു സമാന്തരമായി നമുക്കെവിടെയും കാണാം.

നിയോലിബറലിസത്തിന്റെ നാളുകളെക്കുറിച്ചുള്ള കൃത്യമായ കണക്കെടുപ്പുകൾ ഏറെ പ്രസക്തമാണ്. വിവിധ രാജ്യങ്ങളിൽ ഇത് സൃഷ്ടിച്ച പ്രത്യാഘാതങ്ങളെ സംബന്ധിച്ച യാഥാർത്ഥ്യങ്ങൾ പുറത്തുവരേണ്ടതുണ്ട്. മാധ്യമ ഭീമന്മാർ സൃഷ്ടിച്ച ആഖ്യാനങ്ങളിൽനിന്ന് ജനങ്ങളെ മുക്തരാക്കേണ്ടതുണ്ട്. അത്തരത്തിലുള്ള ചെറിയ പരിശ്രമമാണ് ഈ സമാഹാരം.

**ചിന്ത പബ്ലിഷേഴ്സ്**

# ആഗോള ധനമൂലധനത്തിൽനിന്നുള്ള വിഷമയമായ പാരിതോഷികം

## സി പി ചന്ദ്രശേഖർ

നവലിബറലിസവുമായുള്ള ഇന്ത്യയുടെ ഒത്തുചേരൽ-കമ്പോള മൗലികവാദം പ്രചരിപ്പിക്കുകയും അതേസമയം ധനമൂലധനത്തിനും വൻകിട ബിസിനസുകാർക്കും അനുകൂലമായി വരുമാനത്തിന്റെയും ആസ്തികളുടെയും പുനർവിതരണം നടപ്പാക്കുന്നതിന് ഭരണകൂടത്തെ ഉപയോഗിക്കുകയും ചെയ്യുന്ന സാമ്പത്തിക ചട്ടക്കൂടായ നവലിബറലിസവുമായുള്ള ഒത്തുചേരൽ 1991 ൽ ഔപചാരികമായി തുടക്കംകുറിച്ചതാണ്. അടവു ശിഷ്ടപ്രതിസന്ധിയെ തുടർന്ന് ഇന്ത്യൻ ഭരണകൂടം നവലിബറൽ പ്രത്യയശാസ്ത്രത്തെ പുല്കുമെന്ന് പരസ്യമായി പ്രഖ്യാപിച്ചത് 1991 ലായിരുന്നു. ഒരു പ്രതിസന്ധിക്കിടയിലാണ് ഗവൺമെന്റ് നവലിബറലിസത്തെ വരിച്ചത് എങ്കിലും ആ ചുവടുമാറ്റം അവതരിപ്പിക്കപ്പെട്ടത് മികച്ച ഒരു നയസംവിധാനത്തിലേക്കുള്ള അനായാസവും ദ്രുതഗതിയിലുള്ളതുമായ പരിവർത്തനമായാണ്. കമ്പോളത്തെ തടസ്സപ്പെടുത്തുകയും സ്വകാര്യസംരംഭങ്ങളെ അമർച്ചചെയ്യുകയും ധനമൂലധനത്തെ ഒതുക്കി നിർത്തുകയും വളർച്ചയെ നിയന്ത്രിക്കുകയും ചെയ്യുന്ന ഭരണകൂട ഇടപെടൽ വേണ്ടെന്ന് പ്രതിജ്ഞയെടുത്തതാണ് പുതിയ നയസംവിധാനം. ഇന്ത്യൻ മുതലാളിത്തത്തെ കൂട്ടിൽനിന്ന് തുറന്നു വിടേണ്ടതായി വന്നു; മുതലാളിമാരുടെ മൃഗീയ വാസനകൾ കെട്ടഴിച്ചുവിടപ്പെട്ടു; വിദേശ മൂലധനത്തിന്റെ ഒഴുക്ക് വർദ്ധിച്ചു; കയറ്റുമതി വിജയം ഉറപ്പാക്കപ്പെട്ടു. വളർച്ച അതിവേഗത്തിലായി. ദാരിദ്ര്യത്തിലും സാമൂഹിക ദുരിതങ്ങളിലും ആണ്ടുകിടന്നിരുന്ന ഇന്ത്യാക്കാരുടെ ക്ഷേമം അഭിവൃദ്ധിപ്പെടുന്നതുപോലെയുള്ള മറ്റെല്ലാ അനുകൂല അനന്തരഫലങ്ങളും സ്വമേധയാ തന്നെ തുടർന്നുവരേണ്ടതാണ്.

എന്നാൽ, 1991 ലെ പ്രതിസന്ധി നവലിബറലിസത്തെ പരസ്യമായി വരിക്കാനുള്ള ന്യായീകരണമുണ്ടാക്കാൻ അധികാരത്തിലിരുന്നവർക്ക് അവസരമൊരുക്കുകയാണുണ്ടായത്; അത്തരമൊരു പരിവർത്തനം നടത്താതെ അന്താരാഷ്ട്ര നാണയനിധിയിൽ (ഐ എം എഫ്) നിന്നും കിട്ടാനുള്ള പിന്തുണ ഉണ്ടാവില്ല എന്ന ന്യായീകരണമാണ് ഉയർത്തിയത്; യഥാർത്ഥത്തിൽ മുൻപെതന്നെ, 1980 മുതൽ തന്നെ പ്രത്യേകിച്ചും, 1980 കളുടെ രണ്ടാം പകുതിയിൽ ആ ചുവടുമാറ്റം ആരംഭിച്ചിരുന്നു. എന്നാൽ ശക്തമായ പ്രതിപക്ഷം ഉണ്ടെന്നതുൾപ്പെടെയുള്ള (1981 ലെ ഐ എം എഫ് വായ്പയ്ക്കും അതുമായി ബന്ധപ്പെട്ട നവലിബറൽ കണ്ടീഷനാലിറ്റികൾക്കും എതിരെ പ്രതിപക്ഷം ശക്തമായി പ്രതികരിച്ചുകൊണ്ടിരുന്നു) ആ ദശകത്തിലെ രാഷ്ട്രീയ സാഹചര്യങ്ങൾ അത്തരമൊരു ചുവടുവയ്പ് മന്ദഗതിയിലുള്ളതും തടസ്സപ്പെട്ടുകൊണ്ടിരുന്നതും ആക്കിയിരുന്നു.

### 1980 കളിൽനിന്നുള്ള പാഠങ്ങൾ

1980 കളിൽ നുഴഞ്ഞു കയറിക്കൊണ്ടിരുന്ന ഉദാരവല്ക്കരണത്തെ നാം അവഗണിക്കുകയാണെങ്കിൽ പോലും, ഇന്ത്യയിൽ നവലിബറൽ വാഴ്ച്ച കൊടികുത്തിവാണ മൂന്ന് ദശകക്കാലംതന്നെ അതിന്റെ അനന്തരഫലങ്ങളെക്കുറിച്ച് വിലയിരുത്തുന്നതിന് മതിയായ കാലയളവാണ്. മൊത്തം ആഭ്യന്തര ഉല്പാദനത്തിലെ (ജി ഡി പി) വളർച്ചയാണ് ഏറെ കൊട്ടിഘോഷിക്കപ്പെട്ട നവലിബറലിസത്തിന്റെ വളർച്ചയായി അടയാളപ്പെടുത്തിയത്; പ്രധാനലക്ഷ്യം തന്നെ ഇതാണെന്ന വിലയിരുത്തലായിരുന്നു ഉണ്ടായത്. എന്നാൽ 1980 കളിലെ സംഭവവികാസങ്ങൾ അവഗണിക്കപ്പെടാൻ ആവാത്തതാണെന്ന് കരുതാനുള്ള മറ്റൊരു കാരണമുണ്ട്. 1960 കളുടെ അവസാനത്തോടുകൂടി, സ്വാതന്ത്ര്യാനന്തരകാലത്തെ ഇറക്കുമതി ബദൽ (Import Substitution) തന്ത്രം തകർന്നു കഴിഞ്ഞുവെന്ന് വ്യക്തമാണ്; ഇതിന് പല കാരണങ്ങളുണ്ടായിരുന്നു; അവയിൽ പ്രധാനപ്പെട്ടവ (i) ചരക്കുകളുടെ വൻതോതിലുള്ള ഉപഭോഗത്തിനായി ആഭ്യന്തര കമ്പോളം ശക്തിപ്പെടുന്നതിനു തടസ്സമായിനിന്ന ആസ്തി അസമത്വത്തിനും വരുമാന അസമത്വത്തിനും പരിഹാരം കാണുന്നതിലുണ്ടായ പരാജയം (ii) ചോദനവും വളർച്ചയും ത്വരിതപ്പെടുത്തുന്നതിൽ നിർണ്ണായകമായ സർക്കാർ ചെലവഴിക്കലുകൾക്ക് വേണ്ട പണം കണ്ടെത്താൻ ആവശ്യമായ മിച്ചത്തെ നികുതി ചുമത്തുന്നതിലൂടെ സമാഹരിക്കാൻ ഭരണകൂടത്തിന് കഴിയാതിരുന്നത്. ഈ പരാജയങ്ങളിൽ രണ്ടാമത്തേത് നാണയപ്പെരുപ്പമുണ്ടാക്കി പണം കണ്ടെത്തുന്നതിനെ ആശ്രയിക്കാൻ ഇടയാക്കി; സപ്ലൈ സൈഡിലുണ്ടായ, പ്രത്യേകിച്ചും കാർഷിക രംഗത്തെ, തടസ്സങ്ങൾമൂലം ഇത് ഈടില്ലാത്തതായി, 1960 കളുടെ മദ്ധ്യത്തോടെയുള്ള ഈ ഘടകങ്ങൾ ആസൂത്രിതവികസനത്തിന്റേതായ ആദ്യത്തെ 15 വർഷത്തെ വലിയ വളർച്ചയ്ക്ക് അന്ത്യംകുറിച്ചുവെങ്കിലും, ഭരണകൂട

ഇടപെടൽ പരിപ്രേക്ഷ്യത്തിൽനിന്ന് നവലിബറൽ വാഴ്ചയിലേക്കുള്ള ഭാഗികമായ പരിവർത്തനത്തിനുപോലും 1980 കളുടെ മദ്ധ്യം വരെ കാത്തിരിക്കേണ്ടതായി വന്നു.

ഇന്ത്യൻ പ്രമാണി വർഗ്ഗം ഇത്തരമൊരു പരിവർത്തനം പരീക്ഷിച്ചു നോക്കാൻ ആഗ്രഹിച്ചിരുന്നെങ്കിൽ പോലും അന്താരാഷ്ട്ര സാഹചര്യങ്ങൾ അനുകൂലമല്ലാത്തതുമൂലമാണ് ഈ കാലതാമസമുണ്ടായത്. നവലിബറൽ പരിവർത്തനത്തിലെ നിർണ്ണായകമായ ഒരു ഘടകം, അളവുപരമായ നിയന്ത്രണങ്ങൾ ഒഴിവാക്കുകയും ഇറക്കുമതി ചുങ്കങ്ങൾ വെട്ടിക്കുറയ്ക്കുകയും ധനമൂലധനത്തിന്റെ പ്രവാഹത്തിനു പ്രത്യേകിച്ചും സൗകര്യപ്പെടുത്തും വിധം മൂലധനത്തിന്റെ അതിർത്തികടന്നുള്ള വരവുപോക്കുകൾക്ക് മേലുള്ള നിയന്ത്രണങ്ങളിൽ അയവുവരുത്തുകയും ചെയ്യുന്ന വിദേശ ഉദാരവല്ക്കരണമാണ്. ആഗോളതലത്തിൽ മത്സരിക്കുന്നതിന് ആഭ്യന്തരമായ ശേഷി പുനഃക്രമീകരിക്കുന്നതിനുള്ള മാർഗ്ഗമെന്ന നിലയിൽ അന്താരാഷ്ട്ര മത്സരത്തെ ഉപയോഗിക്കുകയെന്ന ലക്ഷ്യത്തോടെയാണ് പലപ്പോഴും വ്യാപാരം ഉദാരവല്ക്കരിക്കപ്പെടുന്നത്; അങ്ങനെ ചെയ്യുമ്പോൾ സംരക്ഷണവാദപരമായ (Protectionist) വ്യാപാര നയംകൊണ്ട് അമർത്തിവെച്ചിരുന്ന ഇറക്കുമതി ചരക്കുകൾക്കുള്ള ചോദനത്തിലെ നിയന്ത്രണം നീക്കം ചെയ്യുന്നതുമൂലം പെട്ടെന്നുതന്നെ ഇറക്കുമതി വർദ്ധിക്കുന്നു. വരുമാന അസമത്വം ഉറപ്പാക്കുന്നത് സമ്പന്നരിൽ നിന്നുവരുന്ന ഇത്തരം ചോദനം ഗണ്യമായതായിരുന്നു എന്നാണ്. നേരെ മറിച്ച് ഉദാരവല്ക്കരണം കയറ്റുമതി വിജയത്തിനിടയാക്കുന്നു; എന്നാൽ അതിന് കുറച്ചേറെ സമയം വേണ്ടിവരും; കാരണം, അതിന് പുതിയ നിക്ഷേപം ആവശ്യമുണ്ട്. കമ്പോളത്തിന്റെ വിശ്വാസവും സൗമനസ്യവും നേടിയെടുക്കുകയും വേണം. ആയതിനാൽ ഇറക്കുമതി തുക വർദ്ധിക്കുമ്പോൾ അതിനനുസരിച്ച് കയറ്റുമതി വരുമാനം വർദ്ധിക്കില്ല. തന്മൂലം വ്യാപാരകമ്മിയും കറന്റ് അക്കൗണ്ട് കമ്മിയും നികത്തുന്നതിനുവേണ്ട പണത്തിനായി വിദേശ മൂലധനവരവിനെ ആശ്രയിക്കേണ്ടതായി വരുന്നു. ആവശ്യമായത്ര മൂലധന വരവ് ഇല്ലാതായിരിക്കുന്നത് അടവ് ശിഷ്ട പ്രതിസന്ധിക്ക് ഇടയാക്കുന്നു.

### എന്താണ് മാറിയത്

1970 കളുടെ അവസാനമാകുന്നതിനുമുൻപ് വികസ്വര രാജ്യങ്ങളിലേക്കുള്ള വിദേശമൂലധന പ്രവാഹത്തിന്റെ അളവ് (ഇത് പ്രധാനമായും ആഗോള സ്ഥാപനങ്ങളുടെ വിദേശ പ്രത്യക്ഷ നിക്ഷേപവും ഔദ്യോഗിക ഉഭയകക്ഷി ബഹുകക്ഷി സ്രോതസ്സുകളിൽനിന്നുള്ള വിദേശസഹായവും ഗ്രാന്റും ലോണും ആണ്) പ്രധാനമായും നിർണ്ണയിക്കുന്നത് സപ്ലൈ സൈഡായിരിക്കും. രൂപപ്പെടുന്നതാകട്ടെ വിദേശ നിക്ഷേപകരുടെയും ഗവൺമെന്റുകളുടെയും ലക്ഷ്യങ്ങളാലുമാണ്. സ്വകാര്യ അന്താരാഷ്ട്ര ധനവ്യവസ്ഥ വികസ്വരരാജ്യങ്ങളിലേക്ക് ധനമിച്ചങ്ങൾ പുനഃചംക്രമണം ചെയ്യുന്നതിൽ പരിമിതമായ പങ്ക് മാത്രമേ വഹിച്ചിട്ടുള്ളൂ.

ഓഹരി വിപണിയിലെയും കടപ്പത്ര വിപണിയിലെയും നിക്ഷേപങ്ങളുടെയും വായ്പയുടെയും രൂപത്തിൽ വികസ്വര രാജ്യങ്ങളിലേക്കുള്ള സ്വകാര്യ ധനമൂലധനത്തിന്റെ ഒഴുക്ക് പരിമിതമായിരുന്നു അഥവാ തീരെ ഉണ്ടായിരുന്നില്ല. ഇതിന്റെ അർത്ഥം വികസ്വര രാജ്യങ്ങൾക്ക് ഡിമാൻഡ് അനുസരിച്ച് വിദേശ ധനലഭ്യത ഉണ്ടാവില്ലെന്നാണ്. അവർ വ്യാപാരം ഉദാരവല്ക്കരിക്കുകയും ലഭ്യമായ വിദേശമൂലധന പ്രവാഹംകൊണ്ട് അവർക്ക് നികത്താനാകാത്ത തോതിലേക്ക് വ്യാപാരക്കമ്മിയും കറന്റ് അക്കൗണ്ട് കമ്മിയും വ്യാപിപ്പിക്കുകയും ചെയ്തിരുന്നെങ്കിൽ, ഉദാരവല്ക്കരണത്തിലൂടെ വളർച്ച നേടാനുള്ള പരിശ്രമത്തെ നിഷ്ഫലമാക്കുന്ന അടവുശിഷ്ട പ്രതിസന്ധി അനിവാര്യമാകുമായിരുന്നു. ആ കാലത്ത് മിക്ക രാജ്യങ്ങളെയും സംബന്ധിച്ച് ഉദാരവല്ക്കരണം ലാഭകരമായ ബദൽ ആയിരുന്നില്ല.

1970 കളുടെ അവസാനവും 1980 കളിലും ആഗോള ധനവ്യവസ്ഥയിൽ പണലഭ്യത ഭീമമായ തോതിൽ ഉണ്ടായതോടെ രംഗമാകെ മാറി. ഒപ്പെക്കിന്റെ (OPEC - ഓർഗനൈസേഷൻ ഓഫ് ദ പെട്രോളിയം എക്സ്പോർട്ടിങ് കൺട്രീസ്) രൂപീകരണത്തോടെയും 1970 കളിൽ എണ്ണവില കുതിച്ചുയർന്നതോടെയും എണ്ണകയറ്റുമതി രാജ്യങ്ങൾക്കു തങ്ങളുടെ അടവുശിഷ്ടത്തിൽ വമ്പിച്ച മിച്ചം രേഖപ്പെടുത്താൻ കഴിഞ്ഞു. എണ്ണവില്പനയിലൂടെ ലഭിച്ച മിച്ചമാകെ പ്രധാനമായും വികസിത ലോകത്തെ അടിസ്ഥാനമാക്കിയുള്ളതും അതിന്റെ നിയന്ത്രണത്തിലുള്ളതുമായ അന്താരാഷ്ട്ര ബാങ്കിങ് സംവിധാനത്തിൽ നിക്ഷേപമായി സൂക്ഷിച്ചു; അങ്ങനെയാണ് സ്വകാര്യധനകാര്യ വ്യവസ്ഥയെ മിച്ചം പുന-ചംക്രമണം ചെയ്യപ്പെടാനുള്ള ശക്തമായ ഒരു ഏജന്റാക്കിത്തീർത്തത്. തുടർന്ന്, ധനമൂലധനത്തിന്റെ ആഗോളപ്രവാഹത്തിന്റെ ഒരു വിസ്ഫോടനം തന്നെയുണ്ടായി; പ്രത്യേകിച്ചും വായ്പയുടെ രൂപത്തിലാണ് ഇത് സംഭവിച്ചത്.

സമാന്തരമായിത്തന്നെ, 1970 കളിലും 1980 കളിലും മറ്റൊരു ഘടകം കൂടി അന്താരാഷ്ട്ര പണലഭ്യതയുടെ വർദ്ധനവിനിടയാക്കിയിട്ടുണ്ട്. യുദ്ധാനന്തരം അമേരിക്കയുടെ അധീശാധിപത്യത്തിൽനിന്നും ഉത്ഭവിച്ച ഡോളറിലുള്ള വിശ്വാസം അതിനെ സ്വർണ്ണം പോലെ മികച്ചതാക്കി മാറ്റി; ഇത് അന്താരാഷ്ട്ര ചെലവുകൾക്കുമേലുള്ള ദേശീയ ബജറ്റ് തടസ്സങ്ങളെ അവഗണിക്കാൻ അവസരമൊരുക്കി. ബ്രെട്ടൻവുഡ്സിന്റെ പ്രതാപകാലത്ത് അമേരിക്ക വൻതോതിൽ അന്താരാഷ്ട്ര ബാദ്ധ്യതകൾ സ്വരൂപിച്ചു; വിയത്നാം ആക്രമണത്തിനും ലോകപൊലീസ് ചമഞ്ഞതിനും വേണ്ടി വന്ന ചെലവുകളുടെ ഫലമായുണ്ടായവ ഉൾപ്പെടെയാണിത്.

## ആഗോള ഫൈനാൻസ് മൂലധനം വഹിച്ച പങ്ക്

ആഗോളധനവ്യവസ്ഥ പണംകൊണ്ട് നിറഞ്ഞ് കവിഞ്ഞതോടെ വായ്പയെടുക്കാനും നിക്ഷേപം നടത്താനും അത് പുതിയ ലക്ഷ്യസ്ഥാനങ്ങൾ തേടാൻ ആരംഭിച്ചു; വിദേശ സ്വകാര്യ വായ്പ അപ്പോൾ കുറവോ

തീരെ ഇല്ലാതിരുന്നതോ ആയ വികസ്വര രാജ്യങ്ങളെ "ഉയർന്നു വരുന്ന കമ്പോളങ്ങൾ" എന്ന നിലയിൽ കണ്ടെത്തി. വികസ്വര രാജ്യങ്ങളാകട്ടെ ആ സമയത്ത് വിദേശമൂലധനം അതിർത്തികൾ ഭേദിച്ച് കടന്നുവരുന്നതിനായി തങ്ങളുടെ വാതിലുകൾ മലർക്കെതുറന്നിട്ടു. 1980 കളിൽ തന്നെ വിദേശ ഫൈനാൻസ് ലഭ്യമാക്കുന്നതിനുള്ള പുതിയ അവസരത്തെ ഉപയോഗപ്പെടുത്താൻ തീരുമാനിച്ച ഇന്ത്യ അത്തരമൊരു രാജ്യമായിരുന്നു. 1980 നും 1991 നുമിടയ്ക്ക് ഇന്ത്യയുടെ അന്താരാഷ്ട്ര കടബാദ്ധ്യത 2100 കോടിയോളം ഡോളർ ആയിരുന്നത് 8500 കോടിയോളം ഡോളറായി വർദ്ധിച്ചു. ആഭ്യന്തര സപ്ലൈയിലെ തടസ്സങ്ങൾ ഇല്ലാതാക്കുന്നതിന് ആവശ്യമായതെല്ലാം ഇറക്കുമതി ചെയ്യുന്നതിന് ഉപയോഗിക്കാൻ വേണ്ടി ഈ വിദേശ ഫൈനാൻസിനെ ആശ്രയിക്കുന്നതിലൂടെ ഇന്ത്യ ഒരു തരത്തിൽ വ്യാപാരത്തിനുമേൽ ഉണ്ടായിരുന്ന നിയന്ത്രണങ്ങൾ നീക്കം ചെയ്യുകയും (തന്മൂലം വ്യാപാരവും കറന്റ് അക്കൗണ്ട് കമ്മിയും വർദ്ധിച്ചു) മറുവശത്ത് ബജറ്റിലെ കമ്മി കുത്തനെ വർദ്ധിക്കുന്നതിനിടയാക്കുന്ന വിധം ഗവണ്മെന്റിന്റെ ആഭ്യന്തര ചെലവഴിക്കൽ വർദ്ധിപ്പിക്കുകയും ചെയ്തു. വലിയ തോതിൽ വിദേശ വായ്പ വാങ്ങുന്നതിനെ തുടർന്ന് ആഭ്യന്തരമായ കടമെടുപ്പ് ഗണ്യമായി വർദ്ധിച്ചു. ഇന്ത്യയിലെ വളർച്ച അഭിവൃദ്ധിപ്പെടുന്നതിനിടയാക്കിയത് ഉയർന്ന ഈ ചെലവഴിക്കലാണ്; 1964–65 മുതൽ 1979–80 വരെയുള്ള കാലഘട്ടത്തിൽ വാർഷിക ജി ഡി പി വളർച്ച 3.5 ശതമാനമായിരുന്നത് 1980–81 മുതൽ 1990–91 വരെയുള്ള കാലഘട്ടത്തിൽ 5.5 ശതമാനമായി ഉയർന്നത് ചെലവഴിക്കലിലെ ഈ വർദ്ധന കാരണമാണ്. പൊതുവായ്പയിലെ വർദ്ധനവിനെയാണ് ഈ വളർച്ച ആശ്രയിച്ചത്.

പൊതുചെലവഴിക്കലിലൂടെ ഉത്തേജിപ്പിക്കപ്പെട്ട ചോദനം, ഇറക്കുമതി ചെയ്യപ്പെട്ട മൂലധന ചരക്കുകളുടെയും ഇടത്തട്ടുകാരുടെയും അസംസ്കൃത പദാർത്ഥങ്ങളുടെയും (അവയുടെ ലഭ്യത ഉദാരവല്ക്കരണത്തിലൂടെ ഉറപ്പാക്കി) സഹായത്തോടെ ആഭ്യന്തര വ്യവസായംവഴി പ്രവർത്തനസജ്ജമാക്കി. ഇതിന്റെ ശരിക്കുമുള്ള അർത്ഥം ആഭ്യന്തര ഉല്പാദനത്തിൽ ഇറക്കുമതി തീവ്രത വർദ്ധിക്കുമെന്നാണ്. ഇത്തരത്തിലുള്ള വളർച്ച വിദേശവായ്പകളുടെ ലഭ്യത വർദ്ധിച്ചതുമൂലമുള്ള വിദേശനാണയ ലഭ്യതയുമായി ബന്ധപ്പെട്ടതാണ്. അന്താരാഷ്ട്ര വായ്പാദാതാക്കൾ 1980 കളുടെ അവസാനത്തോടെ ഇത്തരം വായ്പകൾ നല്കാതായപ്പോഴാണ് ഇന്ത്യ 1990–91 ലെ അടവുശിഷ്ട പ്രതിസന്ധിയിൽച്ചെന്നു പതിച്ചത്; ഇത് നവലിബറൽ പരിഷ്കരണത്തിന്റെ വക്താക്കൾക്ക് ഐ എം എഫ് ശൈലിയിലുള്ള സ്ഥിരത ഉറപ്പാക്കലും (Stabilization) ചിട്ടപ്പെടുത്തലും (adjustment) തന്ത്രവുമായി മുന്നോട്ടുപോകാൻ അവസരമൊരുക്കി.

1980 കളുടെ അനുഭവത്തിലൂടെ വെളിച്ചത്തുവന്ന മൂന്ന് ഘടകങ്ങൾ ശ്രദ്ധേയമാണ്. ഒന്നാമത്തേത് ഇന്ത്യയ്ക്ക് വൻതോതിൽ വിദേശഫൈ

നാൻസ് ലഭ്യമാകുമ്പോൾ മാത്രമേ നവലിബറലിസത്തിലേക്ക് തിരിയാൻ കഴിയുകയുള്ളുവെന്നതാണ്. രണ്ടാമത്തേത് ഇത്തരം ലഭ്യത ജി ഡി പി വളർച്ചയുടെ വഴിയടയുമ്പോൾ അതിനു പരിഹാരം കാണാൻ പറ്റുന്ന തന്ത്രങ്ങൾ നടപ്പാക്കാനേ അനുവദിക്കുന്നുള്ളൂവെന്നതാണ്; എന്നാൽ അത്തരം വളർച്ചയെത്തുടർന്ന് അസമത്വവും സാമൂഹിക ബുദ്ധിമുട്ടുകളും വർദ്ധിക്കുന്നതുമാണ്. മൂന്നാമത്തേതാകട്ടെ, വിദേശഫൈനാൻസിനെ ആശ്രയിക്കുന്നതുമൂലം ബാഹ്യ സമ്മർദ്ദങ്ങൾക്ക് കൂടുതൽ വഴങ്ങേണ്ടി വരുന്നു എന്നതാണ്; ഇതാണ് ഇന്ത്യാഗവൺമെന്റ് നവലിബറൽ പ്രത്യയശാസ്ത്രത്തെ പരസ്യമായി നെഞ്ചേറ്റുന്നതിന് അരങ്ങൊരുക്കിയ 1991 ലെ അടവുശിഷ്ട പ്രതിസന്ധിയിലേക്ക് വഴിയൊരുക്കിയത്. നവലിബറലിസവുമായുള്ള തുടക്കത്തിലെ ഇടപെടലുകൾ കാരണം പ്രതിസന്ധി കൂടുതൽ രൂക്ഷമായത് നവലിബറലിസത്തെ ഭ്രൂണാവസ്ഥയിൽനിന്നും പൂർണ്ണവളർച്ചയിലേക്കുള്ള വഴിതിരിയലിന് ന്യായീകരണം നല്കി.

ആ സമയത്ത്, ഇന്ത്യയിൽ നീണ്ടുനിന്ന മന്ദഗതിയിലുള്ള വളർച്ചയുടേതായ മറ്റൊരു കാലഘട്ടം പ്രത്യക്ഷമായി. 1980 കളുടെ ഒടുവിൽ ഇന്ത്യയിൽ നിന്ന് ഒഴിഞ്ഞുപോയ വിദേശ വായ്പാദാതാക്കൾ ഉടനെയൊന്നും മടങ്ങിവരാനുള്ള സാദ്ധ്യതയുമില്ലാതായി. ഐ എം എഫിനു നേരെ ഇന്ത്യ തിരിഞ്ഞതിന്റെ അർത്ഥം വലിയതോതിൽ ധനകമ്മി വരുത്തിവയ്ക്കില്ലെന്നും കർക്കശമല്ലാത്ത നികുതി സമ്പ്രദായം ഏർപ്പെടുത്തുമെന്നും ഇന്ത്യക്ക് അംഗീകരിക്കേണ്ടതായി വന്നുവെന്നതാണ്.

ഇത്തരത്തിലുള്ള ചെലവു ചുരുക്കലോടെ 1980 കളിലെ വളർച്ചാതന്ത്രത്തിലേക്കുള്ള തിരിച്ചുപോക്ക് അസാദ്ധ്യമായി. ആ വിലയിരുത്തൽ പാടെ തെറ്റിയെങ്കിലും തന്മൂലം ആഗോളവും ആഭ്യന്തരവുമായ ദശാസന്ധിയുടെ ഒട്ടേറെ സവിശേഷതകൾ ഇന്ത്യക്ക് നഷ്ടമായി. ഒന്നാമതായി, അന്താരാഷ്ട്ര ധനവ്യവസ്ഥയിൽ ഇപ്പോഴും ആവശ്യംപോലെ പണമുണ്ടെന്നതും അതിന്റെ നിക്ഷേപ പോർട്ട്ഫോളിയോയിലേക്ക് സാദ്ധ്യമാകുന്നേടത്തോളം കൂടുതൽ രാജ്യങ്ങളെ ഉൾപ്പെടുത്തേണ്ടതാവശ്യമാണെന്നതുമാണ് നാം തുടക്കത്തിലേ അറിഞ്ഞിരിക്കേണ്ടത്. രണ്ടാമത്തേത്, ഇന്ത്യ അടവുശിഷ്ട പ്രതിസന്ധി അനുഭവിച്ചുകൊണ്ടിരിക്കുകയായിരുന്നെങ്കിലും അത് ഒരേതരത്തിൽ പെട്ടതല്ലെന്നതും ഇന്ത്യയുടെ വിദേശകടവും ജി ഡി പിയും തമ്മിലുള്ള അനുപാതം മറ്റു പല രാജ്യങ്ങളെക്കാളും വളരെ കുറവായിരുന്നുവെന്നതുമാണ് പ്രസക്തമായ കാര്യം. മൂന്നാമത്തേത്, 1991 ൽ നവലിബറലിസത്തിലേക്ക് വഴിതിരിഞ്ഞതിനെത്തുടർന്ന് വന്ന ധനഉദാരവല്ക്കരണത്തിന്റെ ഭാഗമായി ഇന്ത്യ അതേവരെ കുറച്ചെങ്കിലും സജീവമായിരുന്ന സ്റ്റോക്ക് എക്സ്ചേഞ്ചുകൾ ഉൾപ്പെടെ കടപ്പത്രവിപണികളും ഓഹരിവിപണികളുമാകെ വിദേശ നിക്ഷേപകർക്കായി തുറന്നുകൊടുത്തു. തദ്ദേശീയ സ്ഥാപനങ്ങളിലെ വിദേശ നിക്ഷേപകർക്ക് കൈവശം വയ്ക്കാവുന്ന ഓഹരികൾക്ക് ഏർപ്പെടുത്തിയിരുന്ന നിയന്ത്രണത്തിൽ അയവുവരുത്തി ധനനിക്ഷേപത്തിനുവേണ്ട അവസരം സൃഷ്ടിക്കപ്പെട്ടു.

അന്താരാഷ്ട്ര ബാങ്കുകൾ വായ്പ നല്കുന്നതിന് വിമുഖമാണെങ്കിൽപ്പോലും വായ്പേതരമായ വിദേശ മൂലധന പ്രവാഹം സൃഷ്ടിക്കുന്നതിനുള്ള അവസരങ്ങളുണ്ട്. അവസാനമായി ഐ എം എഫിനെക്കൂടാതെതന്നെ കാര്യങ്ങൾ നിർവ്വഹിക്കാൻ കഴിയുമെന്നും ഐ എം എഫ് അടിച്ചേല്പിക്കാൻ ശ്രമിക്കുന്ന യാഥാസ്ഥിതികമായ ധനനയത്തിൽനിന്ന് മോചനം നേടാൻ കഴിയുമെന്നും സ്വയം ബോദ്ധ്യപ്പെട്ട ഇന്ത്യ 1991 ൽ ഐ എം എഫുമായി ധാരണയിലെത്തിയതുപ്രകാരമുള്ള വായ്പാഗഡുക്കൾ മുഴുവൻ ഉപയോഗപ്പെടുത്താതെ അതുപേക്ഷിക്കുകയാണുണ്ടായത്.

### 1980 കളിലേക്ക് തിരിച്ചുപോകാനാകുമോ?

തുടർന്നുണ്ടായ വിദേശ മൂലധനവരവിലെ പെട്ടെന്നുള്ള തിരിച്ചുപോക്ക്, അമ്പരപ്പിക്കുന്നതല്ലെങ്കിലും ശ്രദ്ധേയമായിരുന്നു. 1990 കളിലെ ആദ്യത്തെ മൂന്നുവർഷം 10 കോടിക്കും 30 കോടിക്കും ഇടയ്ക്കുള്ള തലത്തിൽനിന്നും 1994-95 നും 1999-2000 ത്തിനുമിടയ്ക്ക് തെക്കുകിഴക്കൻ ഏഷ്യൻ ധനപ്രതിസന്ധിയെ തുടർന്നുള്ള 1998-1999 ഒഴികെ, എല്ലാ വർഷവും വിദേശപ്രത്യക്ഷനിക്ഷേപവും പോർട്ട്ഫോളിയോ നിക്ഷേപവും ഒന്നിച്ചുകൂട്ടിച്ചേർത്ത തുക പ്രതിവർഷം 500 കോടി ഡോളറായി ഉയർന്നു. 1980 കളിൽ നടപ്പാക്കിയതിനു സമാനമായ ഒരു തന്ത്രത്തോടു കൂട്ടിക്കുഴയ്ക്കാൻ ഗവൺമെന്റിനു ഇതു സഹായകമായി. സാങ്കേതിക വിദ്യയുടെയും മൂലധന ഉപകരണങ്ങളുടെയും (Capital Equipment) മദ്ധ്യവർത്തികളുടെയും ഉദാരവല്കൃതമായ ഇറക്കുമതികൾ ഉണ്ടാക്കുന്നുവെങ്കിലും ഇറക്കുമതി ചെയ്യപ്പെടാനാകാത്ത ഒരു കൂട്ടം നിർമ്മിത ഉപഭോഗ ചരക്കുകളുടെ ആഭ്യന്തര ഉല്പാദനം അനുവദിക്കുന്നു. ഇത്തരം ചരക്കുകളുടെ ഇതേവരെ ഒതുക്കപ്പെട്ടിരുന്ന ചോദനത്തെ കെട്ടഴിച്ചുവിട്ടത് ചില പ്രത്യേക മേഖലകളിൽ വളർച്ചയ്ക്ക് പ്രോത്സാഹനമായി. ഏതെങ്കിലും ഒരാവശ്യത്തിനു വേണ്ടിയുള്ള ഇറക്കുമതിക്കുവേണ്ടി വരുന്ന പണം മൂലധനത്തിന്റെ വരവിലൂടെ കണ്ടെത്താനാകും. ഇന്ത്യയുടെ മൊത്തം വിദേശ കടബാദ്ധ്യത 1980 കളിലേതിനേക്കാൾ മെല്ലെയാണ് വർദ്ധിച്ചത്- 1991 ൽ 8500 കോടി ഡോളറായിരുന്നത് 2001 ൽ 10000 കോടി ഡോളറായി മാത്രമേ വർദ്ധിച്ചുള്ളൂ; പക്ഷേ, ഉദാരവല്കൃതമായ സാഹചര്യത്തിൽ ലഭ്യമാക്കാനാകുന്ന സ്വകാര്യ ഗ്യാരന്റിരഹിത കടബാദ്ധ്യത ഈ കാലയളവിൽ 160 കോടി ഡോളറിൽനിന്നും 1700 കോടി ഡോളറായി വർദ്ധിച്ചു. മറ്റൊരു വ്യത്യാസം കൂടിയുണ്ട്. ധനപരമായ ഉദാരവല്ക്കരണം എന്നതിനർത്ഥം ബാങ്കിങ് സംവിധാനം സ്വീകരിക്കുന്ന "നൂതനമായ ധനപരിപാലനരീതി"കൾ അതിന്റെ വായ്പ നല്കാനുള്ള നില ഉയർത്തുകയും തന്മൂലം കടംവാങ്ങി പണം കണ്ടെത്തുന്ന സ്വകാര്യചെലവഴിക്കലിൽ വർദ്ധനവുണ്ടാകുകയും ചെയ്യുന്നു. ഇത് കടം വാങ്ങി പൊതു ചെലവഴിക്കലിനുള്ള ധനസമാഹരണത്തിന്റെ അനുബന്ധമാകുന്നു. ജി ഡി പി വളർച്ച മിത

മായ നിലയിൽത്തന്നെ തുടർന്നു; ഇതിന്റെ ശരാശരി വാർഷിക നിരക്ക് 1991–92 വരെയുള്ള കാലത്ത് 3 ശതമാനമായി. ഇത് 1980 കളിലെ 5.3 ശതമാനത്തെക്കാൾ വളരെ ചെറിയൊരു വർദ്ധനവ് മാത്രമാണ്. ഇതിൽ ശരാശരി വളരെ വലുതാണ്; എന്നാൽ വാർഷിക നിരക്ക് ചാഞ്ചാട്ട സ്വഭാവമുള്ളതാണ്; 1990 കളുടെ മദ്ധ്യത്തിൽ വളരെ ഉയർന്ന വളർച്ചാ നിരക്കായിരുന്നു.

## വിദേശ പണത്തിന്റെ വരവിൽ വിതരണ പക്ഷതരംഗം

വിദേശമൂലധന വളർച്ചയിലെ വേഗത വർദ്ധിപ്പിച്ചതിൽ മാത്രം ഇത് അവസാനിച്ചില്ല. 2003 നുശേഷം, വികസിത രാജ്യങ്ങളിൽ സംഭവിച്ച കുറഞ്ഞ പലിശയ്ക്ക് വായ്പ ലഭ്യമാക്കുന്ന നയം സൗകര്യമൊരുക്കിയതനുസരിച്ച് മൂലധന നിക്ഷേപത്തിൽ തള്ളിക്കയറ്റമുണ്ടായപ്പോൾ അതിന്റെ ഏറ്റവും വലിയ ഗുണഭോക്താവ് ഇന്ത്യയായിരുന്നു. പ്രത്യക്ഷ വിദേശ നിക്ഷേപവും (എഫ് ഡി ഐ) പോർട്ട് ഫോളിയോ പണവരവും ചേർന്ന് മൊത്തം 2000–01 നും 2002–03 നും ഇടയ്ക്ക് 650 കോടി ഡോളറോളം ആയിരുന്നത് 2003–04 ൽ 1570 കോടി ഡോളറായും 2006–07 ൽ 2980 കോടി ഡോളറായും വർദ്ധിച്ചു. പ്രതിസന്ധി വർഷത്തെ വിള്ളലിനുശേഷം നിക്ഷേപ പ്രവാഹത്തിൽ വീണ്ടെടുപ്പുണ്ടാവുകയും മിക്കവാറും വർഷങ്ങളിൽ 4000 കോടി ഡോളറിനും 7000 കോടി ഡോളറിനും ഇടയ്ക്കുള്ള നിരയിലെത്തുകയും ചെയ്തു.

ഈ തരത്തിലുള്ള, ഒരിടത്തും ഉറച്ചുനില്ക്കാത്ത മൂലധനം വന്നു നിറഞ്ഞതോടെ വിദേശ പണം വലിയതോതിൽ അവിചാരിതമായ രീതിയിൽ പുറത്തു പോകുന്നതിനുള്ള സാദ്ധ്യതയും വർദ്ധിച്ചു. അതുകൊണ്ടുതന്നെ പൊതുവായ്പയെടുക്കലും ധനകമ്മിയും നിയന്ത്രിക്കണമെന്ന യാഥാസ്ഥിതികമായ ധനനയം സ്വീകരിക്കാനും കർക്കശമല്ലാത്ത വിധമുള്ള നികുതിചുമത്തലിനും ഗവൺമെന്റിനുമേൽ സമ്മർദ്ദം ശക്തിപ്പെടുന്നു. ഇത്തരത്തിലുള്ള യാഥാസ്ഥിതികത്വമാണ് കമ്മിപ്പണം ഉപയോഗിച്ച് ചെലവുകൾ നടത്തുന്നത് നാണയപ്പെരുപ്പം വർദ്ധിപ്പിക്കുമെന്നും ധന ആസ്തികളുടെ മൂല്യം ഇടിയുമെന്നും അതിനൊപ്പം വായ്പകൾക്ക് പലിശ നല്കാനും തിരിച്ചടവിനു പണം കണ്ടെത്താനും ഭാവിയിൽ നികുതി വർദ്ധനവ് പ്രോത്സാഹിപ്പിക്കലാകുമെന്നും ഭയക്കുന്ന ആഗോള ധനമൂലധനത്തിന്റെ മുഖ്യ ഡിമാൻഡ്. ധനമൂലധനത്തെ ആകർഷിക്കാനും അതിനെ സന്തോഷിപ്പിക്കാനുമായി 2003 ൽ കമ്മി കുറയ്ക്കുന്നതിനുള്ള നിശ്ചിതപാത സ്വീകരിക്കാനുള്ള നിയമനിർമ്മാണം നടത്താൻ സർക്കാർ തീരുമാനിച്ചു. ധനഉത്തരവാദിത്വം ബജറ്റ് മാനേജ്മെന്റ് (എഫ് ആർ ബി എം) നിയമം ഗവൺമെന്റ് പാസാക്കി. ചെലവുകൾ വെട്ടിക്കുറയ്ക്കാനും വളർച്ച പ്രോത്സാഹിപ്പിക്കാനുമുള്ള സർക്കാരിന്റെ ശേഷിയെ നിയന്ത്രിക്കാനുമാണ് അത് ശ്രദ്ധിക്കുന്നത്. ഉദാഹരണമായി 1980 കളിൽ അതാണ് നടപ്പാക്കിയത്.

എന്നാൽ വളർച്ചാകണക്കുകളിൽ ഇത് പ്രകടമായിട്ടില്ല; കാരണം കടമെടുത്ത് പൊതുചെലവഴിക്കൽ നടത്തുന്നതിനു പകരം കടമെടുത്ത് സ്വകാര്യചെലവഴിക്കൽ വർദ്ധിപ്പിക്കുന്ന വികസന മാതൃകയാണ് ഇത് നടപ്പാക്കിയത്. നവലിബറൽ പരിസരത്തെ കൃത്യമായ മാതൃകയാണിത്. ആഗോള ധനമൂലധനത്തിന്റെ ഉയർച്ചയെ തുടർന്ന്, ആഗോള ധനവ്യവസ്ഥയിൽ പണം വന്നു നിറയുകമാത്രമല്ല ചെയ്തത്. മറിച്ച് അവിടെ നിന്ന് പണം പുറത്തേക്ക് പോകുന്നതുമൂലം ഇന്ത്യൻ ധനവ്യവസ്ഥയിലും പണം വന്ന് നിറഞ്ഞ് കവിയുമെന്നും ഉറപ്പാക്കിയിരിക്കുന്നു. ഇന്ത്യൻ ധനവ്യവസ്ഥയിൽ പണം കുത്തിനിറയ്ക്കുന്നതും 2008 ലെ ആഗോള ധന പ്രതിസന്ധിയെ തുടർന്നു നടപ്പാക്കിയ തീർത്തും കുറഞ്ഞ പലിശ നിരക്കും ഉൾപ്പെടെയുള്ള പാരമ്പര്യേതര പണനയം ധനപ്രതിസന്ധി സൃഷ്ടിച്ച മഹാമാന്ദ്യത്തോടും സമീപകാലത്തായി കോവിഡ് 19 സൃഷ്ടിച്ച സാമ്പത്തിക പ്രതിസന്ധിയോടുമുള്ള പ്രതികരണമെന്ന നിലയിലാണ് നടപ്പാക്കപ്പെട്ടത്. ഇക്കാര്യത്തിൽ ഇന്ത്യയിലെ ധനകാര്യ സംവിധാനം ദീർഘമായ ഒരു കാലഘട്ടത്തിൽ അമിതമായ പണലഭ്യതയുടെ ബാദ്ധ്യത അനുഭവിച്ചു. ഇന്ത്യയിലെ വാണിജ്യ ബാങ്കിങ് സംവിധാനത്തിന്റെ നിക്ഷേപ അടിത്തറയിലുണ്ടായ കുതിച്ചുചാട്ടത്തിൽ ഇത് പ്രതിഫലിക്കുന്നുണ്ട്. 1990 കളുടെ മദ്ധ്യത്തിൽ ഈ നിക്ഷേപ (ഡെപ്പോസിറ്റ്) അടിത്തറ ജി ഡി പിയും 36 ശതമാനമായിരുന്നത് 2016-17 ആയപ്പോൾ 70 ശതമാനത്തിനടുത്ത് എത്തുകയുണ്ടായി. വികസിത രാജ്യങ്ങളിൽ സംഭവിച്ചതുപോലെ അധികപണലഭ്യത വായ്പ അഭിവൃദ്ധി സൃഷ്ടിക്കുകയും ആസ്തി വിപണിയിൽ ഓഹരി വായ്പാ വിപണികൾ, ഭവന മേഖല, വാണിജ്യപരമായ റിയൽ എസ്റ്റേറ്റ് മേഖല എന്നിവയിൽ ചൂതാട്ട സ്വഭാവമുള്ള ധനനിക്ഷേപങ്ങളുടെ മലവെള്ളപ്പാച്ചിൽ ഉണ്ടാവുകയും ചെയ്യും.

ശ്രദ്ധേയമായ കാര്യം ഷെഡ്യൂൾഡ് കൊമേഴ്സ്യൽ ബാങ്കുകളുടെ കുടിശ്ശിക നില്ക്കുന്ന അഡ്വാൻസുകളും സമ്പദ് ഘടനയുടെ ജി ഡി പിയും തമ്മിലുള്ള അനുപാതം 1990 കളുടെ അവസാനം ശരാശരി ഇരുപത് ശതമാനത്തോളം ആയിരുന്നത് കുത്തനെ ഉയർന്ന് അതിൽ ചെറിയതോതിൽ ഇടിവുണ്ടാകാനാരംഭിച്ച് 2013-14 ൽ എത്തിയപ്പോൾ ഏകദേശം 60 ശതമാനത്തിലെത്തി. വായ്പാ പ്രളയം ഉണ്ടായതു ധനഉദാരവല്ക്കരണം സൃഷ്ടിക്കുകയും ബാങ്കുകളും ബാങ്കിതര ധനകാര്യ കമ്പനികളും മൈക്രോഫൈനാൻസ് സ്ഥാപനങ്ങളും മ്യൂച്ചൽ ഫണ്ടുകളും പ്രചരിപ്പിക്കുകയും ചെയ്ത സങ്കീർണ്ണവും വൈവിദ്ധ്യമാർന്നതുമായ ധനവ്യവസ്ഥയുടെ മദ്ധ്യസ്ഥതയിലാണ്. വീടിനായുള്ള നിക്ഷേപങ്ങൾ വാഹന വായ്പകൾ, വ്യവസായ വായ്പകൾ, ദൈനംദിന ഉപഭോഗത്തിനായുള്ള വായ്പകൾ എന്നിവ ഉൾപ്പെടെ വ്യത്യസ്ത ആവശ്യങ്ങൾക്കുവേണ്ടിയുള്ള ചില്ലറ വായ്പകൾ വർദ്ധിച്ചുവരുന്നു; സ്ഥാപനങ്ങൾക്കോ ബിസിനസ് ഗ്രൂപ്പുകൾക്കോ ആയുള്ള വലിയ കോർപ്പറേറ്റ് വായ്പകൾ പശ്ചാത്തലസൗകര്യവികസനം ഉൾപ്പെടെയുള്ള മൂലധനത്തിനായുള്ള ഹ്രസ്വ

കാല ഡെപ്പോസിറ്റുകളെ ആശ്രയിച്ചുനില്ക്കുന്ന ബാങ്കുകൾ നീണ്ടുനില്ക്കുന്ന വായ്പാ ചക്രങ്ങളും പണലഭ്യതയില്ലായ്മയും മൂലം മുൻകാലങ്ങളിൽ കളമൊഴിഞ്ഞു പോയിട്ടുണ്ട്.

കടം വാങ്ങിയ പണംകൊണ്ടുള്ള സ്വകാര്യ ചെലവഴിക്കലുകളാണ് ഉയർന്ന വളർച്ചാ പരിപ്രേക്ഷ്യത്തിലേക്കുള്ള ചുവടുമാറ്റത്തിനു ആധാരമായുള്ളത്; ജി ഡി പി കണക്കുകളുടെ താരതമ്യം പ്രയാസമേറിയതാക്കിയ 2011–12 ൽ ആരംഭിച്ച രീതിശാസ്ത്രപരമായ മാറ്റങ്ങൾ കാരണം ബുദ്ധിമുട്ടേറിയവയാണ് ഇതെല്ലാം. എന്നാൽ 2004–05 ലെ പരമ്പരയെ അടിസ്ഥാനമാക്കിയാൽ ജി ഡി പി വളർച്ച 1994–95 മുതൽ 2004–05 വരെയുള്ള കാലത്തെ ശരാശരി 5.9 ശതമാനമായിരുന്നത് 2004–05 മുതൽ 2011–12 വരെയുള്ള കാലത്ത് 8.1 ശതമാനമായി വർദ്ധിച്ചു. നിക്ഷേപനിരക്ക് 2002 ൽ 28 ശതമാനമായിരുന്നത് 2007 ൽ 36 ശതമാനമായി വർദ്ധിച്ചു. തുടർന്ന് ക്രമേണ അതിൽ ഇടിവുണ്ടായെങ്കിലും 2011 വരെ 34 ശതമാനത്തിനടുത്ത് നിന്നിരുന്നു. 2020 ൽ 27 ശതമാനത്തിലേക്ക് കുത്തനെ തകർന്നു വീഴുന്നതിനു മുൻപ് അതായിരുന്നു സ്ഥിതി. അവയായിരുന്നു മഹത്തായ ഇന്ത്യൻ നവലിബറൽ ആഘോഷങ്ങളുടെ വർഷങ്ങൾ. നവലിബറലിസത്തിന്റെ പ്രചാരകരായ ഗവൺമെന്റും അതിന്റെ ലഹരിയിൽപ്പെട്ട പ്രമാണി വർഗ്ഗവും പ്രഖ്യാപിച്ചത് അടുത്ത ഏഷ്യൻ വളർച്ചാ നായകനായി ആഗോളരംഗത്ത് ഇന്ത്യ എത്തിക്കഴിഞ്ഞുവെന്നാണ്.

## ഒരു കുമിളയുടെ പൊട്ടിത്തെറിക്കൽ

എന്നാൽ ജി ഡി പി വളർച്ചയുടെ ലഹരിയിൽ പെട്ടവർ ആലോചിക്കാതെ പോയത് അത് അഭിവൃദ്ധിയുടെ (boom) ഫലമായി ഉണ്ടായതല്ലെന്നും അതിലുപരി വായ്പാകുമിളയുടെ രൂപത്തിൽ ഉരുണ്ടുകൂടിയ പ്രതിസന്ധിയായിരുന്നു അതെന്നതുമാണ്. വായ്പാ പ്രളയത്തെ തുടർന്ന് വന്നത് കിട്ടാക്കടത്തിന്റെ (bad debt) വർദ്ധനവായിരുന്നു (ഇതിനെയാണ് 'നോൺ പെർഫോമിങ് ലോൺസ്' എന്ന് മയപ്പെടുത്തി അവതരിപ്പിക്കുന്നത്); കടം വാങ്ങിയവർക്ക് പലിശയും മുതലും തിരിച്ചടയ്ക്കാൻ കഴിയാത്ത സാഹചര്യംമൂലമാണ് കിട്ടാക്കടം വർദ്ധിച്ചത്. രസകരമെന്നു പറയട്ടെ, വർഷങ്ങളോളം ഗവൺമെന്റും സെൻട്രൽ ബാങ്കും ബാങ്കിങ് സംവിധാനമാകെയും നിഷ്ഫലമായ അഥവാ നിഷ്ഫലമായിക്കൊണ്ടിരിക്കുന്ന നിക്ഷേപങ്ങൾ വായ്പ വ്യവസ്ഥകൾ പുതുക്കിക്കൊണ്ട് ഈ സംവിധാനത്തിൽ സംഭവിച്ച കളങ്കത്തെക്കൂടി മറയ്ക്കാനാണ് ശ്രമിച്ചത്. അധികകേസുകളിലും അതിനു കഴിഞ്ഞില്ല. കിട്ടാക്കടത്തിന്റെ വലിപ്പം മാനദണ്ഡമെന്ന നിലയിൽ പരിഗണിക്കപ്പെടുന്നത് പ്രതിസന്ധിക്ക് ആനുപാതികമായി എത്തിച്ചേരുന്നതായി വ്യക്തമായതോടെ ഈ നോൺ പെർഫോമിങ് ആസ്തികളെ അതെന്തായാലും അംഗീകരിക്കാൻ ബാങ്കുകൾക്ക് റിസർവ്വ് ബാങ്ക് ഉത്തരവ് നല്കി. കണക്കുപുസ്തകത്തിൽ മൊത്തം

അഡ്വാൻസും കിട്ടാക്കടവും തമ്മിലുള്ള അനുപാതത്തെ സംബന്ധിച്ച ഔദ്യോഗിക കണക്ക് 2014-15 ൽ 5 ശതമാനമായിരുന്നത് 2017-18 ൽ 15 ശതമാനമായി വർദ്ധിച്ചു. ഈ വായ്പകളിൽ അധികവും ചുരുക്കം ചില വൻകിട കോർപ്പറേറ്റുകളുടെ കൈകളിലാണ്. സർക്കാരും പൊതുവിൽ സർക്കാർ ഉടമസ്ഥതയിലുള്ള ബാങ്കിങ് സംവിധാനവും ഇന്ത്യൻ വൻകിട ബിസിനസുകാരും ചേർന്ന് ഏറക്കുറെ ഗൂഢാലോചനാപരമായ അവിശുദ്ധ സഖ്യം ഇന്ത്യൻ നവലിബറലിസം വിജയമായിരുന്നില്ലെന്നും അത് പൊട്ടിപ്പൊളിഞ്ഞുപോയെന്നുമുള്ള സത്യം രഹസ്യമാക്കിയിരിക്കുകയാണ്.

കിട്ടാക്കടബാദ്ധ്യത ഭീമമാവുകയും സഹായിക്കാനായി എഴുതിത്തള്ളാൻ സർക്കാരിനു പറ്റാത്തവിധം വലുതാവുകയും ചെയ്തതോടെ കുമിള പൊട്ടിത്തകരുകയും ബാങ്ക് നഷ്ടം കുതിച്ചുയരുകയും ചെയ്തു. വായ്പയിലെ ഭീമമായ വർദ്ധനവ് അത് സുസ്ഥിരമല്ലാത്തതാണെന്ന് വ്യക്തമാക്കപ്പെട്ടു. അല്പായുസ്സായ നവലിബറൽ അഭിവൃദ്ധിക്ക് വഴിയൊരുക്കിയ ഇന്ധനം മുന്നോട്ടുപോകാൻ അനായാസമല്ലാതായി. വളർച്ച ഗണ്യമായ തോതിൽ കുറഞ്ഞു; 2011-12 അടിസ്ഥാനമായുള്ള ദേശീയ വരുമാനത്തിന്റെ പുതിയ പരമ്പര തന്നെ ഊതിവീർപ്പിക്കപ്പെട്ടതാണ്. എന്നാൽ നവലിബറലിസം പരാജയപ്പെട്ടുകഴിഞ്ഞുവെന്നതിന്റെ ഈ തെളിവ് വളർച്ചാപ്രക്രിയയിൽ സ്വാധീനം ചെലുത്താവുന്ന ഒരുകൂട്ടം അവിചാരിത സംഭവവികാസങ്ങൾകൊണ്ട്, മൂടിവെക്കപ്പെടുകയാണ്. യുക്തിരഹിതവും അർത്ഥശൂന്യവുമായ നോട്ട് നിരോധനം, പരാജയപ്പെട്ട ചരക്ക് സേവന നികുതി സംവിധാനം, കോവിഡ് 19 മഹാമാരി തുടങ്ങിയവ. വളർച്ച മന്ദഗതിയിലാകുന്നതിനു നല്കുന്ന ഈ ബദൽ താല്ക്കാലിക വിശദീകരണങ്ങൾ നവലിബറൽ പരിഷ്കാരത്തിന്റെ വക്താക്കളാണ് നല്കുന്നത്. വായ്പാ കുമിളയ്ക്കുമേൽ സൃഷ്ടിക്കപ്പെട്ട വളർച്ചയുടെ കാലം അവസാനിച്ചതിൽനിന്നും ശ്രദ്ധ തിരിച്ചു വിടുന്നതിനാണ് ഇത്തരം വിശദീകരണങ്ങൾ നടത്തുന്നത്.

അതേസമയം തന്നെ, വിദേശ ഫൈനാൻസ് മൂലധനം ആദ്യം എത്തിയതിനെത്തുടർന്നുണ്ടായ ധനകാര്യ ഊഹക്കച്ചവടത്തിന്റെ അനന്തരഫലങ്ങളെയാണ് നവലിബറൽ വിജയത്തിന്റെ തെളിവായി ഉപയോഗിച്ചുവരുന്നത്. ഇതിൽ ഏറ്റവുമധികം പ്രകടമായത് ഓഹരിവിപണി നടപടിയുടെ ബാരോമീറ്ററായ ബെഞ്ച്മാർക്ക് സെൻസെക്സ് ആണ്. ഉദാരവല്ക്കരണത്തിന്റെ വേഗത വർദ്ധിപ്പിക്കുന്നതും നവലിബറൽ പരിഷ്കാരങ്ങളും സംബന്ധിച്ച പ്രഖ്യാപനം വന്ന 1991 ജൂലൈയിൽ സെൻസെക്സ് 1300 ന് അടുത്തായിരുന്നു; കുറച്ച് ചാഞ്ചാട്ടമെല്ലാം പ്രകടമാക്കിയശേഷം 1999 അവസാനമായപ്പോൾ 5000 ത്തിനു തൊട്ടുമുകളിലായി അതെത്തി; എന്നാൽ 2003 മദ്ധ്യത്തോടുകൂടി അതിന്റെ വേഗത നഷ്ടപ്പെടുകയും 3500 ലേക്ക് പതിക്കുകയും ചെയ്തു. തുടർന്ന് ഊഹക്കച്ചവടത്തിന്റെ നടപടികളിലൂടെ 2007 അവസാനത്തോടുകൂടി സെൻസെക്സ് 20,000 ആയി

ഉയർന്നു; എന്നാൽ ഇന്ത്യൻ ധനവിപണിയിൽ ആഗോളധനപ്രതിസന്ധി അനുഭവപ്പെടാൻ തുടങ്ങിയതിന്റെ ഫലമായി 2008 അവസാനമായപ്പോൾ അത് പകുതിയായി കുത്തനെ കുറഞ്ഞു. എന്നാൽ 2009 മദ്ധ്യത്തോടു കൂടി ആഗോളസമ്പദ്ഘടനയിലേക്ക് കേന്ദ്രബാങ്കുകൾ പണം വൻതോതിൽ എത്തിച്ചതോടെ ഈ പ്രവണതയിൽ മാറ്റം വന്നു. 2010 സെപ്തംബറോടുകൂടി സെൻസെക്സ് 20,000 ത്തിലേക്ക് തിരിച്ചെത്തി; 2014 വരെ ഏറക്കുറെ അതിനു ചുറ്റുമായി ചെറിയ വ്യതിയാനങ്ങളോടെ തുടർന്നു; പിന്നീട് യഥാർത്ഥ സമ്പദ്ഘടന വഴുതിവീഴാൻ ആരംഭിച്ചതോടെ കൂടുതൽ ചാഞ്ചാട്ടം പ്രകടമാക്കി; എന്നാൽ 2014 മദ്ധ്യത്തോടെ 25,000 ത്തിൽ എത്തുകയും 2017 ഏപ്രിൽ മാസത്തിൽ 30,000 വും 2019 അവസാനം 40,000 വും 2021 ഫെബ്രുവരിയിൽ 50,000 വുമായി കുതിച്ചുയരുകയും ചെയ്തു. ഇതെഴുതുന്ന സമയത്ത്(2021 സെപ്തംബർ) അത് 57,000 ത്തിൽ എത്തി. ഊഹക്കച്ചവടത്തിന്റെ തരംഗത്തിൽ എങ്ങനെ മുന്നേറണമെന്ന് അറിയാവുന്നവരെ സംബന്ധിച്ചിടത്തോളം സമ്പത്തുണ്ടാക്കാനാവും. അതറിയാത്തവർക്ക് കൈപൊള്ളും.

ചാഞ്ചാട്ട സ്വഭാവവും വിദേശനിക്ഷേപകരാൽ ഉത്തേജിപ്പിക്കപ്പെടുന്ന ധനമേഖലയിലെ തകർച്ചയെന്ന അപകടസാദ്ധ്യതയും ഉണ്ടായിരുന്നിട്ടും ഒട്ടേറെപ്പേർക്ക് വിദേശ സ്ഥാപന നിക്ഷേപത്തെ ആധാരമാക്കിയുള്ള ഓഹരി വിപണിയാണ് നവലിബറലിസത്തിന്റെ വിജയഗാഥയുടെ പ്രതീകമായി അവതരിപ്പിക്കാനുണ്ടായിരുന്നത്. സ്വാതന്ത്ര്യം എന്നതുകൊണ്ട് വിദേശ മൂലധനത്തിൽനിന്നുള്ള മോചനവും വിജയത്തിന്റെ സൂചകമായി അർത്ഥമാക്കിയിരുന്നതെങ്കിൽ ഇന്ന് ഊഹക്കച്ചവടത്തിനായി വിദേശ നിക്ഷേപകർ ആകർഷകമായ കളിസ്ഥലമായി അംഗീകരിക്കുന്നതിനെയാണ് മേന്മയുടെ സൂചനയായി കാണുന്നത്. പലപ്പോഴും വ്യക്തമായ വരുമാന മാതൃകകളൊന്നുമില്ലാതെ കമ്പനികൾ കെട്ടിപ്പടുത്ത ശതകോടീശ്വരന്മാരുൾപ്പെടെയുള്ളവരുടെ മറ്റു ഊഹക്കച്ചവടനേട്ടങ്ങളും ഒപ്പം അവതരിപ്പിക്കുന്നുണ്ട്. ഊഹക്കച്ചവടത്തിലൂടെ ഉണ്ടാക്കപ്പെടുന്ന അത്ഭുതകരമായ നേട്ടങ്ങളെക്കുറിച്ചുള്ള കഥകൾ വിറ്റഴിക്കുന്നുമുണ്ട്. ആ നേട്ടങ്ങളാകട്ടെ, പലപ്പോഴും ഊഹക്കച്ചവടത്തിനു പ്രോത്സാഹനം നല്കുന്ന പുതിയ ഭാഗ്യപരീക്ഷണ ഫണ്ടുകളായാണ് മാറാറുള്ളത്. എന്നാൽ അതിന്റെ സത്തയുടെ മേൽപ്പരപ്പും കുമിളയ്ക്കുമേൽ മുന്നോട്ടു നീങ്ങുന്ന പരാജയപ്പെട്ട വളർച്ചാ അനുഭവവുമാണ് നമുക്ക് അവശേഷിപ്പായുള്ളത്; ഇന്ത്യയിലെ തൊഴിലെടുക്കുന്നവരും തൊഴിൽരഹിതരുമായ ദരിദ്രരിൽ ഏറെപ്പേരും തങ്ങൾക്കുമുകളിലായി അത് ഒഴുകി നടക്കുന്നതായാണ് കാണുന്നത്. ദൗർഭാഗ്യവശാൽ അതോർത്ത് അവരുടെ മനസ്സ് വിഷമിക്കില്ല.

# 21–ാം നൂറ്റാണ്ടിലെ സാമ്രാജ്യത്വവും സാമ്രാജ്യത്വത്തെ സംബന്ധിച്ച ലെനിന്റെ സിദ്ധാന്തവും

ചെങ് യെൻഫു, ലു ബോലിൻ

**ച**രിത്രപരമായ വികാസത്തിന്റെ സവിശേഷമായ സമകാലിക ഘട്ടമാണ് നവ സാമ്രാജ്യത്വം; സാമ്പത്തിക ആഗോളവല്ക്കരണവും കുത്തകമുതലാളിത്തത്തിന്റെ ധനവല്ക്കരണവുമാണ് അതിന്റെ സവിശേഷത. ചുവടെ ചേർക്കുന്ന അഞ്ച് ഘടകങ്ങളുടെ അടിസ്ഥാനത്തിൽ നവസാമ്രാജ്യത്വത്തിന്റെ സവിശേഷതകളെ ചുരുക്കത്തിൽ പ്രതിപാദിക്കാം. ഉല്പാദനത്തിന്റെയും വിതരണത്തിന്റെയും പുത്തൻ കുത്തകയാണ് ആദ്യത്തേത്. തീവ്രമാക്കപ്പെടുന്ന മൂലധനത്തിന്റെ സാന്ദ്രീകരണത്തിനൊപ്പം ഉല്പാദനത്തിന്റെയും വിതരണത്തിന്റെയും അന്താരാഷ്ട്രവല്ക്കരണവും ചേർന്ന് പടുകൂറ്റൻ ബഹുരാഷ്ട്ര കുത്തക കോർപ്പറേഷനുകളുടെ ഉയർച്ച ഉണ്ടാകുന്നു; എല്ലാ രാഷ്ട്രങ്ങളുടെയും സ്വത്തിന്റെ ഏകദേശം അത്രതന്നെ ബൃഹത്താണ് ഈ കുത്തക കോർപ്പറേഷനുകളുടെ സ്വത്ത്. രണ്ടാമത്തേത്, ധനമൂലധനത്തിന്റെ പുത്തൻ കുത്തകയാണ്; ആഗോള സാമ്പത്തിക ജീവിതത്തിൽ അത് നിർണ്ണായകമായ പങ്കു വഹിക്കുന്നു; സാമ്പത്തിക ധനവല്ക്കരണം എന്ന പേരിൽ വികലമായ ഒരു വികസനനയം സൃഷ്ടിക്കുന്നു. മൂന്നാമത്തേത്, അമേരിക്കൻ ഡോളറിന്റെയും ബൗദ്ധിക സ്വത്തിന്റെയും കുത്തകയാണ്; അദ്ധ്വാനത്തിന്റെ അന്ധമായ അന്താരാഷ്ട്ര വിഭജനവും ആഗോള സമ്പദ്ഘടനയുടെ ധ്രുവീകരണവും സ്വത്ത് വിതരണവുമാണ് അത് ഉല്പാദിപ്പിക്കുന്നത്. നാലാമത്തേത്, അന്താരാഷ്ട്രതലത്തിലുള്ള അതിസമ്പന്നപ്രഭുവർഗ്ഗ (ഒളിഗാർഗിക്) കൂട്ടുകെട്ടിന്റെ പുത്തൻ കുത്തകയാണ്. അധീശാധിപത്യമുള്ള ഒരു ഭരണാധികാരിയും മറ്റു നിരവധി വൻശക്തികളും സവിശേഷമായിട്ടുള്ള അതിസമ്പന്ന പ്രഭുവർഗ്ഗ മുതലാളിത്തത്തിന്റെ അന്താരാഷ്ട്ര കുത്തക സഖ്യം നിലവിൽ വന്നിരിക്കുന്നു; പണരാഷ്ട്രീയത്തിന്റെയും വഷളൻ സംസ്കാരത്തിന്റെയും സൈനികമായ ഭീഷണിയുടെയും സാമ്പത്തിക

അടിത്തറ പ്രദാനം ചെയ്യുന്നത് അതാണ്; ഈ കുത്തകാധിപത്യത്തിന്റെ അടിസ്ഥാനത്തിലാണ് ഇത് മറ്റുരാജ്യങ്ങളെയും ജനവിഭാഗങ്ങളെയും ചൂഷണം ചെയ്യുകയും അടിച്ചമർത്തുകയും ചെയ്യുന്നത്. അഞ്ചാമത്തേത്, സാമ്പത്തിക അന്തസത്തയും പൊതുപ്രവണതയുമാണ്. മുതലാളിത്ത ത്തിന്റെ ആഗോളവല്കൃതവൈരുദ്ധ്യങ്ങളും വ്യവസ്ഥിതിയുടെ വിവിധ പ്രതിസന്ധികളും പലപ്പോഴും രൂക്ഷമാകാറുണ്ട്. അതാണ് പില്ക്കാല സാമ്രാജ്യത്വമെന്ന നിലയിൽ (Late Imperialism) സമകാലിക മുതലാ ളിത്തത്തിന്റെ പുത്തൻ കുത്തകാധിപത്യപരവും പിടിച്ചുപറി സ്വഭാവമു ള്ളതും, അധീശാധിപത്യപരവും വഞ്ചനാപരവുമായതും ഇത്തിൾകണ്ണി സ്വഭാവമുള്ളതും (Parasitic) ചീഞ്ഞളിഞ്ഞതും സംക്രമണത്തിലുള്ളതും ജീർണ്ണിച്ചതുമായ രൂപം.

മുതലാളിത്തത്തിന്റെ ചരിത്രപരമായ ക്രമാനുഗത വികാസം വ്യത്യ സ്തങ്ങളായ നിരവധി ദശകളിലൂടെ കടന്നുപോയിട്ടുണ്ട്. 20-ാം നൂറ്റാ ണ്ടിന്റെ തുടക്കത്തിൽ മുതലാളിത്തം സ്വകാര്യകുത്തകയുടെ ഘട്ടത്തി ലെത്തി; ഇതിനെയാണ് ലെനിൻ സാമ്രാജ്യത്വ ഘട്ടമെന്ന് വിശേഷിപ്പി ച്ചത്. സാമ്രാജ്യത്വയുഗം അതിനോടൊപ്പം അസമമായ സാമ്പത്തിക-രാ ഷ്ട്രീയ വികാസത്തിന്റെ നിയമവും കൊണ്ടുവന്നു. വിദേശത്തേക്ക് വിക സിപ്പിക്കാനും ലോകത്തിലെ ഭൂപ്രദേശങ്ങൾ പുനർവിതരണം ചെയ്യാനു മായി പ്രമുഖശക്തികൾ വിവിധ സഖ്യങ്ങൾക്ക് രൂപംനല്കുകയും രണ്ട് ലോകയുദ്ധങ്ങൾക്കിടയാക്കിയ ഭീകരമായ മത്സരങ്ങളും സംഘർഷവും അഴിച്ചുവിടുകയും ചെയ്തു. ഇരുപതാം നൂറ്റാണ്ടിന്റെ ആദ്യപകുതിയി ലുടനീളം യുറേഷ്യ നിരന്തരമായ യുദ്ധങ്ങളുടെ ദുരിതമനുഭവിച്ചു. ഒന്നിനു പിറകെ ഒന്നായി ദേശീയ ജനാധിപത്യ വിപ്ലവങ്ങളും കമ്യൂണിസ്റ്റു പ്രസ്ഥാനവും നിരന്തരം വികസിച്ചുവന്നു. രണ്ടാം ലോകയുദ്ധത്തിനു ശേഷം സാമ്പത്തികമായി അവികസിതമായ ഒട്ടേറെ രാജ്യങ്ങൾ വിക സനത്തിനായി സോഷ്യലിസ്റ്റ് പാത സ്വീകരിച്ചു; ഇത് മുതലാളിത്തവും സോഷ്യലിസവും തമ്മിലുള്ള ഏറ്റുമുട്ടലുകൾ രൂക്ഷമാക്കി. അനിവാര്യ മായും മുതലാളിത്തത്തിനു പകരം സോഷ്യലിസം സ്ഥാപിക്കപ്പെടുമെന്ന് വളരെ മുൻപുതന്നെ കമ്യൂണിസ്റ്റു മാനിഫെസ്റ്റോ ദീർഘദർശനം ചെയ്തി രുന്നെങ്കിലും വളരെ ചുരുക്കം ചില രാജ്യങ്ങളിലേ ഇത് സാദ്ധ്യമായു ള്ളൂ. മുതലാളിത്ത സാമ്രാജ്യത്വ വ്യവസ്ഥകൾ ഗുരുതരമായ പ്രശ്നങ്ങൾ നേരിട്ടിരുന്നെങ്കിലും അതിനെയെല്ലാം അതിജീവിച്ചു. 1980 കളിലും 1990 കളുടെ തുടക്കത്തിലുമായി മുതലാളിത്തം നവലിബറൽ നയങ്ങളിലേക്ക് തന്ത്രപരമായ ഒരു ചുവടുവയ്പു നടത്തി; അങ്ങനെ നവസാമ്രാജ്യത്വ ഘട്ടത്തിലേക്ക് കടന്നു. ശീതയുദ്ധത്തെത്തുടർന്ന് സാമ്രാജ്യത്വത്തിന്റെ വികാസത്തിന്റെ പുതിയൊരു ഘട്ടത്തെയാണ് പ്രതിനിധാനം ചെയ്യുന്നത്.

*സാമ്രാജ്യത്വം: മുതലാളിത്തത്തിന്റെ പരമോന്നത ഘട്ടം* എന്ന കൃതി യിൽ സാമ്രാജ്യത്വത്തെ സംബന്ധിച്ച നിർവ്വചനവും അതിന്റെ സവിശേ ഷതകളും എന്തെന്ന് ലെനിൻ അവതരിപ്പിക്കുന്നത് ചുവടെ പറയുന്ന രീതിയിലാണ്.

സാമ്രാജ്യത്വത്തെ സംബന്ധിച്ച് സാദ്ധ്യമായതിൽവെച്ച് ഏറ്റവും ചുരുങ്ങിയ നിർവ്വചനം നല്കേണ്ടത് ആവശ്യമായി വരുകയാണെങ്കിൽ മുതലാളിത്തത്തിന്റെ കുത്തകഘട്ടമാണ് സാമ്രാജ്യത്വം എന്ന് പറയാവുന്നതാണ്. ചുവടെ ചേർക്കുന്ന അഞ്ച് അടിസ്ഥാന സവിശേഷതകൾ ഉൾപ്പെടുന്ന നിർവ്വചനമാണ് നാം സാമ്രാജ്യത്വത്തിന് നല്കേണ്ടത്. (1) ഉല്പാദനത്തിന്റെയും മൂലധനത്തിന്റെയും സാന്ദ്രീകരണം, സാമ്പത്തിക ജീവിതത്തിൽ നിർണ്ണായകമായ പങ്കുവഹിക്കുന്ന കുത്തകകളെ സൃഷ്ടിക്കുന്ന വിധത്തിലുള്ള ഉയർന്ന ഘട്ടത്തിലേക്ക് അത് വികസിക്കണം; (2) ബാങ്ക് മൂലധനത്തെ വ്യാവസായിക മൂലധനവുമായി ലയിപ്പിക്കലും ഈ "ധന മൂലധന"ത്തിന്റെ അടിസ്ഥാനത്തിൽ ഒരു ധനകാര്യ പ്രഭു വർഗ്ഗത്തെ സൃഷ്ടിക്കലും; (3) ചരക്കുകളുടെ കയറ്റുമതിയിൽനിന്നും വേറിട്ടതെന്ന നിലയിൽ മൂലധനത്തിന്റെ കയറ്റുമതിക്ക് സവിശേഷമായ പ്രാധാന്യം കൈവരിക്കുന്നു; (4) ലോകത്തെ തങ്ങൾക്കിടയിൽ പങ്കിട്ടെടുക്കുന്ന അന്താരാഷ്ട്ര കുത്തകാധിപത്യ മുതലാളിത്ത സംഘങ്ങളുടെ രൂപീകരണം; (5) വമ്പൻ മുതലാളിത്ത ശക്തികൾക്കിടയിൽ ലോകത്തിന്റെയാകെ ഭൂപരമായ വിഭജനം പൂർത്തിയാക്കിയിരിക്കണം. കുത്തകകളുടെയും ധന മൂലധനത്തിന്റെയും ആധിപത്യം സ്ഥാപിക്കപ്പെടുന്ന വിധമുള്ള മുതലാളിത്ത വികസനത്തിന്റെ ഘട്ടമാണ് സാമ്രാജ്യത്വം; അതിൽ മൂലധനത്തിന്റെ കയറ്റുമതിക്ക് പ്രഖ്യാപിതമായ പ്രാധാന്യം കൈവരിച്ചിരിക്കണം; അതിൽ അന്താരാഷ്ട്ര ട്രസ്റ്റുകൾക്കിടയിൽ നടത്തേണ്ട വിഭജനം ആരംഭിച്ചിരിക്കുകയാണ്; ഏറ്റവും വലിയ മുതലാളിത്ത ശക്തികൾക്കിടയിൽ ഭൂഗോളത്തിലെ എല്ലാ ഭൂപ്രദേശങ്ങളും വിഭജിക്കുന്നത് പൂർത്തീകരിക്കേണ്ടതാണ്.

1917 ഡിസംബറിൽ പ്രസിദ്ധീകരിച്ച ഒരു ലേഖനത്തിൽ ലെനിൻ ഈ വിഷയത്തെക്കുറിച്ച് കൂടുതലായി ഇങ്ങനെ വിശദീകരിച്ചിരിക്കുന്നു. "മുതലാളിത്തത്തിന്റെ സവിശേഷമായ ഒരു ചരിത്രഘട്ടമാണ് സാമ്രാജ്യത്വം. മൂന്നു വിധത്തിലുള്ള സവിശേഷ സ്വഭാവങ്ങളാണ് അതിനുള്ളത്. സാമ്രാജ്യത്വം കുത്തക മുതലാളിത്തമാണ്; അത് പരാന്നഭുക്കാണ് അഥവാ ജീർണ്ണത ബാധിച്ച മുതലാളിത്തമാണ്; മൃതപ്രായമായ മുതലാളിത്തമാണ്."

സാമ്രാജ്യത്വത്തെ സംബന്ധിച്ച ലെനിന്റെ സിദ്ധാന്തത്തെ ആധാരമാക്കി സമീപകാലത്ത് അതിനു സംഭവിച്ച മാറ്റങ്ങളെക്കുറിച്ച് മനസ്സിൽ വെച്ചുകൊണ്ടുതന്നെ സമകാലിക മുതലാളിത്തത്തെ നമുക്ക് വിശകലനം ചെയ്യാം. സാമ്പത്തിക ആഗോളവല്ക്കരണത്തിന്റെയും ധനവല്ക്കരണത്തിന്റെയും പശ്ചാത്തലത്തിനു വിരുദ്ധമായി സമകാലിക ലോകത്ത് ഉയർന്നുവന്ന പില്ക്കാല സാമ്രാജ്യത്വത്തിന്റെ ഒരു ഘട്ടമാണ് നവസാമ്രാജ്യത്വം എന്ന് നമുക്ക് വാദിക്കാം. നവസാമ്രാജ്യത്വത്തിന്റെ സവിശേഷതകളെയും സ്വഭാവത്തെയും ഏകദേശം അഞ്ച് വശങ്ങളായി നമുക്ക് ചുരുക്കിപ്പറയാം.

## ഉല്പാദനത്തിന്റെയും വിതരണത്തിന്റെയും പുത്തൻ കുത്തക

സാമ്രാജ്യത്വത്തിന്റെ ഏറ്റവും അഗാധമായ സാമ്പത്തിക അടിത്തറ കുത്തകാധിപത്യമാണെന്ന് ലെനിൻ പ്രസ്താവിച്ചിട്ടുണ്ട്. മുതലാളിത്ത മത്സരം സംബന്ധിച്ച അടിസ്ഥാനനിയമത്തിൽ ഇത് ആഴത്തിൽ വേരുറപ്പിച്ചിരിക്കുന്നു; മത്സരം ഉല്പാദനത്തിന്റെയും മൂലധനത്തിന്റെയും സാന്ദ്രീകരണത്തിന് ഇടയാക്കുന്നുവെന്ന് അത് തറപ്പിച്ചു പറയുന്നു; ഈ സാന്ദ്രീകരണം അനിവാര്യമായും, ഒരു നിശ്ചിതതലത്തിൽ എത്തുമ്പോൾ കുത്തകാധിപത്യത്തിനിടയാക്കുമെന്നും അത് വ്യക്തമാക്കുന്നു. ഇരുപതാം നൂറ്റാണ്ടിന്റെ ആദ്യവർഷങ്ങളിൽ, മൂലധനത്തിന്റെയും ഉല്പാദനത്തിന്റെയും സാന്ദ്രീകരണം അവയെ പരസ്പരം ശാക്തീകരിച്ചതിനെത്തുടർന്ന് മുതലാളിത്തലോകത്ത് കോർപ്പറേറ്റ് ലയനങ്ങളുടെ അതിഭീമമായ രണ്ട് തരംഗങ്ങൾക്ക് സാക്ഷ്യം വഹിച്ചു. ഉല്പാദനം ചുരുക്കം ചില വൻകിട കമ്പനികളിൽ സാന്ദ്രീകരിക്കുന്നത് വർദ്ധിച്ചുവന്നു; മേഖലാതീതമായി ബഹുഉല്പന്ന മാനേജ്മെന്റ് വന്നതോടെ വ്യാവസായിക കുത്തകകളെ അടിസ്ഥാനമാക്കി സംഘടനകൾ നിലവിൽവന്ന പ്രക്രിയയെ തുടർന്നാണിത്. സ്വതന്ത്രമത്സരത്തിനു പകരം കുത്തക സഖ്യങ്ങൾ ആധിപത്യമുറപ്പിച്ചു. 1970 കളുടെ ആദ്യം മുതൽ മുതലാളിത്തം "സ്റ്റാഗ്ഫ്ളേഷൻ" പ്രതിസന്ധി (ഒരേ സമയം മാന്ദ്യവും നാണയപ്പെരുപ്പവും ഉണ്ടാകുന്ന അവസ്ഥ) നേരിട്ടു തുടങ്ങി; അത് ഏകദേശം പത്തുവർഷം തുടർന്നു; അതിന്റെ തുടർച്ചയായി സുദീർഘമായ മാന്ദ്യത്തിന്റേതായ ഒരു കാലഘട്ടം അഥവാ വളർച്ചാനിരക്ക് ദീർഘകാലം ഇടിയുന്ന ഒരു കാലഘട്ടം വന്നു. ആഭ്യന്തര വിപണിയിലെ സാമ്പത്തിക മാന്ദ്യവും മാത്സര്യ സമ്മർദ്ദങ്ങളും വിദേശങ്ങളിൽ പുതിയ വളർച്ചാ അവസരങ്ങൾ അന്വേഷിക്കാൻ കുത്തക മൂലധനത്തെ നിർബ്ബന്ധിതമാക്കി. വിവര-വിനിമയ സാങ്കേതിക വിദ്യകളുടേതായ പുതുതലമുറയുടെ പിന്തുണയോടുകൂടി വിദേശപ്രത്യക്ഷമൂലധന നിക്ഷേപവും അന്താരാഷ്ട്ര വ്യാവസായിക കൈമാറ്റങ്ങളും തുടർച്ചയായി പുതിയ ഉയരങ്ങളിൽ എത്തിച്ചേരുന്നു; ഉല്പാദനത്തിലെയും വിതരണത്തിലെയും പുതിയ അന്താരാഷ്ട്രവല്ക്കരണം ഭൂതകാലത്തേതിനെ തീരെ ചെറുതാക്കിക്കൊണ്ട് മുന്നേറിയതിനെ തുടർന്നാണിത്.

കുത്തക മൂലധനം ആഗോളതലത്തിൽ തന്നെ ഉല്പാദനത്തിൽനിന്നും വിതരണത്തിലേക്ക് പുനഃക്രമീകരിക്കപ്പെടുകയാണ്. ഉല്പാദന പ്രക്രിയകളുടെ വികേന്ദ്രീകരണത്തിലൂടെയും അന്താരാഷ്ട്രവല്ക്കരണത്തിലൂടെയും ബഹുരാഷ്ട്ര കോർപ്പറേഷനുകളുടെ സംഘാടനത്തിനും കാര്യനിർവ്വഹണത്തിനും (മാനേജിങ്) ആയുള്ള ആഗോള മൂല ശൃംഖലയും പ്രവർത്തന നെറ്റ്‌വർക്കുകളും വേർപെടുത്തപ്പെട്ടിട്ടുള്ള ഒരു സംവിധാനം ഉയർന്നു വന്നിരിക്കുകയാണ്. ആവശ്യനിർവ്വഹണ (Supplier) ബന്ധങ്ങളുടെ സങ്കീർണ്ണമായ നെറ്റ്‌വർക്കുകളിലൂടെയും വിവിധ ഗവേണൻസ് മോഡലുകളിലൂടെയും ബഹുരാഷ്ട്രക്കമ്പനികൾ തങ്ങളുടെ

ആഗോളമൂല്യശൃംഖലകളെ ഏകോപിപ്പിക്കുന്നു. ഇത്തരം സംവിധാനങ്ങളിൽ, ഇടനില(intermediate) ഉല്പന്നങ്ങളുടെയും സേവനങ്ങളുടെയും ഉല്പാദനത്തിലും വ്യാപാരത്തിലും ഉൾപ്പെട്ടിട്ടുള്ള പ്രക്രിയകൾ ലോകത്തുടനീളം വിഭജിതമായിരിക്കുകയും വിതരണം ചെയ്യപ്പെടുകയുമാണ്. ഉല്പാദനോപാധികളുടെയും (inputs) ഉല്പന്നങ്ങളുടെയും കൈമാറ്റങ്ങൾ നിർവ്വഹിക്കപ്പെടുന്നത് ബഹുരാഷ്ട്ര കമ്പനികളുടെ സബ്സിഡിയറികളുടെയും കരാർ പങ്കാളികളുടെയും വിതരണക്കാരുടെയും ആഗോള ഉല്പാദന-സേവന നെറ്റ്‌വർക്കുകളിലാണ്. സ്ഥിതിവിവരക്കണക്കുകൾ പ്രകാരം ആഗോളവ്യാപാരത്തിന്റെ 60 ശതമാനത്തോളം ഉൾപ്പെടുന്നത് ഇടത്തട്ട് ഉല്പന്നങ്ങളുടെയും സേവനങ്ങളുടെയും കൈമാറ്റമായാണ്; ഈ 60 ശതമാനത്തിന്റെ 80 ശതമാനവും നടക്കുന്നത് ബഹുരാഷ്ട്ര കമ്പനികൾ വഴിയാണ്. പുത്തൻ കുത്തക ഘടനയ്ക്കുള്ളിൽ നവസാമ്രാജ്യത്വത്തിന്റെ രണ്ടാമത്തെ സവിശേഷത, ഉല്പാദനത്തിന്റെയും വിതരണത്തിന്റെയും അന്താരാഷ്ട്രവല്ക്കരണമാണ്. മൂലധനത്തിന്റെ കൂടുതൽ സാന്ദ്രീകരണം ഭീമൻ ബഹുരാഷ്ട്ര കുത്തക കോർപ്പറേഷനുകളുടെ ഉദയത്തിനിടയാക്കുന്നു; അവയുടെ സ്വത്താകട്ടെ മൊത്തം രാജ്യങ്ങളുടേതിനു സമാനമായത്ര വലുതാണ്. സമകാലിക അന്താരാഷ്ട്ര കുത്തകാധിപത്യത്തിന്റെ യഥാർത്ഥ പ്രതിനിധികളാണ് ബഹുരാഷ്ട്ര കോർപ്പറേഷനുകൾ. ഭീമൻ കുത്തക കോർപ്പറേഷനുകളുടെ സവിശേഷതകളെ ചുവടെ ചേർക്കുംവിധം സംഗ്രഹിക്കാം.

*1. ബഹുരാഷ്ട്ര കോർപ്പറേഷനുകളുടെ എണ്ണം ആഗോളമായിത്തന്നെ വർദ്ധിച്ചിരിക്കുകയാണ്. ഉല്പാദനത്തിന്റെയും വിതരണത്തിന്റെയും സമൂഹവല്ക്കരണത്തിന്റെ തോതും അന്താരാഷ്ട്രവല്ക്കരണത്തിന്റെ തോതും കൂടുതൽ ഉയർന്ന തലത്തിലെത്തിയിരിക്കുകയാണ്.*

1980 കൾ മുതൽ വിദേശ പ്രത്യക്ഷ നിക്ഷേപത്തിന്റെ വാഹകരെന്ന നിലയിൽ അന്താരാഷ്ട്ര സാമ്പത്തിക ഇടപാടുകളുടെ മുഖ്യ ചാലകശക്തിയായി ബഹുരാഷ്ട്ര കോർപ്പറേഷനുകൾ മാറിയിരുന്നു. 1980 കളിൽ ലോകവ്യാപകമായി വിദേശ നിക്ഷേപം അഭൂതപൂർവ്വമായ നിരക്കിൽ വർദ്ധിച്ചു; ലോക ഉല്പാദനം, വ്യാപാരം എന്നിങ്ങനെയുള്ള മറ്റു പ്രമുഖ സാമ്പത്തിക ഘടകങ്ങൾക്ക് ഇതേ കാലഘട്ടത്തിലുണ്ടായ വളർച്ചയെക്കാൾ അതിവേഗത്തിലുള്ള വളർച്ചയായിരുന്നു ഇത്. 1990 കളിൽ അന്താരാഷ്ട്ര പ്രത്യക്ഷ നിക്ഷേപത്തിന്റെ തോത് അഭൂതപൂർവ്വമായ തലത്തിൽ എത്തിച്ചേർന്നു. വിദേശ പ്രത്യക്ഷ നിക്ഷേപം വഴി ലോകത്തുടനീളം ബഹുരാഷ്ട്ര കമ്പനികൾ ബ്രാഞ്ചുകളും അവയോടുചേർന്ന സഹസ്ഥാപനങ്ങളും (അഫിലിയേറ്റുകൾ) സ്ഥാപിച്ചു; ഈ പ്രത്യക്ഷ നിക്ഷേപത്തിന്റെ വലിപ്പം ക്രമാതീതമായി വളർന്നു. 1980 നും 2008 നുമിടയിൽ ആഗോള ബഹുരാഷ്ട്ര കമ്പനികളുടെ എണ്ണം 15,000 ത്തിൽനിന്ന് 82,000

ആയി വർദ്ധിച്ചു. ഇവയ്ക്ക് മറ്റുരാജ്യങ്ങളിലുള്ള സബ്സിഡിയറികളുടെ എണ്ണം അതിലും വേഗതയിൽ വർദ്ധിച്ചു– 35,000 ത്തിൽനിന്നും 8,10,000 ആയി. 2017 ൽ ശരാശരി 60 ശതമാനത്തിലധികം ആസ്തികളും ലോകത്തെ ഏറ്റവും വലിയ 100 ധനകാര്യേതര ബഹുരാഷ്ട്രക്കമ്പനികളും പ്രവർത്തിച്ചത് വിദേശങ്ങളിലാണ്. മൊത്തം സ്റ്റാഫിന്റെ ഏകദേശം അറുപത് ശതമാനമാണ് വിദേശ ജീവനക്കാർ. മുതലാളിത്ത ഉല്പാദനരീതി നിലവിൽ വന്നതുമുതൽ ഉല്പാദന പ്രവർത്തനങ്ങളുടെ സാന്ദ്രീകരണവും വികസിച്ചു വരുന്ന കൂട്ടുകെട്ടും അദ്ധ്വാനത്തിന്റെ സാമൂഹിക വിഭജനത്തിന്റെ പരിണാമവും ഉല്പാദനത്തിന്റെ സാമൂഹികവല്ക്കരണത്തിൽ തുടർച്ചയായ വർദ്ധനവിനിടയാക്കി. വികേന്ദ്രീകൃത അദ്ധ്വാന പ്രക്രിയകൾ സംയുക്ത അദ്ധ്വാന പ്രക്രിയയിലേക്ക് നീങ്ങുന്നത് വർദ്ധിച്ചുവരികയാണ്. പുറത്തേക്കുള്ള വിദേശ പ്രത്യക്ഷ നിക്ഷേപത്തിന്റെ സുസ്ഥിര വളർച്ച എല്ലാ രാജ്യങ്ങളും തമ്മിലുള്ള സാമ്പത്തിക ബന്ധങ്ങൾ ശക്തിപ്പെടുത്തിയിട്ടുണ്ട് എന്നതിനൊപ്പം ഉല്പാദന വിതരണ സംവിധാനങ്ങളുടെ സാമൂഹികവല്ക്കരണത്തിന്റെയും അന്താരാഷ്ട്രവല്ക്കരണത്തിന്റെയും നിലയും ശ്രദ്ധേയമായ വിധം വർദ്ധിച്ചു; അതിൽ ബഹുരാഷ്ട്ര കമ്പനികൾ സൂക്ഷ്മതലത്തിൽ ആധിപത്യം പുലർത്തുന്ന ശക്തിയെന്ന നിലയിൽ നിർണ്ണായകമായ പങ്കുവഹിച്ചു. ഉല്പാദനത്തിന്റെ അന്താരാഷ്ട്രവല്ക്കരണവും വ്യാപാരത്തിന്റെ ആഗോളവല്ക്കരണവും രാജ്യങ്ങൾ അന്താരാഷ്ട്ര തൊഴിൽ വിഭജനത്തിൽ പങ്കെടുക്കുന്ന രീതിയിൽ വ്യാപകമായ പുനർനിർവ്വചനത്തിനിടയാക്കി; ഇത് ആ രാജ്യങ്ങൾക്കുള്ളിലെ ഉല്പാദന രീതികളെയും ലാഭമാതൃകകളെയും പുനഃക്രമീകരിക്കുകയും ചെയ്തു. ലോകത്തുടനീളം, ഭൂരിപക്ഷം രാജ്യങ്ങളും പ്രദേശങ്ങളും ഈ ഭീമൻ കോർപ്പറേഷനുകൾ സൃഷ്ടിച്ച അന്താരാഷ്ട്ര ഉല്പാദനത്തിന്റെയും വ്യാപാരത്തിന്റെയും നെറ്റ്വർക്കിലേക്ക് ഉൾച്ചേർക്കപ്പെട്ടു. ആഗോള ഉല്പാദനശൃംഖലാ സംവിധാനത്തിൽ ലോകത്തുടനീളം ആയിരക്കണക്കിനു കമ്പനികൾ മൂല്യസൃഷ്ടിക്കുള്ള കെട്ടുപാടുകൾക്ക് രൂപംനല്കി. ആഗോള സമ്പദ്ഘടനയ്ക്കുള്ളിൽ ബഹുരാഷ്ട്ര കമ്പനികളാണ് അന്താരാഷ്ട്ര നിക്ഷേപത്തിനും ഉല്പാദനത്തിനുമുള്ള മുഖ്യ ചാലുകളായിമാറിയത്; അന്താരാഷ്ട്ര സാമ്പത്തിക പ്രവർത്തനത്തിന്റെ മുഖ്യ സംഘാടകരായി മാറിയത്; ആഗോള സാമ്പത്തികവളർച്ചയുടെ എഞ്ചിനായി മാറിയത്. ബഹുരാഷ്ട്ര കോർപ്പറേഷനുകളുടെ ദ്രുതഗതിയിലുള്ള വികാസം വ്യക്തമാക്കുന്നത് മൂലധനത്തിന്റെ ആഗോളവല്ക്കരണത്തിനു ചുറ്റും നിർമ്മിക്കപ്പെട്ട പുത്തൻ സാമ്രാജ്യത്വഘട്ടത്തിൽ ഉല്പാദനത്തിന്റെയും മൂലധനത്തിന്റെയും സാന്ദ്രീകരണം കൂടുതൽ വലിയ മാനങ്ങളിലേക്ക് കടന്നിരിക്കുകയാണ് എന്നതാണ്. പതിനായിരക്കണക്കിന് ബഹുരാഷ്ട്ര കോർപ്പറേഷനുകളാണ് ഇപ്പോൾ എല്ലാത്തിന്റെയുംമേൽ ആധിപത്യം സ്ഥാപിക്കുന്നത്.

*2. ബഹുരാഷ്ട്ര കുത്തക മൂലധന സഞ്ചയിക്കലിന്റെ തോത് വർദ്ധിച്ചു കൊണ്ടിരിക്കുകയാണ്; അങ്ങനെ ബഹുരാഷ്ട്ര കോർപ്പറേറ്റ് സാമ്രാജ്യ ത്തിന് രൂപം നല്കുകയാണ്.*

ബഹുരാഷ്ട്രമുതലാളിത്ത കോർപ്പറേഷനുകളുടെ എണ്ണം ശ്രദ്ധേയ മായവിധം വലുതല്ലെങ്കിലും അവയ്ക്കെല്ലാം വലിയ ശക്തിയുണ്ട്. വിക സനത്തിലെ മുഖ്യശക്തിയും പുതിയ സാങ്കേതികവിദ്യകളുടെ ഉപയോ ഗവും മാത്രമല്ല അവയിൽ അടങ്ങിയിട്ടുള്ളത്; മറിച്ച് അവ മാർക്കറ്റിങ് നെറ്റുവർക്കുകളെയും പ്രകൃതി വിഭവങ്ങളെയും ധനവിഭവങ്ങളെയും അധികമധികം സ്വന്തം നിയന്ത്രണത്തിലാക്കുകയും ചെയ്തിരുന്നു. ഈ അടിസ്ഥാനത്തിൽ അവ ഉല്പാദനത്തിന്റെയും വിതരണത്തിന്റെയും വരു മാനം കുത്തകയാക്കി വയ്ക്കുകയും സ്വയം സമാനതകളില്ലാത്ത മത്സ രാധിഷ്ഠിത നേട്ടം സ്വായത്തമാക്കുകയുമാണ്. 1980 നും 2013 നും ഇട യിൽ കമ്പോളങ്ങളുടെ വിപുലീകരണത്തിൽനിന്നും ഉല്പാദനച്ചെലവിലെ കുറവിൽനിന്നും നേട്ടമുണ്ടാക്കിക്കൊണ്ട് ലോകത്തിലെ ഏറ്റവും വലിയ 28,000 കമ്പനികളുടെ ലാഭം രണ്ട് ലക്ഷം കോടി ഡോളറിൽനിന്നും 7.2 ലക്ഷം കോടി ഡോളറായി വർദ്ധിച്ചു. മൊത്തം ലോക ഉല്പാദനം 7.6 ശതമാനത്തിൽനിന്നും ഏകദേശം 10 ശതമാനമായി വർദ്ധിച്ചതായാണ് ഇത് പ്രതിഫലിപ്പിക്കുന്നത്. അതിനുപുറമെ ഈ ബഹുരാഷ്ട്ര കോർപ്പ റേഷനുകൾ ഭരണകൂടത്തിന്റെ അധികാര സംവിധാനങ്ങളുമായി കൂട്ടു കെട്ടുണ്ടാക്കുക മാത്രമല്ല, ആഗോളധനകാര്യ സംവിധാനങ്ങളുമായുള്ള ബന്ധങ്ങൾ വികസിപ്പിക്കുകയും അതിനൊപ്പം ഭരണകൂടത്തിന്റെ പിന്തു ണയോടെ ധനകാര്യകുത്തക സംഘടനകൾക്ക് രൂപംനല്കുകയും ചെയ്തിട്ടുണ്ട്. കുത്തക മൂലധനത്തിന്റെ ആഗോളവല്ക്കരണവും ധന കാര്യവല്ക്കരണവും അതിന്റെ സ്വത്ത് സഞ്ചയിക്കലിനെ പിന്നെയും കൂടു തലായി ബലപ്പെടുത്തുകയുമാണ്. വില്പന വരുമാനത്തിന്റെ അടിസ്ഥാ നത്തിൽ, ചില ബഹുരാഷ്ട്ര കോർപ്പറേഷനുകളുടെ സാമ്പത്തിക തോത് നിരവധി വികസിത രാജ്യങ്ങളുടേതിനെക്കാൾ അധികമാണ്. ഉദാഹര ണത്തിന്, 2009 ൽ ടൊയോട്ടോയുടെ വാർഷിക വില്പന ഇസ്രയേലിന്റെ മൊത്തം ആഭ്യന്തര ഉല്പന്നത്തെക്കാൾ (ജി ഡി പി) അധികമാണ്. 2017 ൽ ഫോർച്യൂൺ 500 ലിസ്റ്റ് പ്രകാരം ലോകത്തിലെ ഏറ്റവും വലിയ കമ്പ നിയായി അംഗീകരിച്ചിട്ടുള്ള വാൾമാർട്ട് 50,000 കോടി ഡോളറിലധികം മൊത്ത വരുമാനം നേടിയിട്ടുണ്ട്; ഇത് ബെൽജിയത്തിന്റെ ജി ഡി പിയെ ക്കാൾ അധികമാണ്. ബഹുരാഷ്ട്ര കോർപ്പറേഷനുകളെയും ലോകത്താ കെയുള്ള ഇരുന്നൂറോളം രാജ്യങ്ങളെയും സംബന്ധിച്ച ഡാറ്റകൾ ഒന്നി ച്ചാക്കുകയും, അവയുടെ വാർഷിക വരുമാനത്തെയും ജി ഡി പിയെയും സംബന്ധിച്ച് ഒരു പട്ടിക തയ്യാറാക്കുകയും ചെയ്താൽ, ലോകത്തെ ഏറ്റവും വലിയ 100 സമ്പദ്ഘടനകൾ ഉൾപ്പെടെയുള്ള രാജ്യങ്ങളുടേത് മൊത്തത്തിന്റെ 30 ശതമാനത്തിലും കുറവാണെന്നും അതേസമയം

ബഹുരാഷ്ട്ര കോർപ്പറേഷനുകളുടേത് 70 ശതമാനത്തിലധികവുമാണെന്ന് വ്യക്തമാകുന്നു.

ലോകവികസനം ഇതേരീതിയിൽ തുടരുകയാണെങ്കിൽ കൂടുതൽ കൂടുതൽ ബഹുരാഷ്ട്ര കമ്പനികളുണ്ടാകും. അവയുടെ സ്വത്ത് മൊത്തം രാജ്യങ്ങളുടേതിന് സമാനവുമായിരിക്കും. വ്യാവസായിക ആഗോളവല്ക്കരണം സാമ്പത്തിക പ്രവർത്തനങ്ങളെ കൂടുതൽ ശകലീകരിച്ചിട്ടുണ്ടെങ്കിലും അവയിൽ നിന്നുണ്ടാകുന്ന ലാഭത്തിന്റെ വലിയൊരു പങ്കും വികസിത മുതലാളിത്ത ലോകത്തെ ചുരുക്കം ചില രാജ്യങ്ങളിലേക്കാണ് ഇപ്പോഴും ഒഴുകുന്നത്. നിക്ഷേപവും വ്യാപാരവും കയറ്റുമതിയും സാങ്കേതികവിദ്യാ കൈമാറ്റവും പ്രധാനമായും കൈകാര്യം ചെയ്യപ്പെടുന്നത് ഭീമൻ ബഹുരാഷ്ട്ര കോർപ്പറേഷനുകൾ വഴിയോ അവയുടെ വിദേശ ബ്രാഞ്ചുകൾ വഴിയോ ആണ്. ഈ ബഹുരാഷ്ട്ര കുത്തകകളുടെ മൂലകമ്പനികൾ സാന്ദ്രീകരിച്ചിരിക്കുന്നത് കർക്കശമായും ഭൂമിശാസ്ത്രപമായ അടിസ്ഥാനത്തിലാണ്. 2017 ൽ അമേരിക്ക, ജപ്പാൻ, ജർമ്മനി, ഫ്രാൻസ്, ബ്രിട്ടൻ എന്നീ രാജ്യങ്ങളിൽനിന്നുള്ള കോർപ്പറേഷനുകൾ ലോകത്തെ ഏറ്റവും മുൻപിലുള്ള 500 കമ്പനികളുടെ പകുതി വരും. ഏറ്റവും വലിയ നൂറ് ബഹുരാഷ്ട്രകുത്തക കോർപ്പറേഷനുകളിൽ മൂന്നിൽ രണ്ടോളം ഈ രാജ്യങ്ങളിൽ നിന്നുള്ളവയാണ്.

*3. ബഹുരാഷ്ട്ര കോർപ്പറേഷനുകൾ അവയുടെ പ്രത്യേക മേഖലകളിലെ വ്യവസായങ്ങളെ കുത്തകയാക്കുകയും നിയന്ത്രിക്കുകയും അന്താരാഷ്ട്ര ഉല്പാദന നെറ്റ് വർക്കുകൾ നടത്തുകയുമാണ്.*

ഭീമൻ ബഹുരാഷ്ട്ര കുത്തകകൾക്ക് അളവറ്റതോതിൽ മൂലധനമുണ്ട്; അവയുടെ ശാസ്ത്രീയവും സാങ്കേതികവിദ്യാപരവുമായ കരുത്തും പ്രബലമാണ്. ഇത് ആഗോള ഉല്പാദനം, വ്യാപാരം, നിക്ഷേപം, ധനം എന്നിവയിലെ മേധാവിത്വത്തിനൊപ്പം ബൗദ്ധിക സ്വത്തിന്റെ സൃഷ്ടിയിലും ഇവയുടെ ആധിപത്യം ഉറപ്പാക്കുന്നു. ബഹുരാഷ്ട്ര കോർപ്പറേഷനുകൾ അനുഭവിക്കുന്ന കുത്തകാധിപത്യത്തിന്റെ ഫലമായുണ്ടായ സമ്പദ്ഘടനകളുടെ വലിപ്പം അവയുടെ മത്സരക്ഷമതയെ വർദ്ധിപ്പിച്ചിട്ടുണ്ട്. “തൊഴിലിനെ ഉപവിഭജനം നടത്താനാവുന്ന തൊഴിലാളിസേന എത്രത്തോളം വലുതാണോ അത്രത്തോളം ഭീമാകാരമായിരിക്കും അവിടെ അവതരിപ്പിക്കപ്പെടുന്ന യന്ത്രസംവിധാനങ്ങൾ. ഉല്പാദനച്ചെലവ് എത്രത്തോളം കുറയുന്നുവോ അതിനാനുപാതികമായി അദ്ധ്വാനം അത്രത്തോളം ഫലപ്രദമായിരിക്കും” എന്നതിനാലാണിത്. ബഹുരാഷ്ട്ര കോർപ്പറേഷനുകൾ അനുഭവിക്കുന്ന കുത്തകാധിപത്യത്തിന്റെ ഉയർന്ന അളവിന്റെ അർത്ഥം ഉല്പാദനത്തിന്റെ സാന്ദ്രീകരണവും വിപണിക്കുമേൽ അവയ്ക്കുള്ള നിയന്ത്രണത്തിന്റെ സാന്ദ്രീകരണവും പരസ്പരം ശക്തിപ്പെടുത്തുന്നു എന്നതാണ്; ഇത് മൂലധനം സഞ്ചയിക്കലിന്റെ വേഗത വർദ്ധിപ്പിക്കുന്നു. അതേ

സമയം, മൂലധന സാന്ദ്രീകരണം സംബന്ധിച്ചുള്ള രണ്ട് ശക്തമായ ഉത്തോലകങ്ങൾ എന്ന നിലയിൽ മത്സരവും വായ്പയും വർദ്ധിക്കുന്നതിനുസരിച്ച് നിയന്ത്രണം കുറയുന്ന പ്രവണതപ്രകാരം മൂലധനം സഞ്ചയിക്കുന്നതിന്റെ വേഗത കൂടുന്നു. കഴിഞ്ഞ മുപ്പത് വർഷത്തിനിടയിൽ ലോകത്തിലെ എല്ലാ രാഷ്ട്രങ്ങളും മൂലധനനിക്ഷേപം വർദ്ധിപ്പിക്കുകയെന്ന ലക്ഷ്യത്തോടെയുള്ള നയപരമായ മുൻഗണനകൾക്ക് പ്രോത്സാഹനം നല്കുന്നുണ്ട്. വിദേശ പ്രത്യക്ഷ നിക്ഷേപത്തിനുണ്ടായിരുന്ന നിയന്ത്രണങ്ങളിൽ ഇളവ് വരുത്തുകയുമാണ്. വികസിത രാജ്യങ്ങളിൽ നിന്ന് പുറത്തേക്കുള്ള വിദേശ പ്രത്യക്ഷ നിക്ഷേപത്തിന്റെ തോത് വർദ്ധിച്ചുകൊണ്ടിരിക്കുന്നത് വിവിധ അളവുകളിൽ മൂലധന രൂപീകരണത്തിന്റെ വേഗത വർദ്ധിപ്പിക്കുകയും വികസ്വര രാജ്യങ്ങളിലെ മാനവിക വിഭവങ്ങളുടെ വികസനത്തിന്റെ വേഗത കൂട്ടുകയും അവയുടെ കയറ്റുമതി മത്സരക്ഷമത വർദ്ധിക്കുകയും ചെയ്യുന്നുണ്ടെങ്കിൽപ്പോലും, അതിനൊപ്പം വൻതോതിൽ സ്വകാര്യവല്ക്കരണവും രാജ്യാതിർത്തികൾ കടന്നുള്ള ലയനങ്ങളും ഏറ്റെടുക്കലുകളുമാണ് അവ ഏറെയും കൊണ്ടുവന്നത്. ബഹുരാഷ്ട്ര കോർപ്പറേഷനുകളുമായുള്ള ലയനത്തിന് നിർബ്ബന്ധിതമാവുകയോ പാപ്പരാവുകയോ ചെയ്യുന്ന ചെറുകിട ഇടത്തരം സംരംഭങ്ങളിലൂടെ ഈ പ്രക്രിയയുടെ വേഗത വർദ്ധിക്കുകയാണ്. താരതമ്യേന വലിയ സംരംഭങ്ങൾപോലും ദുർബ്ബലമാണ്. ലോകത്താകെ ഇപ്പോൾ പല വ്യവസായങ്ങൾക്കും ഒളിഗോപോളിസ്റ്റിക് കമ്പോളഘടനയാണുള്ളത് (വിലനിർണ്ണയത്തിലും ഉല്പാദനം സംബന്ധിച്ചുള്ള നയങ്ങളിലും പരസ്പരം പങ്കിട്ട് പരസ്പരാശ്രിതമായി കഴിയുന്ന ചെറിയൊരു വിഭാഗം സ്ഥാപനങ്ങൾ വിപണിയിൽ നിറഞ്ഞുനില്ക്കുന്നത്) ഉദാഹരണത്തിന്, സെൻട്രൽ പ്രോസസിങ് യൂണിറ്റുകൾക്കായുള്ള ആഗോളവിപണി ഏറക്കുറെ പൂർണ്ണമായും ഇന്റലിനെയും അഡ്വാൻസ്ഡ് മൈക്രോഡിവൈസസിനെയും പോലെയുള്ള സ്ഥാപനങ്ങളുടെ കുത്തകയിലാണ്. 2015 ലെ സ്ഥിതിയിൽ വിത്തുകളുടെയും കീടനാശിനികളുടെയും ആഗോള വിപണി ആറ് ബഹുരാഷ്ട്ര കമ്പനികളാണ്. ഏറക്കുറെ പൂർണ്ണമായും നിയന്ത്രിക്കുന്നത് – ബി എ എസ് എഫ്, ബേയർ ഡൗവ് (DOW), ഡ്യൂപ്പോണ്ട്, മോൺസാന്റോ, സിൻജെന്റ; ഈ ആറ് കുത്തകക്കമ്പനികളും ചേർന്ന് കീടനാശിനികളുടെ ആഗോളവിപണിയുടെ 75 ശതമാനത്തെയും നിയന്ത്രിക്കുന്നു; ആഗോളവിത്തുവിപണിയുടെ 63 ശതമാനത്തെയും നിയന്ത്രിക്കുന്നതും ഇവയാണ്. ഈ മേഖലകളുമായി ബന്ധപ്പെട്ട് ആഗോള സ്വകാര്യ ഗവേഷണത്തിന്റെ 75 ശതമാനവും ഇവയുടെ കൈപ്പിടിയിലാണ്. ആഗോള കീടനാശിനി വിപണിയുടെ 51 ശതമാനത്തിന്റെയും നിയന്ത്രണം സിൻജെന്റ, ബി എ എസ് എഫ്, ബേയർ എന്നിവയ്ക്ക് മാത്രമാണ്; അതേസമയം വിത്ത് വിപണിയുടെ 55 ശതമാനത്തെയും നിയന്ത്രിക്കുന്നത് ഡ്യൂപോണ്ടും മോൺസാന്റോയും സിൻജെന്റയുമാണ്. യൂറോപ്യൻ മെഡിക്കൽ ഡിവൈസസ് ഇൻഡസ്ട്രി ഗ്രൂപ്പിന്റെ സ്ഥിതിവിവരക്കണക്കു

പ്രകാരം 2010 ൽ ലോകത്തുടനീളം നടന്ന മെഡിക്കൽ ഉപകരണങ്ങളുടെ മൊത്തം വില്പനയുടെ 60 ശതമാനത്തിലധികവും ലഭിച്ചത് വെറും 25 മെഡിക്കൽ ഉപകരണ നിർമ്മാണ കമ്പനികൾക്കുമാത്രമാണ്. ഔഷധങ്ങളുടെയും അനുബന്ധ ഉല്പന്നങ്ങളുടെയും ആഗോള വിപണിയുടെ 47 ശതമാനത്തെയും നിയന്ത്രിക്കുന്നത് 10 ബഹുരാഷ്ട്രകുത്തകകളാണ്. ചൈനയിൽ പ്രധാന ഭക്ഷ്യവിളകളിൽ ഒന്നാണ് സോയാബീൻസ്. ആഗോള സോയാബീൻ ഉല്പാദനത്തിന്റെയും വിതരണത്തിന്റെയും വിപണനത്തിന്റെയും ശൃംഖലകളുടെ സമസ്തവശങ്ങളും കൈപ്പിടിയിലൊതുക്കിയിട്ടുള്ളത് അഞ്ച് ബഹുരാഷ്ട്രകുത്തക കമ്പനികളാണ്: മോൺസാന്റോ, ആർച്ചർ ഡാനിയൽസ്, മിഡ്‌ലാൻഡ്, ബംഗെ, കാർഗിൽ, ലൂയിഡ്രെയ്ഫസ്. വിത്തുല്പാദനത്തിനായുള്ള അസംസ്കൃത വസ്തുക്കളുടെ നിയന്ത്രണം മോൺസാന്റോയ്ക്കാണ്. അതേസമയം മറ്റ് നാല് കമ്പനികളാണ് വിത്ത് നടൽ, വ്യാപാരം, സംസ്കരണം തുടങ്ങിയവയെ നിയന്ത്രിക്കുന്നത്. ഈ ബഹുരാഷ്ട്ര കുത്തകകൾ സംയുക്ത സംരംഭങ്ങളിലൂടെയും സഹകരണത്തിലൂടെയും ദീർഘകാല കരാർ ഉടമ്പടികളിലൂടെയും പലവിധ കൂട്ടുകെട്ടുകളുണ്ടാക്കുന്നു. കൂടുതൽ, കൂടുതൽ സാമൂഹിക സ്വത്ത് വളരെ ചുരുക്കം ചില സ്വകാര്യ മുതലാളിത്ത ഭീമന്മാർ കൈയടക്കിയിരിക്കെ, കുത്തക മൂലധനം തൊഴിലാളികൾക്കുമേലുള്ള നിയന്ത്രണവും അവരെ ചൂഷണം ചെയ്യുന്നതും കർക്കശമാക്കുന്നു. ഇത് ലോകവ്യാപകമായുള്ള മൂലധന സഞ്ചയിക്കലിന് ഇടയാക്കുന്നു; ആഗോള അമിതശേഷിയെയും (over capacity) സമ്പന്നനും ദരിദ്രനും തമ്മിലുള്ള ധ്രുവീകരണത്തെയും രൂക്ഷമാക്കുന്നു.

നവസാമ്രാജ്യത്വത്തിന്റെ കാലഘട്ടത്തിൽ വിവര–വിനിമയ സാങ്കേതികവിദ്യ ദ്രുതഗതിയിൽ വികസിക്കുകയാണ്. സാമൂഹിക ഉല്പാദനത്തിനും വിതരണത്തിനും ആവശ്യമായ സമയവും ദൂരവും ഇന്റർനെറ്റിന്റെ ഉയർന്നുവരവ് വലിയ തോതിൽ കുറച്ചിരിക്കുകയാണ്; ഇത് അതിർത്തി കടന്നുള്ള ലയനങ്ങളും നിക്ഷേപങ്ങളും വ്യാപാരവും കുതിച്ചുയരുന്നതിന് ഇടയാക്കിയിരിക്കുന്നു. അതേത്തുടർന്ന് അധികമധികം മുതലാളിത്തേതര മേഖലകൾ കുത്തക മൂലധനം ആധിപത്യം സ്ഥാപിച്ചിട്ടുള്ള സഞ്ചയിക്കൽ പ്രക്രിയയിലേക്ക് കൂട്ടിച്ചേർക്കപ്പെട്ടു. ഇത് ലോക മുതലാളിത്ത സംവിധാനത്തെ വലിയതോതിൽ ശക്തിപ്പെടുത്തി. ഉല്പാദനത്തിന്റെയും വിതരണത്തിന്റെയും സാമൂഹ്യവല്ക്കരണവും അന്താരാഷ്ട്രവല്ക്കരണവും ഇരുപത്തിയൊന്നാം നൂറ്റാണ്ടിലെ മുതലാളിത്ത സാമ്പത്തിക ആഗോളവല്ക്കരണത്തിന്റെ കാലഘട്ടത്തിൽ വലിയ കുതിച്ചുചാട്ടത്തിനു വിധേയമായിട്ടുണ്ട്. *കമ്യൂണിസ്റ്റു മാനിഫെസ്റ്റോ*യിൽ വിശദീകരിച്ചിട്ടുള്ള "കോസ്മോപൊളിറ്റൻ സ്വഭാവം" കൈവരിച്ച ഈ മാതൃക "ഓരോ രാജ്യത്തെയും ഉല്പാദനത്തിനും ഉപഭോഗത്തിനും വലിയ ശക്തി നല്കിയിരിക്കുകയാണ്. കുത്തകമൂലധനത്തിന്റെ ആഗോളവല്ക്കരണത്തിന് ലോകത്താകെയുള്ള സാമ്പത്തിക രാഷ്ട്രീയ സംവിധാനങ്ങളെ

ഒരേ ചാലിലേക്ക് കൊണ്ടുവരേണ്ടതാവശ്യമാണ്. വിവിധ രാജ്യങ്ങൾക്കിടയിലുള്ള സ്ഥാപനപരമായ തടസ്സങ്ങൾ ഇല്ലാതാക്കുന്നതിനു വേണ്ടിയാണിത്. എന്നാൽ നിരവധി വിപ്ലവാനന്തര രാജ്യങ്ങൾ തങ്ങളുടെ രാഷ്ട്രീയ സാമ്പത്തിക വ്യവസ്ഥ ഉപേക്ഷിക്കുകയും മുതലാളിത്തം സ്വീകരിക്കുകയും ചെയ്തപ്പോൾ അവയ്ക്ക് ലഭിച്ചത് നവലിബറൽ സാമ്പത്തിക ശാസ്ത്രജ്ഞർ കൊട്ടിഘോഷിച്ച സമ്പദ് സമൃദ്ധിയും സുസ്ഥിരതയുമൊന്നുമല്ല, നേരെമറിച്ച് നവസാമ്രാജ്യത്വഘട്ടം കുത്തക മൂലധനത്തിന്റെയും അധീശാധിപത്യത്തിന്റെയും കടന്നാക്രമണത്തിന് പശ്ചാത്തലമൊരുക്കുകയാണുണ്ടായത്.

## ധനമൂലധനത്തിന്റെ പുത്തൻ കുത്തക

*സാമ്രാജ്യത്വം മുതലാളിത്തത്തിന്റെ ഉയർന്ന ഘട്ടം* എന്ന ഗ്രന്ഥത്തിൽ ലെനിൻ ഇങ്ങനെ പ്രസ്താവിച്ചു. "ഉല്പാദനത്തിന്റെ സാന്ദ്രീകരണം, അതിൽ നിന്നുള്ള കുത്തകകളുടെ ഉയർന്നുവരവ്, വ്യവസായവുമായുള്ള ബാങ്കുകളുടെ കൂടിച്ചേരൽ അഥവാ ലയനം – ധനമൂലധനത്തിന്റെ ഉയർച്ചയുടെ ചരിത്രം ഇങ്ങനെയാണ്; ആ സങ്കല്പനത്തിന്റെ ഉള്ളടക്കം ഇങ്ങനെയാണ്." ബാങ്ക് കുത്തക മൂലധനവും വ്യാവസായിക കുത്തക മൂലധനവും ലയിച്ച് രൂപപ്പെടുന്ന മൂലധനത്തിന്റെ പുതിയ തരമാണ് ധനമൂലധനം. ഇരുപതാം നൂറ്റാണ്ടിന്റെ തുടക്കത്തോടെ തന്നെ പൊതുവായ മുതലാളിത്ത വാഴ്ചയിൽനിന്നും ധനമൂലധനത്തിന്റെ വാഴ്ചയിലേക്കുള്ള മാറ്റത്തിന്റെ വഴിത്തിരിവ് പ്രത്യക്ഷപ്പെട്ടു. മുൻനിര സാമ്രാജ്യത്വ രാജ്യങ്ങളിലെ ബാങ്കുകൾ സാധാരണഗതിയിലുള്ള ഇടനിലക്കാർ എന്ന നിലയിൽ നിന്ന് ശക്തമായ കുത്തകകൾ എന്ന നിലയിലേക്ക് പരിവർത്തനം ചെയ്യപ്പെട്ടപ്പോഴാണിത്. എന്നാൽ രണ്ടാം ലോകയുദ്ധത്തിനു മുൻപ് അടിക്കടിയുള്ള യുദ്ധങ്ങൾമൂലം ഉയർന്ന വിവരപ്രസരണ ചെലവുകളും വ്യാപാര സംരക്ഷണം പോലെയുള്ള സ്ഥാപനപരവും സാങ്കേതികവുമായ അതിർവരമ്പുകളും ആഗോള നിക്ഷേപം, വ്യാപാരം, ഫിനാൻസ്, കമ്പോളം എന്നിവ തമ്മിലുള്ള ബന്ധങ്ങളുമെല്ലാം താരതമ്യേന ദുർബ്ബലമായി. സമ്പദ് ഘടനയുടെ ആഗോളവല്ക്കരണത്തിന്റെ അളവ്, കുത്തക മൂലധനത്തിന്റെ പുറത്തേക്കുള്ള വ്യാപനത്തെ തടസ്സപ്പെടുത്തിക്കൊണ്ട് താഴ്ന്ന നിലയിൽത്തന്നെ തുടർന്നു. രണ്ടാം ലോകയുദ്ധത്തിനുശേഷം, പുതിയ സാങ്കേതികവിദ്യാവിപ്ലവംമൂലം സാമ്പത്തിക ആഗോളവല്ക്കരണത്തിന്റെ വേഗത വർദ്ധിച്ചു. 1970 കളുടെ തുടക്കത്തിൽ, വർദ്ധിച്ചുകൊണ്ടിരുന്ന എണ്ണ വില ലോകവ്യാപകമായ സാമ്പത്തിക പ്രതിസന്ധിക്ക് പ്രേരകമായി; കെയ്നീഷ്യൻ സാമ്പത്തിക ശാസ്ത്രത്തിന് വിശദീകരിക്കാനാവാത്ത വിചിത്രമായ ഒരു പ്രതിഭാസം ഇതുമൂലമുണ്ടായി; ഇതിൽ നാണയപ്പെരുപ്പവും സാമ്പത്തിക മാന്ദ്യവും സഹവർത്തിക്കുന്ന സ്ഥിതി വന്നു. ലാഭകരമായ നിക്ഷേപ അവസരങ്ങൾ കണ്ടെത്തുന്നതിനായും

സ്റ്റാഗ്ഫ്‌ളേഷനിൽനിന്ന് (മാന്ദ്യവും നാണയപ്പെരുപ്പവും സഹവർത്തിക്കുന്ന അവസ്ഥ) രക്ഷനേടാനായും കുത്തക മൂലധനം പരമ്പരാഗത വ്യവസായങ്ങൾ വിദേശങ്ങളിലേക്ക് മാറ്റി; അങ്ങനെ മത്സരിച്ച് നേട്ടമുണ്ടാക്കുന്ന അതിന്റെ ശേഷി നിലനിർത്തി; അതേസമയം, പരമ്പരാഗത വ്യവസായങ്ങളിൽ നിന്നുള്ള കുത്തക മൂലധനത്തിന്റെ വേറിട്ടു പോകലിന്റെ വേഗത കൂട്ടുകയും പുതിയ ഫൈനാൻഷ്യൽ അധീനമേഖലകൾ തുറക്കുകയും ചെയ്തു. മുതലാളിത്ത ആഗോളവല്ക്കരണവും ധനവല്ക്കരണവും പരസ്പരം രാസത്വരകമാവുകയും പിന്തുണയ്ക്കുകയും ചെയ്തു. കുത്തക മൂലധനത്തിന്റെ "സാങ്കല്പികവല്ക്കരണ"ത്തിന്റെയും (Virtualization)യഥാർത്ഥ സമ്പദ്ഘടനയുടെ ഉൾക്കരുത്തില്ലാതാക്കലിന്റെയും വേഗത ഇതുമൂലം വർദ്ധിച്ചു. അങ്ങനെ 1970 കളിലെ പാശ്ചാത്യ സാമ്പത്തിക മാന്ദ്യം കുത്തക മൂലധനത്തിന്റെ അന്താരാഷ്ട്ര വല്ക്കരണത്തിനുള്ള രാസത്വരകമാക്കി മാറ്റുകമാത്രമല്ല ചെയ്തത്, മറിച്ച് വ്യാവസായിക മൂലധനത്തിന്റെയും ധനവല്ക്കരണത്തിന്റെ ആരംഭ ബിന്ദു കൂടിയായി. അതിനുശേഷം, കുത്തക മൂലധനം ഒരു രാജ്യത്ത് നിലനില്ക്കുന്ന കുത്തക എന്നതിൽനിന്നും അന്താരാഷ്ട്ര കുത്തകയിലേക്കും വ്യാവസായിക സ്ഥാപനകുത്തകയിൽനിന്നും ധനവ്യവസായത്തിന്റെ കുത്തകയിലേക്കുമുള്ള ചുവടുമാറ്റത്തിന്റെ വേഗത വർദ്ധിപ്പിക്കുകയാണ്.

പുത്തൻ കുത്തക ധനമൂലധനത്തിന്റെ പശ്ചാത്തലത്തിൽ നവസാമ്രാജ്യത്വത്തിന്റെ രണ്ടാമത്തെ സുപ്രധാന സവിശേഷത ധനകുത്തക മൂലധനം ആഗോള സാമ്പത്തിക ജീവിതത്തിൽ നിർണ്ണായക പങ്കുവഹിക്കുന്നുവെന്നതാണ്. ഇത് സാമ്പത്തികമായ ധനവല്ക്കരണത്തിന്റെ ഉയർന്നുവരവിന് ഇടയാക്കുന്നു.

## ചുരുക്കം ധനകാര്യ സ്ഥാപനങ്ങൾ പ്രധാന ആഗോള സാമ്പത്തിക ധമനികളെ നിയന്ത്രിക്കുന്നു

അധികാര കുത്തക സ്ഥാപിക്കുന്നതിന് ശ്രമിക്കുന്നത് കൃത്യമായും സാമ്രാജ്യത്വത്തിന്റെ സ്വഭാവമാണ്. "വൻകിട സംരംഭങ്ങൾ പ്രത്യേകിച്ചും ബാങ്കുകൾ, ചെറിയ സംരംഭങ്ങളെ പൂർണ്ണമായും വിഴുങ്ങുക മാത്രമല്ല, അവയെ വെട്ടിപ്പിടിക്കുക കൂടിയാണ്; അവയെ കീഴ്പ്പെടുത്തുകയുമാണ്. അവയുടെ 'സ്വന്തം' ഗ്രൂപ്പിലേക്ക് അഥവാ 'വിഷയ'ത്തിലേക്ക് (സാങ്കേതിക പദം അങ്ങനെയാണ്) കൊണ്ടുവരികയുമാണ്. സ്ഥാപനങ്ങളെ തങ്ങളുടെ മൂലധനത്തിലേക്ക് ഏറ്റെടുത്തുകൊണ്ടാണ്, ഷെയറുകൾ വാങ്ങിക്കൊണ്ടോ കൈമാറ്റം ചെയ്തുകൊണ്ടോ ആണ്, വായ്പ നല്കിക്കൊണ്ടും മറ്റുമാണ് ഇങ്ങനെ ചെയ്യുന്നത്." ലെനിൻ തുടർന്ന് വിശദമാക്കുന്നു "ചാനലുകളുടെ വളരെ അടുപ്പമുള്ള നെറ്റ്‌വർക്കിന്റെ ദ്രുതഗതിയിലുള്ള വ്യാപനം നാം കാണുന്നു; രാജ്യത്തിനാകെ അത് ബാധകമാകുന്നു. എല്ലാ മൂലധനത്തെയും എല്ലാ വരുമാനത്തെയും അത് കേന്ദ്രീ

കരിക്കുന്നു. ചിന്നിച്ചിതറി കിടക്കുന്ന ആയിരമായിരം സാമ്പത്തിക സംരംഭങ്ങളെ ഒരൊറ്റ ദേശീയ മുതലാളിത്ത സംരംഭമായും തുടർന്ന് ലോക മുതലാളിത്ത സമ്പദ്ഘടനയിലേക്കും ചേർക്കുന്നു." നവസാമ്രാജ്യത്വ ഘട്ടത്തിൽ വളരെ ചുരുക്കം വരുന്ന ബഹുരാഷ്ട്ര കോർപ്പറേഷനുകൾ (അവയിൽ ഏറെയും ബാങ്കുകളാണ്) ലയനങ്ങൾ വഴിയും കൂട്ടു പങ്കാളിത്തം വഴിയും ഷെയർഹോൾഡിങ് വഴിയും ലോകത്തിനുമേൽ വളരെ വ്യാപകവും വിശദവുമായ പ്രവർത്തന ശൃംഖല വ്യാപിപ്പിക്കുന്നു. അങ്ങനെ അസംഖ്യം ചെറുകിട ഇടത്തരം സംരംഭങ്ങളെ മാത്രമല്ല മുഖ്യ ആഗോള സാമ്പത്തിക ധമനികളെയും കൈപ്പിടിയിലൊതുക്കുന്നു. സ്റ്റെഫാനിയ വിറ്റാലി, ജയിംസ് ബി ഗ്ലാറ്റ്ഫെൽഡർ, സ്റ്റെഫാനൊ ബാറ്റിസ്റ്റൺ എന്നീ മൂന്ന് സ്വിസ് പണ്ഡിതർ നടത്തിയ പ്രായോഗിക പഠനം വെളിപ്പെടുത്തിയത്, ഒരു ചെറിയ എണ്ണം ബഹുരാഷ്ട്ര ബാങ്കുകൾ ആഗോള സമ്പദ്ഘടനയിലാകെ ഫലപ്രദമായി ആധിപത്യം സ്ഥാപിക്കുന്നുവെന്നാണ്. ലോകത്തുടനീളമുള്ള 43,060 ബഹുരാഷ്ട്ര കോർപ്പറേഷനുകളെയും അവ തമ്മിലുള്ള ഷെയർഹോൾഡിങ് ബന്ധങ്ങളെയും സംബന്ധിച്ചു നടത്തിയ വിശകലനത്തെ അടിസ്ഥാനമാക്കി അവർ കണ്ടെത്തിയത്, മൊത്തം ആഗോള ഉല്പാദനത്തിന്റെ 80 ശതമാനത്തെയും നിയന്ത്രിക്കുന്നത് ഏറ്റവും വലിയ 737 ബഹുരാഷ്ട്ര കോർപ്പറേഷനുകളാണെന്നാണ്. ഈ ബന്ധങ്ങളുടെ സങ്കീർണ്ണമായ ശൃംഖലകളെ സംബന്ധിച്ച് കൂടുതൽ പഠനം നടത്തിയശേഷം ഇതിലും കൂടുതൽ രസകരമായ കണ്ടെത്തലുകളുമായാണ് അവർ വരുന്നത് – അതായത് ഈ 737 ൽത്തന്നെ കൂടുതൽ ശക്തമായ 147 ബഹുരാഷ്ട്ര കോർപ്പറേഷനുകളാണ് സാമ്പത്തിക മൂല്യത്തിന്റെ ഏകദേശം 40 ശതമാനത്തെയും നിയന്ത്രിക്കുന്നത്. ഈ 147 കോർപ്പറേഷനുകളിലെ നാലിൽ മൂന്ന് വിഭാഗവും ധനകാര്യ ഇടത്തട്ടുകാരാണ്.

## കുത്തക ധനമൂലധനത്തിന്റെ ആഗോളവല്ക്കരണം

സാമ്രാജ്യത്വം നവസാമ്രാജ്യത്വത്തിലേക്ക് കടന്നപ്പോൾ ധനകാര്യ മേഖലയിലെ പ്രമാണിമാരും അവരുടെ ദല്ലാളുകളുമാണ് വ്യാപാരത്തിന്റെയും നിക്ഷേപത്തിന്റെയും നിയമങ്ങൾക്കും ചട്ടങ്ങൾക്കും രൂപംനല്കുന്നത്; കറൻസി, വ്യാപാരം, വിഭവങ്ങൾ, ഇൻഫർമേഷൻ, യുദ്ധങ്ങൾ, ആഗോളതലത്തിൽ വിഭവങ്ങളും സ്വത്തും കൊള്ളയടിക്കൽ എന്നിവ ഇച്ഛാനുസരണം നടപ്പാക്കാൻ തുടങ്ങി. ഈ സംവിധാനത്തിനുള്ളിൽ നവലിബറൽ സാമ്പത്തികശാസ്ത്രജ്ഞർ ധനമേഖലയിലെ പ്രമാണിമാരുടെ വക്താക്കളെന്ന പങ്കാണ് വഹിക്കുന്നത്; കുത്തകകളുടെ താല്പര്യാനുസരണം ധനകാര്യ ഉദാരവല്ക്കരണത്തിന്റെയും ആഗോളവല്ക്കരണത്തിന്റെയും ഭാഗം വാദിക്കുകയും, വികസ്വര രാജ്യങ്ങളുടെ മൂലധന അക്കൗണ്ടിലെ നിയന്ത്രണങ്ങൾ ഉദാരവല്ക്കരിക്കുന്നതിന് അവയെ പ്രലോഭിപ്പിക്കുകയുമാണ്. ബന്ധപ്പെട്ട രാജ്യങ്ങൾ ഈ ഉപദേശം പിന്തുടരുകയാ

ണെങ്കിൽ ധനപരമായ കാര്യങ്ങളിൽ മേൽനോട്ടം വഹിക്കുന്നത് കൂടുതൽ ബുദ്ധിമുട്ടുള്ളതായി മാറും. ധനകാര്യ സംവിധാനത്തിൽ പതിയിരിക്കുന്ന അപകടങ്ങളിൽ അവ ചെന്നുപെടാനുള്ള സാദ്ധ്യത വർദ്ധിക്കും. ഈ രാജ്യങ്ങളുടെ സ്വത്ത് കൊള്ളയടിക്കുന്നതിന് ധനകുത്തക മൂലധനത്തിന് കൂടുതൽ അവസരങ്ങൾ പ്രദാനം ചെയ്യുന്നതായിരിക്കും. ഇതിന്റെ ഫലം മൂലധന വിപണിയിലെ അവയുടെ പ്രവർത്തനങ്ങളിൽ അന്താരാഷ്ട്ര ധനനിക്ഷേപ ഭീമന്മാർ വികസ്വര രാജ്യങ്ങളുടെ ദുർബ്ബലമായ ധനകാര്യ സുരക്ഷയെ (Fire walls) ആക്രമിക്കാനും പതിറ്റാണ്ടുകൾകൊണ്ട് ഈ രാജ്യങ്ങൾ സഞ്ചയിച്ച ആസ്തികളാകെ കൊള്ളയടിക്കാനും ഈ അവസരം ഉപയോഗിക്കാനുമുള്ള പ്രവണത പ്രകടിപ്പിക്കുന്നുണ്ട്. ഇത് സൂചിപ്പിക്കുന്നത് ധനപരമായ ആഗോളവല്ക്കരണവും ഉദാരവല്ക്കരണവും നിശ്ചയമായും ഏകീകൃതവും തുറന്നതുമായ ആഗോളധനകാര്യ സംവിധാനം സ്ഥാപിച്ചിരിക്കുന്നതായാണ്. എന്നാൽ അതേസമയം തന്നെ ആഗോളകേന്ദ്രം (വികസിത മുതലാളിത്ത സമ്പദ്ഘടനയുടെ കേന്ദ്രം) കുറച്ചുമാത്രം വികസിച്ചിട്ടുള്ള പ്രാന്തപ്രദേശങ്ങളുടെ വിഭവങ്ങളും മിച്ചമൂല്യവും കൈയടക്കുന്നു. ഒരു ചെറുന്യൂനപക്ഷം വരുന്ന അന്താരാഷ്ട്ര ധനമൂലധന പ്രഭുക്കളുടെ കൈകളിൽ കേന്ദ്രീകരിച്ചും ശരിക്കുമുള്ള കുത്തകാധിപത്യത്താൽ ആയുധമണിഞ്ഞും ധനമൂലധനം വിദേശനിക്ഷേപത്തിലൂടെയും പുതിയ ബിസിനസ് സംരംഭങ്ങളിലൂടെയും അതിർത്തി കടന്നുള്ള ലയിപ്പിക്കലിലൂടെയും ഏറ്റെടുക്കലുകളിലൂടെയും കുത്തകലാഭത്തിന്റെ വലിപ്പം വർദ്ധിപ്പിക്കുകയാണ്. ധനമൂലധനം നിരന്തരം ലോകത്താകെനിന്ന് പ്രതിഫലം പറ്റിക്കൊണ്ടിരിക്കുകയാണ്.

## ഉല്പാദനത്തിൽനിന്നും ചൂതാട്ടമൂലധനത്തിലേക്ക്

ഭൗതിക രൂപവുമായി ബന്ധപ്പെട്ട തടസ്സങ്ങളിൽനിന്നെല്ലാം മുക്തമായ ധനകുത്തക മൂലധനമാണ് മൂലധനത്തിന്റെ ഏറ്റവും ഉയർന്നതും ഏറ്റവും അമൂർത്തവുമായ രൂപം; അത് അങ്ങേയറ്റം അയവേറിയതും ചൂതാട്ട സ്വഭാവത്തിലുള്ളതുമാണ്. നിയമപ്രകാരമുള്ള നിയന്ത്രണത്തിന്റെ അഭാവത്തിൽ, ധനകുത്തക മൂലധനമാണ് ഒരു രാജ്യം സ്വന്തം വ്യാവസായിക വികസനത്തിനായി രൂപംകൊടുക്കുന്ന ലക്ഷ്യങ്ങൾക്കെതിരെ പ്രവർത്തിക്കാൻ ഏറെ സാദ്ധ്യതയുള്ളത്. രണ്ടാം ലോക യുദ്ധത്തിനുശേഷം ഭരണകൂട ഇടപെടൽ നയത്തിന്റെ മാർഗ്ഗദർശനപ്രകാരം വാണിജ്യ ബാങ്കുകളും നിക്ഷേപബാങ്കുകളും വെവ്വേറെയാണ് പ്രവർത്തിച്ചിരുന്നത്. ഓഹരി കമ്പോളത്തിനുമേൽ കർക്കശമായ മേൽനോട്ടമുണ്ടായിരുന്നു; ധനമൂലധനത്തിന്റെ വ്യാപനവും അതിന്റെ ചൂതാട്ട നടപടികളും കർക്കശമായി നിയന്ത്രിക്കപ്പെട്ടിരുന്നു. 1970 കളിൽ, കെയ്നീഷ്യനിസത്തിന്റെ സ്വാധീനം മങ്ങുകയും തൽസ്ഥാനത്ത് നവലിബറൽ ആശയങ്ങൾ എത്തുകയും ചെയ്തതോടെ ധനവ്യവസായത്തിൽ നിയന്ത്രണരഹിത

മാക്കൽ പ്രക്രിയയും ആരംഭിച്ചു. ധനവിപണികളുടെ പ്രവർത്തനത്തിനുമേൽ നിയന്ത്രണമേർപ്പെടുത്തിയിരുന്ന അടിസ്ഥാനശക്തികൾ ഗവൺമെന്റിന്റേതായിരുന്നത് അവസാനിക്കുകയും വിപണിയിലെതന്നെ പ്രമുഖ പങ്കാളികൾ തൽസ്ഥാനത്ത് കടന്നുവരുകയും ചെയ്തു. അമേരിക്കയിൽ 1980 ൽ ജിമ്മി കാർട്ടർ ഗവൺമെന്റ് ഡെപ്പോസിറ്ററി ഇൻസ്റ്റിറ്റ്യൂഷൻസ് ഡിറെഗുലേഷൻ ആന്റ് മോണിറ്ററി കൺട്രോൾ ആക്ട് പാസാക്കി; അതുപ്രകാരം ഡെപ്പോസിറ്റിനും വായ്പയ്ക്കുമുള്ള പലിശനിരക്ക് നിയന്ത്രണം നീക്കം ചെയ്തു. 1986 ഓടുകൂടി പലിശ നിരക്ക് ഉദാരവല്ക്കരണം പൂർണ്ണമായി. 1994 ൽ റീഗെൽ-നീൽ ഇന്റർ സ്റ്റേറ്റ് ബാങ്കിങ് ആന്റ് ബ്രാഞ്ചിങ് എഫിഷെൻസി ആക്ട് ബാങ്കിങ് ഇടപാടുകൾക്കുമേലുള്ള എല്ലാ ഭൂമിശാസ്ത്രപരമായ നിയന്ത്രണങ്ങളും അവസാനിപ്പിച്ചു; സംസ്ഥാനാതിർത്തികൾ കടന്നും രാജ്യാതിർത്തികൾക്കപ്പുറവും ബിസിനസ് നടത്താൻ ബാങ്കുകൾ അനുവദിക്കപ്പെട്ടു; ഇത് ധനകാര്യ സ്ഥാപനങ്ങൾ തമ്മിലുള്ള മത്സരത്തിന് അവസരമുണ്ടാക്കി. 1996 ൽ നാഷണൽ സെക്യൂരിറ്റീസ് മാർക്കറ്റ് ഇംപ്രൂവ്മെന്റ് ആക്ട് പ്രഖ്യാപിക്കപ്പെട്ടു. ഇത് സെക്യൂരിറ്റി (കടപ്പത്രം) വ്യവസായത്തിന്മേലുള്ള മേൽനോട്ടത്തിൽ ഗണ്യമായ വിധം കുറവ് വരുത്തി. ഇതിനെ തുടർന്ന് 1999 ൽ ഫൈനാൻഷ്യൽ സർവ്വീസസ് മോഡേണൈസേഷൻ ആക്ട് കൊണ്ടുവന്നു. നിക്ഷേപ ബാങ്കിങ്ങിൽനിന്നും ഇൻഷ്വറൻസിൽനിന്നും വാണിജ്യ ബാങ്കുകളെ വേർപെടുത്തുന്നത് ഇതുപ്രകാരം നടപ്പായി. എഴുപത് വർഷത്തോളം നിലനിന്നിരുന്ന ഒരു വ്യവസ്ഥയാണ് ഇതോടെ പൂർണ്ണമായും ഇല്ലാതാക്കപ്പെട്ടത്. ധന ഉദാരവല്ക്കരണത്തിന്റെ വക്താക്കൾ തുടക്കത്തിൽ അവകാശപ്പെട്ടത് ധനകാര്യ സ്ഥാപനങ്ങൾക്കും ധനവിപണിക്കും മേലുള്ള സർക്കാർ മേൽനോട്ടത്തിൽ അയവ് വരുത്തുകയാണെങ്കിൽ ധനവിഭവങ്ങൾ വീതം വയ്ക്കുന്നതിലെ കാര്യക്ഷമത കൂടുതൽ മെച്ചപ്പെടുമെന്നും സാമ്പത്തികവളർച്ചയെ അഭിവൃദ്ധിപ്പെടുത്താൻ ധനവ്യവസായത്തിന് കൂടുതൽ നല്ല ശേഷി ലഭിക്കും എന്നുമാണ്. എന്നാൽ ധനമൂലധനത്തിന് നിയന്ത്രിക്കാനാവാത്ത നിരവധി പ്രവണതകളുണ്ട്. അതിനുമേലുള്ള നിയന്ത്രണങ്ങൾ നീക്കം ചെയ്യപ്പെടുകയാണെങ്കിൽ അത് ഒളിച്ചോടുന്ന കുതിരയെപ്പോലെ എന്തും ചെയ്യാൻ ശേഷിയുള്ളതും മടിക്കാത്തതുമായ ഒന്നായിത്തീരും. അമിത ധനവല്ക്കരണം അനിവാര്യമായും സാമ്പത്തിക പ്രവർത്തനങ്ങളുടെ അവാസ്തവവല്ക്കരണത്തിനിടയാക്കും; അത് ഭീമൻ അവാസ്തവിക മൂലധനകുമിളകൾ ഉയർന്നുവരുന്നതിനും കാരണമാകും.

കഴിഞ്ഞ മുപ്പത് വർഷത്തിലേറെയായി ധനമൂലധനം ഏർപ്പെട്ടിരിക്കുന്നത് സമ്പദ്ഘടനയുടെ തുടർച്ചയായ അപവ്യവസായവല്ക്കരണവുമായി ബന്ധപ്പെട്ട ഒരു പ്രക്രിയയിലാണ്. ഉല്പാദനപരമായ നിക്ഷേപത്തിനുള്ള അവസരങ്ങളുടെ അഭാവംമൂലം ഇപ്പോൾ ധനപരമായ കൈമാറ്റങ്ങൾക്ക് യഥാർത്ഥ സമ്പദ്ഘടനയിൽ വളരെ വളരെ കുറച്ചുമാത്രമേ

എന്തെങ്കിലും ചെയ്യാനാവൂ. മൂലധനം, മറ്റൊരു വിധത്തിൽ പറഞ്ഞാൽ ആവശ്യത്തിലധികമുള്ള മൂലധനം ചൂതാട്ട പദ്ധതികൾക്കായി (ഊഹക്കച്ചവടത്തിനായി) തിരിച്ചുവിടപ്പെടുന്നു; അവാസ്തവ സമ്പദ്ഘടനയിൽ സാങ്കല്പിക ആസ്തികളുടെ വ്യാപ്തം ചീർത്തുവരുന്നു. ഈ സംഭവവികാസങ്ങൾക്കനുസരിച്ച് വൻകിട സംരംഭങ്ങളുടെ പണ പ്രവാഹം സ്ഥാവരമൂലധന (Fixed Capital) നിക്ഷേപത്തിൽനിന്നും ധനനിക്ഷേപത്തിലേക്ക് വ്യാപകമായി മാറിയിരിക്കുകയാണ്. ഇപ്പോൾ ധനഇടപാടുകളിൽനിന്നുള്ള കോർപ്പറേറ്റ് ലാഭം വർദ്ധിച്ചിരിക്കുകയാണ്, 1982 നും 1990 നും ഇടയ്ക്ക് മുൻപ് സ്വകാര്യയഥാർത്ഥ സമ്പദ്ഘടനയിൽ ഫാക്ടറി പ്ലാന്റിനും ഉപകരണങ്ങൾക്കുമായി നിക്ഷേപിച്ചിരുന്ന തുകയുടെ ഏറക്കുറെ നാലിലൊന്ന് ഭാഗവും ഫൈനാൻഷ്യൽ ഇൻഷുറൻസ്, റിയൽ എസ്റ്റേറ്റ് മേഖലകൾക്കായി മാറ്റപ്പെട്ടിരിക്കുകയാണ്, 1980 കളിലും 1990 കളിലും ധനകാര്യ ഇടപാടുകളിലെ നിയന്ത്രണങ്ങൾക്ക് ഇളവ് നല്കിയതിനെത്തുടർന്ന്, സൂപ്പർമാർക്കറ്റ് ശൃംഖലകൾ ക്രെഡിറ്റ് കാർഡുകളും മുൻകൂർ പണമടച്ച ഡെബിറ്റ്കാർഡുകളും സേവിങ്സ് അക്കൗണ്ടുകളും ചെക്കിങ് അക്കൗണ്ടുകളും ഇൻഷുറൻസ് പദ്ധതികളും ഭവന ഈടിന്മേലുള്ള വായ്പകൾപോലും ഉൾപ്പെടെയുള്ള വൈവിദ്ധ്യമാർന്ന നിരവധി ധന ഉല്പന്നങ്ങൾ പൊതുജനങ്ങൾക്ക് വാഗ്ദാനം ചെയ്യുന്ന സ്ഥിതിയുണ്ടായി. 1980 കൾ മുതൽ പ്രചരിപ്പിക്കപ്പെട്ട ഷെയർഹോൾഡർ മൂല്യം പരമാവധിയാക്കൽ തത്ത്വം ഹ്രസ്വകാല ലക്ഷ്യങ്ങൾക്ക് മുൻഗണന നല്കാൻ സി ഇ ഒമാരെ നിർബ്ബന്ധിതരാക്കി. കടബാദ്ധ്യതകൾ തിരിച്ചടയ്ക്കുകയോ തങ്ങളുടെ കമ്പനിയുടെ ധനപരമായ ഘടന മെച്ചപ്പെടുത്തുകയോ ചെയ്യുന്നതിനുപകരം പല കേസുകളിലും സി ഇ ഒമാർ കിട്ടുന്ന ലാഭത്തെ ഉപയോഗിച്ചത് കമ്പനിയുടെ ഓഹരികൾ തന്നെ തിരികെ വാങ്ങാനായിരുന്നു; അങ്ങനെ ഓഹരി വില ഉയർത്തുകയും തങ്ങളുടെ ശമ്പളം വർദ്ധിപ്പിക്കുകയുമാണ് ചെയ്തത്. 2003 നും 2012 നുമിടയിൽ സ്റ്റാൻഡാർഡ് ആന്റ് പുവറിന്റെ 500 ഇൻഡക്സിൽ പട്ടികപ്പെടുത്തപ്പെട്ട കമ്പനികളിൽ 449 എണ്ണം തങ്ങളുടെതന്നെ ഓഹരികൾ വാങ്ങുന്നതിനായി മൊത്തം 2,40,000 കോടി ഡോളർ നിക്ഷേപിച്ചു. അവയുടെ മൊത്തം വരുമാനത്തിന്റെ 54 ശതമാനത്തിനു തുല്യമായ തുകയാണിത്. മറ്റൊരു 37 ശതമാനം തുക ഡിവിഡന്റായും നല്കി. 2006 ൽ അമേരിക്കയിലെ ധനകാര്യേതര കമ്പനികളുടെ തങ്ങളുടെതന്നെ ഓഹരികൾ തിരികെ വാങ്ങുന്നതിനുള്ള ചെലവഴിക്കൽ പാർപ്പിടേതര നിക്ഷേപ ചെലവഴിക്കലിന്റെ 43.9 ശതമാനത്തിനു തുല്യമാണ്.

ധനകാര്യേതര മേഖലയ്ക്കുള്ളിലെ മിച്ചമൂല്യത്തിന്റെ വിതരണത്തിൽ മേധാവിത്വം സ്ഥാപിക്കുന്നതും ധനമേഖലതന്നെയാണ്. ധനകാര്യേതര കോർപ്പറേറ്റ് മേഖലയിൽ ഡിവിഡന്റുകളായും ബോണസുകളായും നല്കിയ തുകകൾ മൊത്തം ലാഭത്തിന്റെ വളരെ വലിയ അനുപാതമാണ്. 1960 കൾക്കും 1990 കൾക്കുമിടയിൽ അമേരിക്കൻ കോർപ്പ

റേറ്റ് മേഖല വീതിച്ചുനല്കിയ ഡിവിഡന്റിന്റെ അനുപാതം (നികുതി, ലാഭം എന്നിവ മാറ്റിയ ശേഷമുള്ള ഡിവിഡന്റിന്റെ അനുപാതം) ഗണ്യമായ വർദ്ധനവ് രേഖപ്പെടുത്തി. 1960 കളിലെയും 1970 കളിലെയും ശരാശരി യഥാക്രമം 42.4 ശതമാനവും 42.3 ശതമാനവും ആണെന്നിരിക്കെ 1980 മുതൽ 1989 വരെയുള്ള കാലത്ത് ഒരിക്കലും 44 ശതമാനത്തിൽ നിന്ന് താഴേക്ക് വന്നില്ല. മൊത്തം കോർപ്പറേറ്റ് ലാഭം 17 ശതമാനം കണ്ട് കുറയുകയും മൊത്തം ഡിവിഡന്റ് 13 ശതമാനം കണ്ട് വർദ്ധിക്കുകയും ചെയ്തെങ്കിലും വീതിച്ചുനല്കിയ ഡിവിഡന്റിന്റെ അനുപാതം (dividend payout ratio) 57 ശതമാനത്തിലെത്തി. 2008 ൽ പൊട്ടിപ്പുറപ്പെട്ട അമേരിക്കൻ സാമ്പത്തിക പ്രതിസന്ധിക്ക് മുൻപുള്ള ദിവസങ്ങളിൽ ശിഷ്ട (net) ബോണസും നികുതി കൊടുത്ത ശേഷമുള്ള ശിഷ്ട ലാഭവും തമ്മിലുള്ള അനുപാതം കമ്പനികളുടെ അന്തിമ മൂലധന വീതംവയ്ക്കലിന്റെ 80 ശതമാനത്തോളം വരും. അതിനും പുറമെ അവാസ്തവ സമ്പദ് ഘടനയിലുണ്ടായ (virtual economy) കുതിപ്പിന് ഇത്തരമൊരു വളർച്ചയെ പിന്തുണയ്ക്കുന്നതിനുള്ള യഥാർത്ഥ സമ്പദ്ഘടനയുടെ ശേഷിയുമായി യാതൊരു ബന്ധവുമില്ല. യഥാർത്ഥ സമ്പദ്ഘടനയിലെ മാന്ദ്യവും സങ്കോചവും (shrinkage) അവാസ്തവ സമ്പദ്ഘടനയുടെ അമിത വളർച്ചയ്ക്കൊപ്പം സഹവർത്തിക്കുന്നു. യഥാർത്ഥ സമ്പദ്ഘടനയിൽ സൃഷ്ടിക്കപ്പെടുന്ന മൂല്യം ഇത്തരത്തിൽ വാങ്ങൽ ശേഷിയെയാണ് ആശ്രയിക്കുന്നത്; ആസ്തികുമിളകളുടെയും ആസ്തിവില വർദ്ധനവിന്റെയും സ്വത്ത് ആഘാതം എന്നു വിളിക്കപ്പെടുന്നതിന്റെ വ്യാപനത്തിലൂടെയാണ് അത് പ്രത്യക്ഷപ്പെട്ടത്. സമ്പന്ന രാജ്യങ്ങളും ദരിദ്ര രാജ്യങ്ങളും തമ്മിലുള്ള അന്തരം അവിരാമം വർദ്ധിച്ചുകൊണ്ടിരിക്കെ, ധനകാര്യ സ്ഥാപനങ്ങൾ (ഗവൺമെന്റ് പിന്തുണയോടെ) ആസ്തി ഉടമകളല്ലാത്ത പൗരരുടെ വായ്പയെ ആശ്രയിച്ചുള്ള ഉപഭോഗത്തിനും തൽഫലമായുണ്ടാകുന്ന ധനപരമായ അപകടസാദ്ധ്യതകളെ പലയിടത്താക്കാനും പുതുമകളുള്ള വിവിധതരം സംവിധാനങ്ങളെ ആശ്രയിക്കാൻ നിർബ്ബന്ധിതരാകും. അതേസമയംതന്നെ, ആനുമാനിക ധന ഉല്പന്നങ്ങളുടെ (derivative financial products) അരങ്ങിനുമേൽ പ്രത്യക്ഷപ്പെടുന്നതിലൂടെ സൃഷ്ടിക്കപ്പെടുന്ന ഭീമമായ വരുമാന ആഘാതവും സ്വത്ത് ആഘാതവും ആസ്തികുമിളകളുടെ വളർച്ചയും കൂടുതൽ നിക്ഷേപകരെ അവാസ്തവ സമ്പദ്ഘടനയിലേക്ക് ആകർഷിക്കുന്നു. കൊള്ള ലാഭത്തിൽ ലക്ഷ്യം വെച്ച് അസംഖ്യം ആനുമാനിക ധനഉല്പന്നങ്ങൾ സൃഷ്ടിക്കപ്പെടുന്നു. ധനകാര്യ ഉല്പന്നങ്ങളുടെ മേഖലയിലെ നൂതന കണ്ടെത്തലുകൾ കടബാദ്ധ്യതാ ശൃംഖലയുടെ ദൈർഘ്യം കൂട്ടുകയും ധനപരമായ അപകടസാദ്ധ്യതകളിലേക്ക് കൈമാറാൻ പ്രയോജനപ്പെടുകയും ചെയ്യുന്നു. ഇതിന്റെ ഒരുദാഹരണമാണ് സബ് പ്രൈം മോർട്ട്ഗേജ് ലോണുകളെ കടപ്പത്രവല്ക്കരിച്ചത് (Securitization); ഇവയുടെ പല പല അട്ടികൾ

ബന്ധപ്പെട്ട ഉല്പന്നങ്ങളുടെ ക്രെഡിറ്റ് റേറ്റിങ് ഉയർത്തുകയാണ് ലക്ഷ്യമെന്ന് തോന്നിപ്പിക്കുംവിധം, ഒന്നിച്ച് കൂട്ടിക്കെട്ടപ്പെടുകയും ചെയ്യുന്നു; എന്നാൽ യഥാർത്ഥത്തിൽ ഉയർന്ന തോതിലുള്ള അപകടസാദ്ധ്യതകളെ മറ്റുള്ളവയിലേക്ക് കൈമാറാൻ വേണ്ടിയാണിത്. ധനഉല്പന്നങ്ങളുടെ വ്യാപാരത്തെ ഉല്പാദനത്തിൽ നിന്ന് വേർപെടുത്തുന്നത് വർദ്ധിക്കുകയാണ്. അതിന് ഉല്പാദനവുമായി ഒരു ബന്ധവുമില്ലെന്നും അത് കേവലം ചൂതാട്ടപരമായ ഒരു കൈമാറ്റം മാത്രമാണെന്നും പറയുന്നതിനുപോലും സാദ്ധ്യതയുണ്ട്.

## അമേരിക്കൻ ഡോളറിന്റെ കുത്തകയും ബൗദ്ധിക സ്വത്തും

*സാമ്രാജ്യത്വം: മുതലാളിത്തത്തിന്റെ പരമോന്നത ഘട്ടം* എന്ന പുസ്തകത്തിൽ വീണ്ടും ലെനിൻ പ്രസ്താവിച്ചു. “സ്വതന്ത്രമത്സരത്തിന്റെ വിഭജിക്കാനാവാത്ത ആധിപത്യം ഉണ്ടായിരുന്നപ്പോൾ മുതലാളിത്തത്തിന്റെ സവിശേഷത ചരക്കുകളുടെ കയറ്റുമതിയായിരുന്നു. കുത്തകകൾ അരങ്ങുവാഴുന്ന മുതലാളിത്തത്തിന്റെ ഏറ്റവും പുതിയ ഘട്ടത്തിന്റെ സവിശേഷത മൂലധനത്തിന്റെ കയറ്റുമതിയാണ്. രണ്ടാം ലോകയുദ്ധത്തിനുശേഷം അദ്ധ്വാനത്തിന്റെ അന്താരാഷ്ട്ര വിഭജനം കൂടുതൽ ആഴത്തിലുള്ളതും കൂടുതൽ പുതുക്കപ്പെട്ടതും ആയതോടെ ആഗോള സാമ്പത്തിക നെറ്റ്‌വർക്കിലേക്ക് കൂടുതൽ വികസ്വര രാജ്യങ്ങളെയും മേഖലകളെയും കൊണ്ടുവന്നു. ആഗോള ഉല്പാദന സംവിധാനത്തിനുള്ളിൽ ഓരോ രാജ്യത്തിനും ഓരോ സംരംഭത്തിനും (enterprise) അതാതിന്റേതായ സ്വന്തം നേട്ടം ആപേക്ഷികമായി നടപ്പാക്കുന്നതിനുള്ള ശേഷി പ്രത്യക്ഷത്തിൽ തന്നെയുണ്ട്. ഏറ്റവും കുറഞ്ഞ വികസനം നേടിയ രാജ്യങ്ങൾക്കുപോലും കുറഞ്ഞകൂലിക്ക് ലഭിക്കുന്ന തൊഴിലാളികളെ ആശ്രയിക്കാനാകും. അന്താരാഷ്ട്ര അദ്ധ്വാനവിഭജനത്തിലും സഹകരണത്തിലും അവയ്ക്ക് പങ്കാളിത്തം അനുവദിക്കുന്നതോടെ ഇത്തരം വിഭജനങ്ങളുടെ നേട്ടം അവയ്ക്കും ലഭിക്കുന്നു. എന്നാൽ കുത്തക മൂലധനത്തിന്റെ യഥാർത്ഥ ലക്ഷ്യം അനുകൂലമായ വ്യാപാര പ്ലാറ്റ്ഫോമുകൾക്കായി മത്സരിക്കലാണ്. ഉയർന്നതോതിൽ കൊള്ളലാഭം തട്ടിയെടുക്കലും അവരുടെ ലക്ഷ്യമാണ്. പ്രത്യേകിച്ച് അമേരിക്കൻ ഡോളറിന്റെ അധീശാധിപത്യവും ബൗദ്ധിക സ്വത്തിൽ വികസിത രാജ്യങ്ങൾക്കുള്ള കുത്തകയും അർത്ഥമാക്കുന്നത് അന്താരാഷ്ട്ര വിനിമയത്തിൽ ഗൗരവതരമായ അസമത്വമുണ്ടെന്നാണ്. അങ്ങനെ പഴയ സാമ്രാജ്യത്വത്തിന്റെ സവിശേഷതകൾ ചരക്കുല്പാദനവുമായി സഹവർത്തിക്കുകയും പൊതുവായ മൂലധന ഉല്പാദനത്തെ നിർവ്വചിക്കുകയും ചെയ്യുന്നു. അതേസമയംതന്നെ ചരക്ക് ഉല്പാദനവുമായും പൊതുമൂലധന ഉല്പാദനവുമായും സഹവർത്തിക്കുന്ന നവസാമ്രാജ്യത്വത്തിന്റെ സവിശേഷതകൾ അമേരിക്കൻ ഡോളറിന്റെയും ബൗദ്ധിക സ്വത്തിന്റെയും ഉല്പന്നമാണ്.

നവസാമ്രാജ്യത്വത്തിന്റെ മൂന്നാമത്തെ സവിശേഷതയായി നിർവ്വചിക്കപ്പെടുന്നത് അമേരിക്കൻ ഡോളറിന്റെയും ബൗദ്ധിക സ്വത്തിൽ വികസിത ലോകത്തിനുള്ള കുത്തകയുടെയും അധീശാധിപത്യമെന്ന നിലയിലാണ്. ധ്രുവീകരിക്കപ്പെട്ട ആഗോള സമ്പദ്ഘടനയ്ക്കും സ്വത്ത് വിതരണത്തിനുമൊപ്പം അസമമായ അന്താരാഷ്ട്ര അദ്ധ്വാന വിഭജനവും സൃഷ്ടിക്കുന്നത് ഇതു രണ്ടും ചേർന്നാണ്. ഭരണകൂടം-മൂലധനം, മൂലധനം-അദ്ധ്വാനം, മൂലധനം-മൂലധനം, ഭരണകൂടം-ഭരണകൂടം എന്നിങ്ങനെ സംഗ്രഹിക്കാൻ കഴിയുന്ന നാല് രൂപങ്ങളിൽ ഓരോന്നിലും സാമ്പത്തിക ആഗോളവല്ക്കരണത്തിന്റെയും ധനകാര്യ ഉദാരവല്ക്കരണത്തിന്റെയും അവസ്ഥയിൽ ഭീമൻ കുത്തകമൂലധനത്തിന്റെയും നവസാമ്രാജ്യത്വത്തിന്റെയും മേധാവിത്വശക്തികൾ കൂടുതൽ കരുത്താർജ്ജിച്ചു.

## മൂലധന-അദ്ധ്വാനബന്ധത്തിന്റെ സ്ഥലപരമായ വികാസം: ആഗോളമൂല്യശൃംഖലകളും ആഗോള തൊഴിൽ മദ്ധ്യസ്ഥതയും

ഔട്ട്സോഴ്സിങ്ങും (പുറംപണി കരാർ നല്കൽ), സബ്സിഡിയറികൾ സ്ഥാപിക്കലും തന്ത്രപരമായ സഖ്യങ്ങൾ രൂപപ്പെടുത്തലും ഉൾപ്പെടെയുള്ള സംവിധാനങ്ങളിലൂടെ ബഹുരാഷ്ട്രകുത്തകകൾ കൂടുതൽ കൂടുതൽ രാജ്യങ്ങളെയും കമ്പനികളെയും തങ്ങൾ ആധിപത്യമുറപ്പിച്ചിട്ടുള്ള ആഗോള ഉല്പാദന നെറ്റ്‌വർക്കുകളിലേക്ക് സംയോജിപ്പിക്കുകയാണ്. മൂലധനം സഞ്ചയിക്കൽ ഈ ആഗോളതലത്തിൽ കൈവരിക്കാൻ കഴിയുന്നതിനുള്ള കാരണം, വിപുലവും കുറഞ്ഞ ചെലവിൽ ലഭ്യമാകുന്നതുമായ ആഗോള തൊഴിൽ സേനയുടെ നിലനില്പാണ്.

അന്താരാഷ്ട്ര തൊഴിൽ സംഘടനയിൽനിന്നുള്ള ഡാറ്റ പ്രകാരം 1980 നും 2007 നുമിടയിൽ ലോകത്തെ മൊത്തം തൊഴിൽ സേന 190 കോടിയിൽനിന്നും 310 കോടിയായി വളർന്നു. ഈ ആളുകളിൽ 73 ശതമാനവും വികസ്വരരാജ്യങ്ങളിൽ നിന്നുള്ളവരാണ്; അതിൽത്തന്നെ ചൈനയിൽനിന്നും ഇന്ത്യയിൽനിന്നും ഉള്ളവരാണ്; 40 ശതമാനവും. ബഹുരാഷ്ട്ര കോർപ്പറേഷനുകളെല്ലാം സംഘടിതമായ അസ്തിത്വമുള്ളവയാണ്. അതേസമയം ആഗോള തൊഴിൽ സേനയ്ക്ക് ഫലപ്രദമായി ഒന്നിക്കാനും തങ്ങളുടെ അവകാശങ്ങൾ സംരക്ഷിക്കാനുമുള്ള ബുദ്ധിമുട്ടുകൾ വർദ്ധിച്ചുവരുന്നതായാണ് കാണുന്നത്. ആഗോള തൊഴിൽ കരുതൽസേനയുടെ നിലനില്പുമൂലം മൂലധനത്തിന് കൂലിവേലക്കാരെ മെരുക്കി നിർത്താൻ അവരെ ഭിന്നിപ്പിക്കുകയും കടന്നാക്രമിക്കുകയുമെന്ന തന്ത്രം ഉപയോഗിക്കാൻ കഴിയുന്നു. പതിറ്റാണ്ടുകളായി, കുത്തക മൂലധനം വികസിത ലോക സമ്പദ്ഘടനകളിലെ ഉല്പാദനമേഖലകളെ ആഗോള തെക്കൻ മേഖലയിലെ രാജ്യങ്ങളിലേക്ക് മാറ്റിയിരിക്കുകയാണ്; ഇത് ലോകത്തെ വിവിധ മേഖലകളിലെ തൊഴിൽ സേനയെ ജീവിക്കാൻ അവശ്യം വേണ്ട വരുമാനത്തിനായി പരസ്പരം മത്സരിക്കാൻ നിർബ്ബന്ധിതരാക്കുന്നു. ഈ പ്രക്രിയയിലൂടെ ബഹുരാഷ്ട്ര കുത്തകകൾക്ക്

ലോകത്തെ തൊഴിലാളികളിൽനിന്നും ഭീമമായ സാമ്രാജ്യത്വ ആദായം ഞെക്കിപ്പിഴിഞ്ഞെടുക്കാൻ കഴിയുന്നു. അതിനുംപുറമെ, ഈ ഭീമൻ കോർപ്പറേഷനുകൾക്ക് വികസ്വര രാജ്യങ്ങളിലെ ഗവൺമെന്റുകൾക്കു മേൽ മൂലധനത്തിന്റെയും നിക്ഷേപത്തിന്റെയും ഒഴുക്കിന് ഗുണകരമായ നയങ്ങൾ രൂപീകരിക്കാൻ സമ്മർദ്ദം ചെലുത്താനും പ്രേരണ ചെലുത്താനും നന്നായി കഴിയുന്നുമുണ്ട്. നിക്ഷേപം നടത്താനും ഫാക്ടറികൾ സ്ഥാപിക്കാനും അന്താരാഷ്ട്ര മൂലധനത്തെ ആകർഷിച്ചുകൊണ്ട് ജി ഡി പി വളർച്ച സുരക്ഷിതമാക്കാൻ ശ്രമിക്കുന്ന പല വികസ്വര രാജ്യങ്ങളിലെയും ഗവൺമെന്റുകൾ സാമൂഹ്യക്ഷേമവും തൊഴിലാളികളുടെ അവകാശങ്ങളും സംരക്ഷിക്കുന്ന കാര്യം അവഗണിക്കുകമാത്രമല്ല, മറിച്ച് നികുതി ഇളവുകളും വായ്പാപിന്തുണയും പോലെയുള്ള വിവിധ മുൻഗണനാ നടപടികൾ ഈ കുത്തകകൾക്കായി ഉറപ്പുനല്കുകയും ചെയ്യുന്നു. അങ്ങനെ ഉല്പാദനത്തിന്റെ ആഗോളവല്ക്കരണം വികസിത മുതലാളിത്ത രാജ്യങ്ങൾക്ക് ന്യായയുക്തമായ വ്യാപാരം എന്ന മുദ്രാവാക്യത്തിന്റെ മറവിൽ കൂടുതൽ സൈനികേതരമായ (സിവിൽ) ശൈലിയിൽ അല്പവികസിത ലോകത്തെ ചൂഷണം ചെയ്യാൻ പ്രാപ്തി ലഭിക്കുന്നു. അവയുടെ ആധുനികവല്ക്കരണം നടത്തുന്നതിന് പലപ്പോഴും വികസ്വര രാജ്യങ്ങൾക്ക് സാമ്രാജ്യത്വശക്തികൾ വാഗ്ദാനം നല്കുന്ന മൂലധനം സ്വീകരിക്കുകയല്ലാതെ മറ്റൊരു വഴിയുമില്ല. ഇങ്ങനെ മൂലധനം സ്വീകരിക്കുന്നതിനൊപ്പം അവർ മുന്നോട്ടു വയ്ക്കുന്ന വ്യവസ്ഥകൾക്കും ബാദ്ധ്യതകൾക്കും മുന്നിൽ മുട്ടുമടക്കേണ്ടുന്നതായും വരുന്നു.

## കുത്തകധനമൂലധനവും ബഹുരാഷ്ട്ര കോർപ്പറേറ്റ് ആധിപത്യവും

അദ്ധ്വാനത്തിന്റെ അന്താരാഷ്ട്ര വിഭജനത്തിന്റേതായ പുതിയ ഘടന അസന്തുലിതവും അസമവുമായ പഴയ വ്യവസ്ഥയെ പിന്തുടരുകയാണ്. ഉല്പാദനവും വിപണനവും തുണ്ടുതുണ്ടാക്കപ്പെട്ടതാണെങ്കിലും ഗവേഷണത്തിന്റെയും വികസനത്തിന്റെയും പണത്തിന്റെയും ലാഭത്തിന്റെയുമെല്ലാം നിയന്ത്രണകേന്ദ്രങ്ങൾ ഇപ്പോഴും ബഹുരാഷ്ട്ര കോർപ്പറേഷനുകൾ തന്നെയാണ്. ഈ കോർപ്പറേറ്റ് സ്ഥാപനങ്ങൾ പതിവായി അദ്ധ്വാനത്തിന്റെ കുത്തനെയുള്ള വിഭജനത്തിലെ ഏറ്റവും മേലെത്തട്ടിനെ സ്വന്തമാക്കുന്നു; ബൗദ്ധിക സ്വത്തവകാശവുമായി ബന്ധപ്പെട്ട അടിസ്ഥാന ഘടകങ്ങൾ സ്വന്തമാക്കിക്കൊണ്ടാണ് ഇതവർ സാദ്ധ്യമാക്കുന്നത്. ആഗോളതലത്തിൽ കെട്ടുപിണഞ്ഞു കിടക്കുന്ന ഭീമൻ കോർപ്പറേഷനുകളാണ് സാങ്കേതികവിദ്യയുടെയും ഉല്പന്ന നിലവാരത്തിന്റെയും എന്നപോലെ ഡിസൈൻ, ഗവേഷണം, വികസന ബന്ധങ്ങൾ എന്നിവയുടെയുമെല്ലാം ചുക്കാൻ പിടിക്കുന്നതും. അതേസമയം വികസ്വര രാജ്യങ്ങളിലെ അവരുടെ "പങ്കാളികൾ" സ്വഭാവമനുസരിച്ചുതന്നെ ബഹുരാഷ്ട്ര കോർപ്പറേഷനുകളുമായി കരാറിലേർപ്പെടുന്നു. ഇത്തരം ഉല്പന്ന മാനദണ്ഡത്തിന്റെ ഗുണഭോക്താക്കളുമാകുന്നു. കൂടുതൽ തൊഴിലാളികളെ ആവശ്യമുള്ള

പൊതുവിൽ ഉല്പാദനം, സംസ്കരണം, കൂട്ടിച്ചേർക്കൽ എന്നിങ്ങനെയുള്ള ജോലികളിൽ ഏർപ്പെടുകയും ചെയ്യുന്നു. ലഘുവായ ഉപകരണഭാഗങ്ങൾ വൻതോതിൽ ഉല്പാദിപ്പിക്കുന്നതിന്റെ ഉത്തരവാദിത്വം ഇവയ്ക്കാണ്. ബഹുരാഷ്ട്ര കുത്തകകൾക്കുവേണ്ടി താരതമ്യേന സവിശേഷവൈദഗ്ദ്ധ്യം ആവശ്യമില്ലാത്ത ഫാക്ടറി പ്രവർത്തനങ്ങൾ നടത്തുന്ന ഈ സ്ഥാപനങ്ങൾക്ക് വളരെ ചെറിയ ലാഭമേ ലഭിക്കുന്നുള്ളൂ. ഈ സ്ഥാപനങ്ങളിലെ ജോലികൾക്ക് പൊതുവെ കുറഞ്ഞ കൂലിയും കടുത്ത അദ്ധ്വാന ഭാരവും ദൈർഘ്യമേറിയ തൊഴിൽ സമയവും മോശപ്പെട്ട തൊഴിൽ സാഹചര്യവുമാണുള്ളത്. ഈ ഉല്പന്നങ്ങളിൽ ഉൾച്ചേർക്കപ്പെട്ടിട്ടുള്ള മൂല്യം പ്രാഥമികമായും വികസ്വര ലോകത്തെ ഫാക്ടറികളിലെ ഉല്പാദനത്തൊഴിലാളികൾ സൃഷ്ടിച്ചതാണെങ്കിലും, മൂല്യവർദ്ധനയിലെ വലിയ പങ്കും ഉല്പാദന ശൃംഖലകൾക്കുള്ളിലെ അസമമായ വിനിമയം വഴി ബഹുരാഷ്ട്രകുത്തകകൾ കൊള്ളയടിക്കുകയാണ്. അമേരിക്കൻ കോർപ്പറേഷനുകളുടെ മൊത്തം ലാഭത്തിനുള്ളിലെ മറുനാടൻ ലാഭത്തിന്റെ അനുപാതം 1950 ൽ 5 ശതമാനമായിരുന്നത് 2008 ൽ 35 ശതമാനമായി വർദ്ധിച്ചു. മറുനാട്ടിൽ തന്നെ നിലനിർത്തിയിട്ടുള്ള ലാഭത്തിന്റെ അനുപാതം 1950 ൽ 2 ശതമാനമായിരുന്നത് 2000 ത്തിൽ 113 ശതമാനമായി വർദ്ധിച്ചു. ജാപ്പനീസ് കോർപ്പറേഷനുകളുടെ മൊത്തം ലാഭത്തിനുള്ളിലെ മറുനാടൻ ലാഭത്തിന്റെ അനുപാതം 1997 ൽ 23.4 ശതമാനമായിരുന്നത് 2008 ൽ 52.5 ശതമാനമായി വർദ്ധിച്ചു. അല്പം വ്യത്യസ്തമായ വിധം കണക്കാക്കിയാൽ അമേരിക്കൻ കോർപ്പറേഷനുകളുടെ വിദേശ ലാഭത്തിന്റെ വിഹിതം അമേരിക്കൻ ആഭ്യന്തര കോർപ്പറേറ്റ് ലാഭത്തിന്റെ ശതമാനമെന്ന നിലയിൽ 1950 ലെ 4 ശതമാനത്തിൽനിന്നും 2019 ൽ 29 ശതമാനമായി വർദ്ധിച്ചു. പലപ്പോഴും ബഹുരാഷ്ട്ര കോർപ്പറേഷനുകൾക്ക് ഭീമമായ ആദായമുണ്ടാക്കുന്നതിന് ബൗദ്ധിക സ്വത്തവകാശത്തിൽ അവർക്കുള്ള കുത്തക പ്രയോജനപ്പെടുത്താൻ കഴിയുന്നു. ഉല്പന്നത്തിന്റെ ഡിസൈൻ, ബ്രാൻഡ് പേരുകൾ, സിംബലുകൾ, ഇമേജുകൾ എന്നിവ ഉൾപ്പെടെയുള്ള ബൗദ്ധിക സ്വത്ത് വിപണനത്തിന് അവ ഉപയോഗിക്കുന്നു. പേറ്റന്റുകൾ, പകർപ്പവകാശം, ട്രേഡ് മാർക്കുകൾ എന്നിവയ്ക്ക് ബാധകമായ നിയമങ്ങളും ചട്ടങ്ങളുംകൊണ്ട് ഇവ സംരക്ഷിക്കപ്പെടുന്നു. വ്യാപാരവും വികസനവും സംബന്ധിച്ച യു എൻ കോൺഫറൻസിൽനിന്നുള്ള കണക്കുകൾ വ്യക്തമാക്കുന്നത് ബഹുരാഷ്ട്ര കോർപ്പറേഷനുകൾക്ക് നല്കിയ റോയൽറ്റികളും ലൈസൻസിങ് ഫീസുകളും 1990 ൽ 3100 കോടി ഡോളറായിരുന്നത് 2017 ൽ 33300 കോടി ഡോളറായി വർദ്ധിച്ചു എന്നാണ്.

ധനകാര്യ ഉദാരവല്ക്കരണം വ്യാപകമായതോടെ ധനമൂലധനം വ്യാവസായിക മൂലധനത്തെ മാത്രം സേവിക്കുന്നതല്ലാതായി. എന്നാൽ അതിനെ മറികടന്ന് ബഹുദൂരം മുന്നോട്ടുപോയിട്ടുണ്ട്. ധനമേഖലയിലെ പ്രമാണിമാർക്കും അതിന്റെ സംരക്ഷകർക്കും ഇപ്പോൾ മേധാവിത്വമുണ്ട്.

1987 മുതലുള്ള വെറും ഇരുപത് വർഷക്കാലയളവിനുള്ളിൽ അന്താരാഷ്ട്ര വായ്പാ വിപണിയിലെ കടബാദ്ധ്യത വെറും 11 ലക്ഷം കോടി ഡോളറായിരുന്നത് 48 ലക്ഷം കോടി ഡോളറായി കുതിച്ചുയരുന്നു. ലോക സമ്പദ്ഘടനയ്ക്കാകെയുള്ള ഇക്കാലത്തെ വളർച്ചാ നിരക്കിനെക്കാൾ വളരെ വലിയ വളർച്ചാ നിരക്കാണിത്.

## നവസാമ്രാജ്യത്വവും നവലിബറൽ ഭരണകൂടവും

1970 കളുടെ മദ്ധ്യത്തോടുകൂടി കണ്ട സാമ്പത്തിക സ്റ്റാഗ്ഫ്ളേഷൻ (മാന്ദ്യവും പണപ്പെരുപ്പവും) ഗവൺമെന്റുകൾ കെയ്നീഷ്യനിസത്തെ കൈവെടിയുന്നതിനോ കാര്യമായി കണക്കിലെടുക്കാതിരിക്കുന്നതിനോ ഇടയാക്കി. ആധുനിക പണവാദം (Monetarism), യുക്തിസഹമായ പ്രതീക്ഷാ വിഭാഗം (Rational Expectations School), വിതരണ പക്ഷ സിദ്ധാന്തങ്ങൾ (Supplyside Theories) എന്നിങ്ങനെയുള്ള നവലിബറൽ സമീപനങ്ങൾ സാമ്പത്തികശാസ്ത്രജ്ഞർക്കിടയിൽ ഹരമായി; നവസാമ്രാജ്യത്വ രാജ്യങ്ങളിൽ ആധിപത്യമുറപ്പിച്ച സാമ്പത്തിക സിദ്ധാന്തവും നയവും അതായി. വ്യാപിച്ചുകൊണ്ടിരുന്ന കുത്തക മൂലധനത്തിന്റെയും ധനവല്ക്കരണത്തിന്റെയും ആഗോളവല്ക്കരണത്തിന്റെയും ഹിതാനുസരണമുള്ളതാണ് ഈ സമീപനങ്ങൾ എന്നതാണതിനു കാരണം. ധനപരമായ കുത്തക മൂലധനത്തിന്റെ അടിസ്ഥാനത്തിൽ ഉയർന്നുവന്ന ഉപരിഘടനയാണ് നവലിബറലിസം. അടിസ്ഥാനപരമായി നവസാമ്രാജ്യത്വ വാഴ്ച നിലനിർത്താൻ ആവശ്യമായ പ്രത്യയശാസ്ത്രത്തിനും നയങ്ങൾക്കും വേണ്ട അടിത്തറയാണ് ഇത് പ്രതിനിധാനം ചെയ്യുന്നത്. 1980 കളിൽ അമേരിക്കൻ പ്രസിഡന്റ് റൊണാൾഡ് റീഗനും ബ്രിട്ടീഷ് പ്രധാനമന്ത്രി മാർഗ്ഗററ്റ് താച്ചറുമായിരുന്നു നവലിബറലിസത്തിന്റെ ആഗോള പതാകവാഹകർ. ആധുനിക മോണിറ്ററിസത്തിന്റെ ആശയങ്ങൾക്കും സ്വകാര്യ സ്വത്തിന്റെയും സപ്ലൈസൈഡ് സ്കൂളുകളുടെയും നിലപാടുകൾക്കുമായി വാദിക്കുന്ന അവർ സ്വകാര്യവല്ക്കരണവും കമ്പോളാധിഷ്ഠിത പരിഷ്കരണങ്ങളും നടപ്പാക്കുകയും സർക്കാർ മേൽനോട്ടത്തിൽ അയവ് വരുത്തുകയും തൊഴിലാളി വർഗ്ഗത്തിന്റെ അവകാശങ്ങൾ സംരക്ഷിക്കുന്ന തൊഴിലാളിയൂണിയനുകളെ ദുർബ്ബലമാക്കുകയും ചെയ്തു. അധികാരമേറ്റശേഷം ഉടൻതന്നെ റീഗൻ നിയമപരമായ നിയന്ത്രണങ്ങൾ ഇല്ലാതാക്കാനോ അവയിൽ അയവ് വരുത്താനോ വൈസ് പ്രസിഡന്റ് ജോർജ്ജ് എച്ച് ഡബ്ല്യു ബുഷിനെ ഡയറക്ടറാക്കി. സി ഇ ഒമാരുടെ ഒരു പ്രത്യേക ഗ്രൂപ്പ് സ്ഥാപിക്കുന്നതിന് അംഗീകാരം നല്കി. തൊഴിൽ സുരക്ഷ, തൊഴിൽ സംരക്ഷണം, ഉപഭോക്തൃ താല്പര്യങ്ങളുടെ സംരക്ഷണം എന്നിവയുമായി ബന്ധപ്പെട്ട മാറ്റങ്ങൾക്കാണ് ഈ ഗ്രൂപ്പ് വാദിച്ചത്. പൊതുമേഖലയിലെയും സ്വകാര്യമേഖലയിലെയും തൊഴിലാളി യൂണിയനുകളെ തകർക്കാൻ റീഗൻ ഭരണം വൻകിട മുതലാളിമാരുമായി

കൈകോർത്തു; തൊഴിലാളിയൂണിയൻ നേതാക്കളെയും സംഘാടകരെയും പിരിച്ചുവിട്ട്, ദുർബ്ബലാവസ്ഥയിൽ ആയിക്കഴിഞ്ഞിരുന്ന തൊഴിലാളിവർഗ്ഗത്തിന്റെ സ്ഥിതി പിന്നെയും വഷളാക്കി. വാഷിങ്ടൺ വാൾ സ്ട്രീറ്റ് കോംപ്ലെക്സ് എന്ന് വിളിക്കപ്പെടുന്ന സംവിധാനം വാദിക്കുന്നത് വാൾസ്ട്രീറ്റിന്റെ താല്പര്യങ്ങൾ (ധനമൂലധനത്തിന്റെ താല്പര്യങ്ങൾ) തന്നെയാണ് അമേരിക്കയുടെയും താല്പര്യങ്ങൾ എന്നാണ്; വാൾസ്ട്രീറ്റിന് നേട്ടമുണ്ടാക്കുന്നതെല്ലാം അമേരിക്കയ്ക്കും നേട്ടമുണ്ടാക്കുമെന്നാണ്. പ്രായോഗികമായി അമേരിക്കൻ ഗവൺമെന്റ് ധനകാര്യ മേഖലയിലെ പ്രമാണി വർഗ്ഗത്തിന്റെ സാമ്പത്തിക രാഷ്ട്രീയ താല്പര്യങ്ങൾ നടപ്പാക്കുന്നതിന് അവരുടെ കൈയിലെ ഉപകരണമായി മാറിയിരിക്കുകയാണ്. ആയതിനാൽ, പൗരരുടെ വോട്ട് ലഭിക്കാനുള്ള മാർഗ്ഗമോ അധികാര കേന്ദ്രങ്ങളെ വെവ്വേറെയാക്കി നിർത്തുന്ന ജനാധിപത്യ സംവിധാനത്തെയോ പോലുമല്ല, മറിച്ച് വാൾസ്ട്രീറ്റിലെ ധനകാര്യ സ്ഥാപനങ്ങളിലെ പ്രമാണിമാരും മിലിറ്ററി ഇൻഡസ്ട്രിയൽ കോംപ്ലക്സുമാണ് ആത്യന്തികമായി ഗവൺമെന്റിനെ നിയന്ത്രിക്കുന്നത്. കാംപെയ്ന് സംഭാവന നല്കിയും മാധ്യമങ്ങളെ വരുതിയിലാക്കിയും അമേരിക്കയിലെ രാഷ്ട്രീയ പ്രക്രിയയെയും നയരൂപീകരണത്തെയും സ്വാധീനിക്കുന്നത് വാൾസ്ട്രീറ്റാണ്. കുത്തക താല്പര്യക്കാരുടെ തടവിലായ അമേരിക്കൻ ഗവൺമെന്റിന് സമ്പദ്ഘടനയെയും സമൂഹത്തെയും ആരോഗ്യകരമായി വികസിപ്പിക്കുന്നതിനും ജനങ്ങളുടെ ഉപജീവനമാർഗ്ഗം മെച്ചപ്പെടുത്തുന്നതിനും അധികമൊന്നും ശേഷിയില്ല. കോടിക്കണക്കിന് ഡോളർ വാർഷിക ശമ്പളം പറ്റുന്ന വാൾസ്ട്രീറ്റ് എക്സിക്യൂട്ടീവുകളുടെ പട്ടികയ്ക്ക് അമേരിക്കൻ ഗവൺമെന്റിൽ ഉന്നതപദവികൾ വഹിക്കുന്ന ആളുകളുടേതുമായി അസംഖ്യം സമാനതകളുണ്ട്. ഉദാഹരണത്തിന് എഴുപതാമത്തെ അമേരിക്കൻ ട്രഷറി സെക്രട്ടറി റോബർട്ട് എഡ്വേർഡ് റൂബിൻ ആ സ്ഥാനത്ത് എത്തുന്നതിനു മുൻപ് ഇരുപത്തിയാറ് വർഷം ഇൻവെസ്റ്റ്മെന്റ് ബാങ്കർമാരായ ഗോൾഡ്മാൻ സാച്ചസിനായി ജോലി ചെയ്തിരുന്നു. അമേരിക്കയിലെ എഴുപത്തിനാലാമത് ട്രഷറി സെക്രട്ടറി ഹെൻട്രി പോൾസൺ മുൻപ് ഗോൾഡ്മാൻ സാച്ചസ് ഗ്രൂപ്പിന്റെ ചെയർമാനും. സി ഇ ഒയുമായി സേവനമനുഷ്ഠിച്ചിരുന്നു. ഡൊണാൾഡ് ട്രംപ് ഗവൺമെന്റിലെ പല സീനിയർ അധികൃതർക്കും കുത്തക സ്ഥാപനങ്ങളുടെ എക്സിക്യൂട്ടീവുമാരായി പ്രവർത്തിച്ച ചരിത്രമുണ്ട്. ഇങ്ങനെ ഒരു "കറങ്ങുന്ന വാതിൽ" സംവിധാനം നിലനില്ക്കുന്നതിന്റെ അർത്ഥം ഗവൺമെന്റ് പ്രസക്തമായ ധനനിയന്ത്രണ നയങ്ങൾ നടപ്പിലാക്കിയാൽ പോലും വാൾസ്ട്രീറ്റിലെ ധനകാര്യ പ്രമാണിമാരുടെ താല്പര്യങ്ങളെ മൗലികമായി ബാധിക്കാനിടയില്ല എന്നാണ്.

ധനപ്രതിസന്ധി സംഭവിക്കുമ്പോഴെല്ലാം വാൾസ്ട്രീറ്റിലെ കുത്തകകളായ പ്രമാണിവർഗ്ഗത്തിന് ഗവൺമെന്റ് അടിയന്തര സഹായം എത്തിക്കാറുണ്ട്. വമ്പൻ വാൾസ്ട്രീറ്റ് നിക്ഷിപ്ത താല്പര്യക്കാരുടെ ആവശ്യ

ങ്ങൾ നിറവേറ്റുന്നതിന് ഫെഡറൽ റിസർവ്വിന്റെ അടിയന്തര രഹസ്യവായ്പകൾ ഉപയോഗിക്കാറുണ്ടെന്ന് അമേരിക്കൻ പണ്ഡിതർ കണ്ടിട്ടുണ്ട്; പ്രാദേശിക ഫെഡറൽ റിസർവ്വ് ബാങ്കുകളുടെ ബോർഡ് മെമ്പർമാരായ ബാങ്കർമാർക്ക് ശക്തമായ പിന്തുണ നല്കുന്ന ചില ഉദാഹരണങ്ങൾ പോലുമുണ്ട്. 2007 ൽ അമേരിക്കയിൽ സബ് പ്രൈം മോർട്ട്ഗേജ് പ്രതിസന്ധി പൊട്ടിപ്പുറപ്പെട്ടു. വാൾസ്ട്രീറ്റിലെ ഏറ്റവും വലിയ അഞ്ച് ഇൻവെസ്റ്റ്മെന്റ് ബാങ്കുകളിലൊന്നായ ബിയർ സ്റ്റേൺസിനെ ജെ പി മോർഗൻ ചെസിനെ ഏറ്റെടുത്തു. ലേമാൻ ബ്രദേഴ്സ് പാപ്പരായതായി പ്രഖ്യാപിക്കപ്പെട്ടു; മെറിൽലിഞ്ചിനെ ബാങ്ക് ഓഫ് അമേരിക്ക ഏറ്റെടുത്തു. എന്നാൽ ഗോൾഡ്മാൻ സാച്ചസ് പ്രതിസന്ധിയെ അതിജീവിച്ചു. ഗോൾഡ്മാൻ സാച്ചസിന് ഹോൾഡിങ് കമ്പനിയുടെ പദവി അടിയന്തരമായി അനുവദിച്ചത് ഉൾപ്പെടെയുള്ള ഗവൺമെന്റ് തീരുമാനമാണ് ഇതിനു മുഖ്യകാരണം; തന്മൂലം ഫെഡറൽ റിസർവ്വിൽ നിന്ന് വൻതോതിൽ ജീവൻ രക്ഷാ ഫണ്ട് അതിന് ലഭിച്ചു. അതിനും പുറമെ, അമേരിക്കൻ സെക്യൂരിറ്റീസ് ആന്റ് എക്സ്ചേഞ്ച് കമ്മിഷൻ ധനമേഖലയിലെ കടപ്പത്രങ്ങൾ ലേലം നിരോധിച്ചു.

## അമേരിക്കൻ ഡോളറിന്റെ അധീശാധിപത്യവും ബൗദ്ധിക സ്വത്തവകാശവും ആഗോള സ്വത്ത് കൊള്ളയടിക്കലും

1944 ജൂലൈയിൽ അമേരിക്കൻ ഗവൺമെന്റിന്റെയും ബ്രിട്ടീഷ് ഗവൺമെന്റിന്റെയും മുൻകൈയോടെ യുദ്ധാനന്തര നാണയ സംവിധാനത്തിനായുള്ള പദ്ധതികളെക്കുറിച്ച് ചർച്ച ചെയ്യാൻ അമേരിക്കയിലെ ന്യൂഹാം ചെയറിലെ ബ്രെട്ടൺവുഡ്സിൽ നാല്പത്തിനാല് രാജ്യങ്ങളുടെ പ്രതിനിധികൾ ഒത്തുചേർന്നു. ബ്രെട്ടൺവുഡ്സ് സമ്മേളനത്തിനൊടുവിൽ യുണൈറ്റഡ് നേഷൻസ് മോണിറ്ററി ആന്റ് ഫൈനാൻഷ്യൽ കോൺഫറൻസിന്റെ അന്തിമ നിയമം ഇന്റർനാഷണൽ മോണിറ്ററി ഫണ്ടിന്റെ കരാർ വ്യവസ്ഥകൾ (Articles of Agreement), പുനർനിർമ്മാണത്തിനും വികസനത്തിനുമായുള്ള അന്താരാഷ്ട്ര ബാങ്കിനെ സംബന്ധിച്ച കരാർ വ്യവസ്ഥകൾ എന്നീ രേഖകൾ അംഗീകരിക്കുകയുണ്ടായി – ബ്രെട്ടൺവുഡ്സ് കരാറുകൾ എന്ന് ഇത് പൊതുവെ അറിയപ്പെട്ടു. ബ്രെട്ടൻവുഡ്സ് വ്യവസ്ഥയുടെ സുപ്രധാനമായ ഒരു പോയിന്റ് അമേരിക്കൻ ഡോളറിനെ കേന്ദ്രീകരിച്ച് അന്താരാഷ്ട്ര നാണയക്രമം നിർമ്മിക്കലായിരുന്നു. മറ്റു നാണയങ്ങളെയെല്ലാം ഡോളറുമായി ബന്ധിപ്പിക്കുകയും ഡോളറിനെ സ്വർണ്ണവുമായി ബന്ധിപ്പിക്കുകയും ചെയ്തു. അതിനെത്തുടർന്ന് അമേരിക്കൻ ഡോളർ ബ്രിട്ടീഷ് പൗണ്ടിനുപകരം ലോകനാണയത്തിന്റെ സ്ഥാനമേറ്റെടുത്തു. അന്താരാഷ്ട്ര നാണയ വ്യവസ്ഥയിൽ അമേരിക്കൻ ഡോളറിനു ലഭിച്ച ഈ കേന്ദ്രസ്ഥാനത്തിൽനിന്നുണ്ടായ അനുപമമായ നേട്ടം ലോകത്തെ മറ്റു രാജ്യങ്ങളുമായി താര

തമ്യപ്പെടുത്തുമ്പോൾ മറ്റാർക്കുമില്ലാത്ത പ്രത്യേകമായ ഒരു സ്ഥാനം അമേരിക്കയ്ക്കു നല്കി. ആഗോളകറൻസി കരുതൽ ശേഖരത്തിന്റെ 70 ശതമാനം അമേരിക്കൻ ഡോളറാണ്. അന്താരാഷ്ട്ര വ്യാപാര ഇടപാടുകളുടെ 68 ശതമാനവും നടക്കുന്നത് ഡോളറിലാണ്. വിദേശ നാണയ വിനിമയത്തിന്റെ 80 ശതമാനവും അന്താരാഷ്ട്ര ബാങ്ക് ഇടപാടുകളുടെ 30 ശതമാനവും നടക്കുന്നത് ഡോളറിലാണ്. അന്താരാഷ്ട്ര അംഗീകാരമുള്ള കരുതൽ നാണയവും വ്യാപാര കൊടുക്കൽ വാങ്ങൽ നാണയവും അമേരിക്കൻ ഡോളറായിരിക്കുന്നതുമൂലം അമേരിക്കയ്ക്ക് യഥാർത്ഥ ചരക്കുകളും വിഭവങ്ങളും അദ്ധ്വാനവും കൈമാറാനും അങ്ങനെ അവരുടെ ദീർഘകാലമായുള്ള വ്യാപാരകമ്മിയും ധനകമ്മിയും മൂടിവയ്ക്കാനും കഴിയുന്നുവെന്നു മാത്രമല്ല, മിക്കവാറും യാതൊരു ഈടുമില്ലാതെ അവർ അച്ചടിച്ചിറക്കുന്ന ഡോളർ നോട്ടുകൾ ഉപയോഗിച്ച് മറുനാടൻ സംരംഭങ്ങളുമായി അതിർത്തികടന്നുള്ള നയങ്ങൾ നടപ്പാക്കാനുംകൂടി കഴിയുന്നു. അമേരിക്കൻ ഡോളറിന്റെ അധീശാധിപത്യം നവസാമ്രാജ്യത്വത്തിന്റെ ഇരപിടിയൻ സ്വഭാവം വ്യക്തമാക്കുന്ന മികച്ച ഉദാഹരണമാണ്. ഡോളർ കയറ്റി അയക്കുന്നതുകൊണ്ട് അമേരിക്കയ്ക്ക് അന്താരാഷ്ട്ര പ്രാമാണിക സ്ഥാനവും ലഭിക്കുന്നു: ഡോളറിന്റെയോ ഡോളറിൽ വില നിശ്ചയിച്ചിട്ടുള്ള ആസ്തികളുടെയോ മൂല്യ ശോഷണം നടത്തിക്കൊണ്ട് തങ്ങളുടെ വിദേശ കടബാദ്ധ്യത കുറയ്ക്കാനും കഴിയുന്നു. അമേരിക്കൻ ഡോളറിന്റെ അധീശാധിപത്യം കടം മേടിക്കുന്ന രാജ്യങ്ങളിൽനിന്ന് കടം കൊടുക്കുന്ന രാജ്യങ്ങളിലേക്കുള്ള സ്വത്തുകൈമാറ്റത്തിനും കാരണമാകുന്നു. ദരിദ്ര രാജ്യങ്ങൾ സമ്പന്ന രാജ്യങ്ങൾക്ക് സബ്സിഡി നല്കുന്നുവെന്നാണ് ഇതിനർത്ഥം; ഇത് തികച്ചും അന്യായമാണ്.

1990 കളുടെ മദ്ധ്യം മുതൽ അന്താരാഷ്ട്രകുത്തകകളാണ് ലോകത്തെ പേറ്റന്റുകളുടെയും സാങ്കേതികവിദ്യ കൈമാറ്റങ്ങളുടെയും 80 ശതമാനത്തെയും നിയന്ത്രിക്കുന്നത്. അന്താരാഷ്ട്ര തലത്തിൽ അംഗീകാരമുള്ള ട്രേഡ് മാർക്കുകളിൽ മഹാഭൂരിപക്ഷവും ഇവയുടെ നിയന്ത്രണത്തിലാണ്; അവയ്ക്ക് വലിയ അളവിൽ വരുമാനം നേടിക്കൊടുക്കുന്നവയാണ് ഇതെല്ലാം. 2018 ജനുവരിയിൽ നാഷണൽ സയൻസ് കൗൺസിൽ ഓഫ് അമേരിക്ക പ്രസിദ്ധീകരിച്ച *സയൻസ് ആന്റ് എഞ്ചിനീയറിങ് ഇൻഡിക്കേറ്റേഴ്സ് 2018* ഡൈജസ്റ്റിൽ നിന്നുള്ള കണക്കുകൾ പ്രകാരം, ബൗദ്ധിക സ്വത്തവകാശത്തിൽനിന്നുള്ള മൊത്തം ആഗോള അതിർത്തികടന്നുള്ള ലൈസൻസിങ് വരുമാനം 2016 ൽ 27,200 കോടി ഡോളറാണ്. ബൗദ്ധിക സ്വത്തിന്റെ ഏറ്റവും വലിയ കയറ്റുമതിക്കാർ അമേരിക്കയാണ്. ഈ സ്രോതസ്സിൽ നിന്നുള്ള വരുമാനം മൊത്തം ആഗോള വരുമാനത്തിന്റെ 45 ശതമാനത്തോളം വരുന്നതാണ്. യൂറോപ്യൻ യൂണിയനെ സംബന്ധിച്ച് ഇത് 24 ശതമാനവും ജപ്പാനെ സംബന്ധിച്ച് ഇത് 14 ശതമാനവുമാണ്; ചൈനയ്ക്കാകട്ടെ 5 ശതമാനത്തിൽ കുറവും. അതേസമയം ബൗദ്ധിക സ്വത്തിനായി മറ്റു രാജ്യങ്ങൾക്ക് ചൈന നല്കേണ്ടി വരുന്ന റോയൽറ്റി

2001 ൽ 190 കോടി ഡോളറായിരുന്നത് 2017 ആയപ്പോൾ 2860 കോടി ഡോളറായി വർദ്ധിച്ചു. അതിർത്തി കടന്നുള്ള ബൗദ്ധിക സ്വത്ത് ഇടപാടുകളിലെ ചൈനയുടെ കമ്മി 2000 കോടി ഡോളറിലധികമായി. ഈ കാലഘട്ടത്തിനിടയിൽ, മറ്റുരാജ്യങ്ങൾക്ക് ബൗദ്ധിക സ്വത്ത് കൈമാറുന്നതിനുള്ള ലൈസൻസിങ്ങിൽനിന്നും അമേരിക്കയ്ക്കു ലഭിക്കുന്ന വാർഷിക ശിഷ്ട വരുമാനം ഏറ്റവും കുറഞ്ഞത് 8000 കോടി ഡോളർ വരും.

## അന്താരാഷ്ട്ര വരേണ്യ സഖ്യത്തിന്റെ പുത്തൻ കുത്തക

*സാമ്രാജ്യത്വം, മുതലാളിത്തത്തിന്റെ പരമോന്നത ഘട്ടം* എന്ന പുസ്തകത്തിൽ ലെനിൻ ഇങ്ങനെ പ്രസ്താവിച്ചു. "ലോകത്തിലെ സാമ്പത്തിക വിഭജനത്തെ ആധാരമാക്കി മുതലാളിത്ത കൂട്ടായ്മകൾ (അസോസിയേഷനുകൾ) തമ്മിലുള്ള ചില ബന്ധങ്ങൾ വളർന്നിരിക്കുകയാണെന്നാണ് മുതലാളിത്തത്തിന്റെ ഏറ്റവും ഒടുവിലത്തെ ദശയിലെ പുതിയ കാലഘട്ടം വെളിപ്പെടുത്തുന്നത്; അതിനു സമാന്തരമായും അതോടനുബന്ധിച്ചും രാഷ്ട്രീയ സഖ്യങ്ങൾ തമ്മിലും ലോകത്തെ ഭൂപ്രദേശങ്ങളുടെ വിഭജനത്തെ അടിസ്ഥാനമാക്കി രാഷ്ട്രങ്ങൾ തമ്മിലുമുള്ള ബന്ധങ്ങളും 'സ്വാധീനമേഖലകൾക്കായുള്ള പോരാട്ടങ്ങളും' വളർന്നിട്ടുണ്ട്." ധനമൂലധനവും ലോകത്തെ സാമ്പത്തികമായും രാഷ്ട്രീയമായും വിഭജിക്കുന്നതിനുള്ള വൻശക്തികളുടെ പോരാട്ടമെന്ന ധനമൂലധനത്തിന്റെ വിദേശനയവും ഭരണകൂട ആശ്രിതത്വത്തിന്റേതായ അസംഖ്യം സംക്രമണ രൂപങ്ങൾ ഉദയം ചെയ്യുന്നതിനിടയാക്കി. രാജ്യങ്ങളുടെ രണ്ട് പ്രമുഖ ഗ്രൂപ്പുകൾ കോളനി ഉടമകളായ രാജ്യങ്ങളും കോളനി രാജ്യങ്ങളും ആണ് ഈ കാലഘട്ടത്തിന്റെ സവിശേഷത. രാഷ്ട്രീയമായി ഔപചാരികമായ സ്വാതന്ത്ര്യമുണ്ടെങ്കിലും അതേസമയം വാസ്തവത്തിൽ ധനപരവും നയതന്ത്രപരവുമായ ആശ്രിതത്വത്തിന്റെ വലക്കണ്ണിയാൽ ബന്ധിതമായ ആശ്രിത രാജ്യങ്ങളുടെ വൈവിദ്ധ്യമാർന്ന പല രൂപങ്ങളുണ്ട്. ഇക്കാലത്ത് നവ സാമ്രാജ്യത്വം സാമ്പത്തിക രാഷ്ട്രീയ സാംസ്കാരിക സൈനിക മണ്ഡലങ്ങളിൽ പുതിയ സംഘങ്ങളും അധീശാധിപത്യപരമായ ബന്ധങ്ങളും രൂപീകരിച്ചിട്ടുണ്ട്. അന്താരാഷ്ട്ര പ്രമാണിവർഗ്ഗത്തിന്റെ പുത്തൻ കുത്തകകളുടെ പശ്ചാത്തലത്തിൽ നവസാമ്രാജ്യത്വത്തിന്റെ നാലാമത്തെ സവിശേഷത, ഒരു അധീശാധിപതിയും മറ്റു നിരവധി വൻശക്തികളും ചേർന്നുള്ള അന്താരാഷ്ട്ര കുത്തക മുതലാളിത്ത സഖ്യത്തിന്റെ രൂപീകരണമാണ്. അവയ്ക്കായി നാട്ടിലും മറുനാട്ടിലുമുള്ള കുത്തകകളിലൂടെ ചൂഷണത്തിനും അടിച്ചമർത്തുന്നതിനും പണരാഷ്ട്രീയവും വഷളൻ സംസ്കാരവും സൈനിക ഭീഷണികളും ഉൾപ്പെടുന്ന സാമ്പത്തികമായ ഒരടിത്തറയ്ക്ക് രൂപം നല്കിയിട്ടുണ്ട്.

### സാമ്രാജ്യത്വമുതലാളിത്ത കേന്ദ്രത്തിന്റെ മുഖ്യധാരയായി ജി 7

നവസാമ്രാജ്യത്വത്തിന്റെ ഇപ്പോഴത്തെ അന്താരാഷ്ട്ര കുത്തക സാമ്പത്തിക സഖ്യത്തിലും ആഗോള സാമ്പത്തിക ഭരണനിർവ്വഹണ ചട്ടക്കൂടിലും ഒരേപോലെ ആധിപത്യം വഹിക്കുന്നത് അമേരിക്കയാണ്. അമേരിക്ക, ബ്രിട്ടൻ, ജർമ്മനി, ഫ്രാൻസ്, ജപ്പാൻ, ഇറ്റലി എന്നീ ആറ് പ്രമുഖ വ്യാവസായിക രാജ്യങ്ങൾ ചേർന്ന് 1975 ൽ ജി 6 ഗ്രൂപ്പ് രൂപീകരിച്ചു. അടുത്തവർഷം ഇതിൽ കാനഡ കൂടി ചേർന്നപ്പോൾ ജി 7 ആയി. ജി 7 ഉം അതിന്റെ കുത്തക സംഘടനകളുമാണ് ഏകോപന വേദികൾ. അതേസമയം ഐ എം എഫും ലോകബാങ്കും ലോകവ്യാപാര സംഘടനയുമാണ് അതിന്റെ ദൗത്യ നിർവ്വഹണ വേദികൾ. രണ്ടാം ലോകയുദ്ധത്തിനുശേഷം ബ്രെട്ടൻവുഡ്സ് സംവിധാനപ്രകാരം രൂപപ്പെടുത്തിയ സാമ്പത്തിക ഭരണ നിർവ്വഹണത്തിന്റെ ആഗോള ക്രമം തങ്ങളുടെ തന്ത്രപരമായ സാമ്പത്തിക രാഷ്ട്രീയ താല്പര്യങ്ങൾ സംരക്ഷിക്കുന്നതിനായി അമേരിക്ക തട്ടിക്കൂട്ടിയ ഉന്നതതല അന്താരാഷ്ട്ര മുതലാളിത്ത കുത്തക സഖ്യമാണെന്നത് നിശ്ചയമാണ്. 1970 കളുടെ തുടക്കത്തിൽ അമേരിക്കൻ ഡോളറിന് സ്വർണ്ണവുമായുണ്ടായിരുന്ന ബന്ധം വേർപെടുത്തപ്പെട്ടു. ബ്രെട്ടൻവുഡ്സ് നാണയ വ്യവസ്ഥ തകർന്നടിഞ്ഞു. തുടർന്ന് ഒന്നിനു പുറകെ ഒന്നായി നടന്ന ജി 7 രാജ്യങ്ങളുടെ ഉച്ചകോടികൾ പാശ്ചാത്യ പൊതുസമവായം ശക്തിപ്പെടുത്തുന്നതിനുള്ള ഉത്തരവാദിത്വം ഏറ്റെടുത്തു. കിഴക്കൻ യൂറോപ്പിലെയും ഏഷ്യയിലെയും സോഷ്യലിസ്റ്റ് രാജ്യങ്ങൾക്കെതിരെ ഏറ്റുമുട്ടിക്കൊണ്ടും അന്താരാഷ്ട്ര സാമ്പത്തിക രാഷ്ട്രീയ ക്രമത്തിൽ പരിഷ്കരണം വേണമെന്ന ദക്ഷിണ മേഖലയിലെ അല്പ വികസിത രാജ്യങ്ങളുടെ ആവശ്യത്തെ തള്ളിക്കളഞ്ഞുകൊണ്ടുമാണ് അവർ സ്വന്തം അഭിപ്രായ സമന്വയം നടപ്പാക്കിയത്. ആഗോള സാമ്പത്തിക ഭരണനിർവ്വഹണത്തിൽ ആധിപത്യം വഹിക്കുന്ന ഒരു കൂട്ടം ആശയങ്ങളായി നവലിബറലിസം മാറിയതോടെ ലോകത്തുടനീളം നവലിബറലിസത്തെ വ്യാപിപ്പിക്കുന്നതിനുള്ള ചാലകശക്തികളായി മാറുകയായിരുന്നു ഈ ബഹുമുഖ സ്ഥാപനങ്ങളും പ്ലാറ്റ്ഫോമുകളും. അന്താരാഷ്ട്ര ധനകുത്തകപ്രമാണിവർഗ്ഗത്തിന്റെയും അതിന്റെ സഖ്യകക്ഷികളുടെയും ആഗ്രഹങ്ങൾക്കനുസരിച്ച്, ധനഉദാരവല്ക്കരണവും ഉല്പാദനഘടകങ്ങളുടെ സ്വകാര്യവല്ക്കരണവും മുൻകൂട്ടിയുള്ള മേൽനോട്ടമില്ലാത്ത കമ്പോളവല്ക്കരണവും അന്താരാഷ്ട്ര "റൊക്കം പണ"ത്തിന്റെ (Hot money) അകത്തേക്കും പുറത്തേക്കുമുള്ള ഒഴുക്കിന് സൗകര്യമൊരുക്കത്തക്കവിധം മൂലധന പദ്ധതികളിലെ സ്വതന്ത്ര വിനിമയവും നടപ്പാക്കുന്നതിന് വികസ്വര രാജ്യങ്ങളെ പ്രേരിപ്പിക്കുന്നതിനുള്ള ഒരവസരവും ഇവ ഒഴിവാക്കുന്നില്ല. വികസ്വര രാജ്യങ്ങളുടെ സമ്പദ്ഘടനകളെ ധനക്കുമിളകൾ സൃഷ്ടിച്ചുകൊണ്ടും ചൂതാട്ടങ്ങൾ പ്രോത്സാഹിപ്പിച്ചും കൊള്ളലാഭം ഊറ്റിയെടുക്കുന്നതിനുമായി നിയന്ത്രിക്കാനും കൊള്ളയ

ടിക്കാനും സദാ സന്നദ്ധരായിരിക്കുകയാണ് ഈ സ്ഥാപനങ്ങൾ. *സ്ബിഗ്ന്യൂ ബ്രെസെൻസ്കി ദ് ഗ്രാൻഡ് ചെസ്ബോർഡ്* എന്ന കൃതിയിൽ പ്രസ്താവിച്ചതുപോലെ "അന്താരാഷ്ട്ര നാണയ നിധിയും (ഐ എം എഫ്) ലോകബാങ്കും, 'ആഗോള' താല്പര്യങ്ങൾ പ്രതിനിധാനം ചെയ്യുന്നതായി പറയുന്നുണ്ട്. അവയുടെ പ്രവർത്തനമണ്ഡലം ലോകമാകെയാണെന്ന് വ്യാഖ്യാനിക്കപ്പെടുന്നുമുണ്ട്. എന്നാൽ വാസ്തവത്തിൽ അവയാകെ ഏറക്കുറെ പൂർണ്ണമായി അമേരിക്കൻ ആധിപത്യത്തിലാണ്."

1980 കൾ മുതൽ ഐ എം എഫും ലോകബാങ്കും നവലിബറൽ പരിഷ്കാരങ്ങൾ നടപ്പാക്കുന്നതിന് വികസ്വര രാജ്യങ്ങളെ പ്രലോഭിപ്പിക്കുകയാണ്. സ്വകാര്യവല്ക്കരണവും ധനഉദാരവല്ക്കരണവുംമൂലം ഈ രാജ്യങ്ങൾ പ്രതിസന്ധിയിൽപ്പെടുമ്പോൾ അവയ്ക്കുമുൻപു നല്കിയ വായ്പകൾക്ക് അകാരണവും യുക്തിക്ക് നിരക്കാത്തതുമായ നിരവധി വ്യവസ്ഥകൾ കൂട്ടിച്ചേർത്തുകൊണ്ട് വാഷിങ്ടൺ സമവായം സ്വീകരിക്കുന്നതിന് ഐ എം എഫും മറ്റു സ്ഥാപനങ്ങളും അവയെ നിർബ്ബന്ധിതമാക്കുകയാണ്. നവലിബറൽ പരിഷ്കരണത്തിന്റെ ആഘാതങ്ങൾ കൂടുതൽ രൂക്ഷമാക്കുകയായിരിക്കും ഇതിന്റെ ഫലം. 1978 നും 1992 നുമിടയിൽ എഴുപതിലേറെ വികസ്വര രാജ്യങ്ങളും മുൻ സോഷ്യലിസ്റ്റ് രാജ്യങ്ങളും ഐ എം എഫും ലോകബാങ്കും അടിച്ചേല്പിച്ച മൊത്തം 566 സ്ട്രക്ച്ചറൽ അഡ്ജസ്റ്റ്മെന്റ് പരിപാടികൾ നടപ്പാക്കി.

ഉദാഹരണത്തിന്, 1980 കളുടെ തുടക്കത്തിൽ ലാറ്റിനമേരിക്കൻ കടബാദ്ധ്യത പ്രതിസന്ധിയെ ഉപയോഗിച്ച് ഐ എം എഫ് നവലിബറൽ "പരിഷ്കരണങ്ങൾ" സ്വീകരിക്കാൻ ലാറ്റിനമേരിക്കൻ രാജ്യങ്ങളെ നിർബ്ബന്ധിതരാക്കി. നാണയപ്പെരുപ്പം തടയുന്നതിനായി 1979 ൽ അമേരിക്കൻ ഫെഡറൽ റിസർവ്വ് ഹ്രസ്വകാല വായ്പകളുടെ പലിശ നിരക്ക് 10 ശതമാനത്തിൽനിന്നും 15 ശതമാനമാക്കി വർദ്ധിപ്പിച്ചു. ഒടുവിലത് 20 ശതമാനത്തിലധികമാക്കുകയും ചെയ്തു. വികസ്വര രാജ്യങ്ങളുടെ നിലവിലുള്ള കടബാദ്ധ്യത അമേരിക്കൻ പലിശനിരക്കുമായി ബന്ധിപ്പിച്ചിരിക്കുന്നതുമൂലം അമേരിക്കൻ പലിശനിരക്കിൽ ഓരോ ശതമാനം വർദ്ധനവരുത്തുമ്പോഴും വികസ്വര ലോകത്തെ കടബാദ്ധ്യതയുള്ള രാജ്യങ്ങൾ 4000 കോടി ഡോളർ മുതൽ 5000 കോടി ഡോളർ വരെ പ്രതിവർഷം അധികമായി പലിശ നല്കേണ്ടതായി വരുന്നു. 1981 ന്റെ രണ്ടാം പകുതിയിൽ ലാറ്റിനമേരിക്ക കടം വാങ്ങിയിരുന്നത് ആഴ്ചയിൽ 100 കോടി ഡോളർ എന്നനിരക്കിലായിരുന്നു; ഇത് പ്രധാനമായും നിലവിലുള്ള കടബാദ്ധ്യതയ്ക്ക് പലിശ നല്കുന്നതിനായിരുന്നു. 1983 കാലത്ത്, ലാറ്റിനമേരിക്കയുടെ കയറ്റുമതി വരുമാനത്തിന്റെ ഏറക്കുറെ പകുതിയും ചെലവഴിക്കപ്പെട്ടത് പലിശനിരക്കിനായാണ്. തങ്ങൾ നല്കിയ വായ്പകൾ ഉടൻ തിരിച്ചടയ്ക്കണമെന്ന സമ്മർദ്ദത്തിനുമുന്നിൽ ലാറ്റിനമേരിക്കൻ രാജ്യങ്ങൾ ഐ എം എഫ് അവതരിപ്പിച്ച നവലിബറൽ പരിഷ്കരണ പദ്ധതികൾ

അംഗീകരിക്കാൻ നിർബ്ബന്ധിതമായി. ഈ പദ്ധതികളുടെ മുഖ്യ ഉള്ളടക്കം ഗവൺമെന്റ് ഉടമസ്ഥതയിലുള്ള സംരംഭങ്ങൾ സ്വകാര്യവല്ക്കരിക്കൽ, വ്യാപാര പണമിടപാടുകൾ ഉദാരവല്ക്കരിക്കൽ, ജീവിത നിലവാരം കുറയ്ക്കുന്നതിന് ഇടയാക്കുംവിധം സാമ്പത്തികരംഗത്ത് ചെലവുചുരുക്കൽ നയങ്ങൾ നടപ്പാക്കൽ, കുത്തക സംരംഭങ്ങൾക്കുമേലുള്ള നികുതികൾ വെട്ടിക്കുറയ്ക്കൽ, സാമൂഹിക പശ്ചാത്തല വികസനങ്ങൾക്കായുള്ള സർക്കാർ ചെലവഴിക്കലുകൾ കുറയ്ക്കൽ എന്നിവയാണ്. 1997 കാലത്തെ ഏഷ്യൻ ധനപ്രതിസന്ധിയിൽ ദക്ഷിണ കൊറിയയ്ക്കു നല്കിയ സഹായത്തിന് വിദേശ ഷെയർ ഹോൾഡിങ്ങുകൾക്കുള്ള അലവൻസ് 23 ശതമാനത്തിൽനിന്നും 50 ശതമാനമായും പിന്നീട് 1998 ഡിസംബറോടുകൂടി 55 ശതമാനമായും വർദ്ധിപ്പിക്കൽ ഉൾപ്പെടെ നിരവധി വ്യവസ്ഥകൾ അടിച്ചേല്പിച്ചു. അതിനെല്ലാമുപരി വിദേശ ബാങ്കുകൾക്ക് യഥേഷ്ടം ബ്രാഞ്ചുകൾ തുറക്കാൻ ദക്ഷിണ കൊറിയ അനുവദിക്കേണ്ടതായും വന്നു.

## നാറ്റോയും അന്താരാഷ്ട്ര കുത്തക മുതലാളിത്ത സൈനിക രാഷ്ട്രീയ സഖ്യവും

ശീതയുദ്ധത്തിന്റെ ആദ്യനാളുകളിൽ സ്ഥാപിക്കപ്പെട്ട നോർത്ത് അറ്റ്ലാന്റിക് ട്രീറ്റി ഓർഗ്ഗനൈസേഷൻ (നാറ്റോ) കുത്തകമുതലാളിത്തത്തിന്റെ സംരക്ഷണത്തിനായുള്ള അന്താരാഷ്ട്ര സൈനിക സഖ്യമാണ്. ഇതിനെ നയിക്കുന്നത് അമേരിക്കയാണ്. മറ്റു സാമ്രാജ്യത്വരാജ്യങ്ങൾ ഇതിൽ ഉൾപ്പെടുന്നു. ശീതയുദ്ധകാലത്ത്, സോവിയറ്റ് യൂണിയനെയും കിഴക്കൻ യൂറോപ്യൻ രാജ്യങ്ങളെയും തടഞ്ഞുനിർത്താനും ചെറുക്കാനും അമേരിക്ക ഉപയോഗിച്ച പ്രധാന ഉപകരണമായിരുന്നു നാറ്റോ, മാത്രമല്ല പടിഞ്ഞാറൻ യൂറോപ്യൻ രാജ്യങ്ങളെ സ്വാധീനിക്കാനും നിയന്ത്രിക്കാനും അമേരിക്ക ഉപയോഗിച്ചതും ഈ ഉപകരണത്തെ തന്നെ. ശീതയുദ്ധം അവസാനിച്ചപ്പോൾ വാഴ്സ് ട്രീറ്റി ഓർഗ്ഗനൈസേഷൻ (വാഴ്സ് സഖ്യം) പിരിച്ചുവിടപ്പെട്ടു. എന്നാൽ ആഗോളതലത്തിൽ തന്ത്രപരമായ ലക്ഷ്യങ്ങൾ കൈവരിക്കുന്നതിന് അമേരിക്കയുടെ നിയന്ത്രണത്തിലുള്ള സൈനിക സഖ്യമായി നാറ്റോ മാറി. ഒരു അധിനായകനും മറ്റു നിരവധി വൻശക്തികളും ഉൾപ്പെടുന്ന ഒരു മുതലാളിത്ത സൈനിക പ്രമാണി സംവിധാനമായി നാറ്റോ നിലനിന്നു. മുൻ അമേരിക്കൻ സ്റ്റേറ്റ് സെക്രട്ടറി വാറൻ ക്രിസ്റ്റഫർ ഇങ്ങനെ പ്രസ്താവിച്ചു. "അമേരിക്കയ്ക്കു മാത്രമേ നേതൃസ്ഥാനത്ത് നില്ക്കാനാവൂ..... അമേരിക്കയെ സംബന്ധിച്ചിടത്തോളം, നേതൃത്വം നടപ്പാക്കുന്നതിന്, നയതന്ത്രത്തിന് പിന്തുണയെന്ന നിലയിൽ സ്വന്തമാക്കിയ വിശ്വസനീയമായ സൈനിക ശക്തിയും ആവശ്യമാണ്." 1998 ഡിസംബറിൽ പ്രസിദ്ധീകരിച്ച അമേരിക്കയുടെ *പുതിയ നൂറ്റാണ്ടിനായുള്ള ദേശീയ സുരക്ഷാതന്ത്ര*ത്തിൽ അസന്ദിഗ്ദ്ധമായി അവകാശപ്പെടുന്നത് "ലോകത്തെയാകെ നയിക്കുക"യാണ് അമേ

രിക്കയുടെ ലക്ഷ്യമെന്നും ഏതെങ്കിലും ഒരു രാജ്യത്തുനിന്നോ ഒരു കൂട്ടം രാജ്യങ്ങളിൽനിന്നോ അതിന്റെ നേതൃത്വത്തിനു നേരെ വെല്ലുവിളി ഉയരാൻ ഒരിക്കലും അനുവദിക്കുകയില്ലായെന്നുമാണ്. 2018 ഡിസംബർ 4 ന് അമേരിക്കൻ സ്റ്റേറ്റ് സെക്രട്ടറി മൈക് പോംപിയോ ബ്രസ്സൽസിൽ മാർഷൽ ഫണ്ടിൽ നടത്തിയ പ്രസംഗത്തിൽ ഇങ്ങനെ പ്രഖ്യാപിച്ചു: "അമേരിക്ക ആഗോള നേതൃത്വ സ്ഥാപനം ഉപേക്ഷിച്ചിട്ടില്ല. പരമാധികാരത്തെ അടിസ്ഥാനമാക്കിയാണ് രണ്ടാം ലോക യുദ്ധാനന്തര വ്യവസ്ഥയെ അമേരിക്ക പുനഃക്രമീകരിച്ചത്; ഒരിക്കലുമത് ബഹുസ്വരവ്യവസ്ഥയല്ല.... പ്രസിഡന്റ് ട്രംപിന്റെ നേതൃത്വത്തിലും അന്താരാഷ്ട്ര സംവിധാനത്തിൽ ഞങ്ങളുടെ സഖ്യകക്ഷികളെ കൈവെടിയുകയോ ഞങ്ങളുടെ അന്താരാഷ്ട്രനേതൃത്വം ഉപേക്ഷിക്കുകയോ ചെയ്യില്ല... ലോകത്തിന്റെയാകെ ശ്രദ്ധാകേന്ദ്രവും നേതൃത്വവും എന്ന നിലയിലുള്ള അമേരിക്കയുടെ പരമ്പരാഗത പദവി വീണ്ടെടുത്തു കൊണ്ടിരിക്കുകയാണ് ട്രംപ്.... ഇപ്പോഴും എപ്പോഴും ലോകത്തെ നയിച്ചുകൊണ്ടിരിക്കാനാണ് അമേരിക്ക ആഗ്രഹിക്കുന്നത്."

ലോകത്തിനു മേലുള്ള മേധാവിത്വവും നേതൃത്വവും കൈവരിക്കുന്നതിന് നാറ്റോയുടെ കിഴക്കോട്ടുള്ള വ്യാപനത്തെ പ്രോത്സാഹിപ്പിക്കാനുള്ള നീക്കങ്ങളെല്ലാമാണ് അമേരിക്ക നടത്തുന്നത്; മദ്ധ്യയൂറോപ്പിനെയും കിഴക്കൻ യൂറോപ്പിനെയും നിയന്ത്രിക്കുന്നതിനും റഷ്യയുടെ തന്ത്രപരമായ ഇടത്തെ ഞെരിച്ചമർത്തിച്ചുരുക്കുന്നതിനും അമേരിക്ക സ്വന്തം സ്വാധീനമണ്ഡലം വ്യാപിപ്പിക്കുകയാണ്. അമേരിക്കയുടെ നിയന്ത്രണത്തിൽ നാറ്റോ അമേരിക്കയുടെ ആഗോളതാല്പര്യങ്ങൾക്കായുള്ള ഉത്തമ സൈനിക ഉപകരണമായി മാറിയിരിക്കുകയാണ്. 1999 മാർച്ചിൽ അമേരിക്കയുടെ നേതൃത്വത്തിൽ നാറ്റോയുടെ ബഹുരാഷ്ട്ര സേന യുഗോസ്ലാവിയയ്ക്കുമേൽ വൻതോതിലുള്ള വ്യോമാക്രമണം നടത്തി. നാറ്റോ സ്ഥാപിക്കപ്പെട്ടശേഷം 50 വർഷത്തിനിടയിൽ അതാദ്യമായാണ് ഒരു പരമാധികാരരാഷ്ട്രത്തിനെതിരെ സൈനികാക്രമണം അഴിച്ചുവിടപ്പെട്ടത്. 1999 ഏപ്രിൽമാസത്തിൽ നാറ്റോ വാഷിങ്ടണിൽ ഒരു ഉന്നതതലയോഗം ചേർന്നു. രണ്ടു പോയിന്റുകളിൽ ചുരുക്കാനാവുന്ന തന്ത്രപരമായ ഒരു സങ്കല്പനത്തിന് ആ യോഗം ഔപചാരികമായി രൂപംനല്കി. ഒന്നാമത്തേത് "പൊതു താല്പര്യങ്ങൾ ഉൾപ്പെട്ടു വരുന്ന കുറ്റകൃത്യങ്ങളോടും സംഘർഷങ്ങളോടുമുള്ള" പ്രതികരണമായി തങ്ങളുടെ പ്രതിരോധ മേഖലയ്ക്ക് പുറത്തും കൂട്ടായി സൈനിക ഇടപെടലുകൾ നടത്തുന്നതിന് നാറ്റോയെ അനുവദിച്ചതാണ്. ഫലത്തിൽ ഇത് "പ്രതിരോധക്കൂട്ടായ്മ" യുടെ സൈനിക സഖ്യമെന്നതിൽ നിന്ന് പൊതുതാല്പര്യങ്ങളുടെയും പൊതുവായ മൂല്യങ്ങളുടെയും സംരക്ഷണമെന്നറിയപ്പെടുന്ന ലക്ഷ്യത്തോടുകൂടിയ ആക്രമണപരമായ രാഷ്ട്രീയ സൈനിക സംഘടനയായി നാറ്റോയെ മാറ്റുന്നതായിരുന്നു. രണ്ടാമത്തേത് നാറ്റോയുടെ സൈനിക

നടപടികൾക്ക് യു എൻ സെക്യൂരിറ്റി കൗൺസിലിൽനിന്നുള്ള അംഗീകാരം ആവശ്യമില്ലെന്നു വന്നു.

നാറ്റോയ്ക്കു പുറമെ, ജപ്പാൻ, ദക്ഷിണ കൊറിയ, ആസ്ത്രേലിയ, ഫിലിപ്പൈൻസ് എന്നീ രാജ്യങ്ങളുമായുള്ള കൂട്ടുകെട്ടുകൾ ഉൾപ്പെടെ ഉഭയകക്ഷി കരാറുകളുടെ അടിസ്ഥാനത്തിൽ രൂപീകരിക്കപ്പെട്ട അമേരിക്കൻ സൈനിക സഖ്യങ്ങളുമുണ്ട്. അമേരിക്കയുടെ എല്ലാ സൈനിക സഖ്യകക്ഷികളുടെയും ഭൂപ്രദേശങ്ങളിൽ അമേരിക്കൻ സൈനികത്താവളമുണ്ട്. നവ സാമ്രാജ്യത്വ സൈനിക സഖ്യത്തിന്റെ ഒരു പ്രധാന ഭാഗം ഉൾപ്പെടുന്നതാണിത്. അമേരിക്കയും സഖ്യകക്ഷികളും ലോകത്തിന്റെ നാനാഭാഗങ്ങളിൽ പ്രകോപനപരമായ നടപടികൾ കൈക്കൊള്ളുകയും സൈനിക ഭീഷണി ഉയർത്തുകയുമാണ്; ഇത് പല "പുത്തൻ യുദ്ധങ്ങൾ"ക്കും "കടുത്ത യുദ്ധങ്ങൾ"ക്കും "ശീത യുദ്ധങ്ങൾ"ക്കും "പുത്തൻ ശീതയുദ്ധങ്ങൾക്കും" വഴി വെക്കുന്നതിനും പുതിയ ആയുധപ്പന്തയങ്ങൾ രൂക്ഷമാക്കുന്നതിനും കാരണമായിരിക്കുന്നു. നവസാമ്രാജ്യത്വം നടപ്പാക്കുന്ന "ഭരണകൂട ഭീകരത"യും ഭീകരതക്കെതിരെയുള്ള പ്രവർത്തനങ്ങളോട് അവ പ്രകടിപ്പിക്കുന്ന ഇരട്ടത്താപ്പും മറ്റു രൂപങ്ങളിലുള്ള ഭീകരത പല മടങ്ങാകുന്നതിന് കാരണമായിട്ടുണ്ട്.

## പാശ്ചാത്യ "സാർവ്വത്രിക മൂല്യങ്ങൾക്ക്" മേധാവിത്വമുള്ള സാംസ്കാരിക അധീശാധിപത്യം

സൈനിക സഖ്യങ്ങളിലൂടെ നടപ്പാക്കപ്പെടുന്ന സാമ്പത്തികമായ കരുത്തിനും അധീശാധിപത്യത്തിനും പുറമെ, പാശ്ചാത്യ "സാർവ്വത്രികമൂല്യങ്ങൾ"ക്ക് മേധാവിത്വമുള്ള സാംസ്കാരികമായ അധീശാധിപത്യവും നവസാമ്രാജ്യത്വത്തിന്റെ സവിശേഷതയാണ്. അമേരിക്കൻ പൊളിറ്റിക്കൽ സയന്റിസ്റ്റായ ജോസഫ് നെയ് ഊന്നിപ്പറഞ്ഞത് ബലപ്രയോഗത്തിലൂടെയോ പണം കൊടുത്തോ ആകർഷിക്കാൻ കഴിയുന്നതിലുപരി നിശ്ചയദാർഢ്യത്തിലൂടെ നേടാനുള്ള ശേഷിയാണ് സ്വാഭാവികവും മൃദുലവുമായ അധികാരപ്രയോഗം എന്നാണ്. ഒരു രാജ്യത്തിന്റെ സ്വാഭാവികവും മൃദുലവുമായ അധികാര പ്രയോഗത്തിന് മുഖ്യമായും മൂന്ന് ഘടകങ്ങളാണുള്ളത് അതായത് സംസ്കാരവും (പ്രാദേശിക ജനവിഭാഗങ്ങൾക്ക് ആകർഷകമാകുമ്പോഴാണ് അത് പ്രാവർത്തിമാക്കുക) രാഷ്ട്രീയ മൂല്യങ്ങളും (നാട്ടിലും മറുനാട്ടിലും ഒരേപോലെ പ്രയോഗിക്കാൻ കഴിയുമ്പോഴാണ് അതു ശരിക്കും ആകർഷകമാകുന്നത്). വിദേശനയവും (നിയമസാധുത്വമുള്ളതായും ധാർമ്മികമായ അഭിമാനം വർദ്ധിപ്പിക്കുന്നതായും പരിഗണിക്കപ്പെടുമ്പോൾ പ്രവർത്തിക്കുന്നത്), പാശ്ചാത്യവികസിത രാജ്യങ്ങൾ, പ്രത്യേകിച്ചും അമേരിക്ക, തങ്ങളുടെ സംസ്കാരവുമായി ശക്തി കുറഞ്ഞ രാജ്യങ്ങളിലും പ്രദേശങ്ങളിലും നുഴഞ്ഞു കയറുന്നതിനും അമേരിക്കൻ മൂല്യങ്ങൾ അടിച്ചേല്പിക്കുകയെന്ന ലക്ഷ്യ

ത്തോടെ "പുത്തൻ ഇടപെടൽവാദ" സാംസ്കാരിക സിദ്ധാന്തങ്ങളുടെ ഒരു പരമ്പരയെത്തന്നെ മുന്നോട്ടുവയ്ക്കുന്നതിനും തങ്ങളുടെ മൂലധനത്തെയും സാങ്കേതികവിദ്യയെയും കമ്പോളത്തിലെ മേൽക്കൈയെയും ഉപയോഗപ്പെടുത്തുന്നു. അമേരിക്ക, മറ്റുരാജ്യങ്ങളുടെ പ്രത്യേകിച്ച് വികസ്വര രാജ്യങ്ങളുടെ സാംസ്കാരിക വിപണിയെയും വിവരവിനിമയ ഇടങ്ങളെയും കീഴ്പ്പെടുത്തുന്നു; ലോകത്തിന്റെ "മുഖ്യധാരാ സംസ്കാരമായി തങ്ങളുടെ സാംസ്കാരത്തെ മാറ്റുകയെന്ന ലക്ഷ്യത്തോടെ മറ്റു രാജ്യങ്ങളിലേക്ക് അമേരിക്കൻ മൂല്യങ്ങളും ജീവിതശൈലികളും അമേരിക്ക കയറ്റി അയക്കുകയാണ്.

സാംസ്കാരിക അധീശാധിപത്യം അഥവാ സാംസ്കാരിക സാമ്രാജ്യത്വം പാശ്ചാത്യരാജ്യങ്ങളുടെ "സാർവ്വത്രികമൂല്യ"ങ്ങളെ കയറ്റി അയക്കുന്നു. അന്താരാഷ്ട്ര പൊതുജനാഭിപ്രായ രംഗത്തെ നിയന്ത്രണത്തിലാക്കിക്കൊണ്ട് സമാധാനപരമായ പരിവർത്തനങ്ങളും "നിറവിപ്ലവ"ങ്ങളും നടപ്പിലാക്കുന്നു. "യുദ്ധം കൂടാതെയുള്ള വിജയം" എന്ന റിച്ചാർഡ് നിക്സന്റെ തന്ത്രപരമായ ലക്ഷ്യം കൈവരിക്കുകയെന്നതാണ് ഉദ്ദേശ്യം. സോവിയറ്റ് യൂണിയന്റെയും കിഴക്കൻ യൂറോപ്പിലെ സോഷ്യലിസ്റ്റ് രാജ്യങ്ങളുടെയും പരിണാമം ഇതിന്റെ ഒരുത്തമ ദൃഷ്ടാന്തമാണ്. പരക്കെ അറിയപ്പെടുന്നതുപോലെ മൂല്യങ്ങളുടെ നുഴഞ്ഞുകയറ്റം പൊതുവെ മന്ദഗതിയിലുള്ളതും ദീർഘകാലം കൊണ്ടു സംഭവിക്കുന്നതും നിഗൂഢവുമായിരിക്കും. അത് വിനിമയം ചെയ്യുന്ന വഴികൾ പലപ്പോഴും അക്കാദമികമായ കൈമാറ്റങ്ങളിലും സാഹിത്യകൃതികളിലും ചലച്ചിത്രങ്ങളിലും ടെലിവിഷൻ ഷോകളിലും ഒളിപ്പിച്ചായിരിക്കും. ഉദാഹരരണത്തിന്, ഹോളിവുഡ് "അമേരിക്കൻ അധീശാധിപത്യ നയത്തിന്റെ ഉച്ചഭാഷിണിയാണ്... ഹോളിവുഡ് ചലച്ചിത്രങ്ങൾ ലോകത്തിന്റെ ഇതര ഭാഗങ്ങളിലുള്ളവർക്ക് അമേരിക്കയുടെ മേന്മകൾ കാണിച്ചു കൊടുക്കുന്നവയും ഈ മാർഗ്ഗത്തിലൂടെ അവരുടെ സാംസ്കാരികമായ അധിനിവേശത്തിനു ശ്രമിക്കുന്നവയുമാണ്." മുൻ സി ഐ എ ഉദ്യോഗസ്ഥൻ അലൻ ഡള്ളസ് പറയുന്നത് ഇങ്ങനെയാണ്: "നാം സോവിയറ്റ് യൂണിയനിലെ ചെറുപ്പക്കാരെ നമ്മുടെ പാട്ടുകൾ പാടാനും അവയ്ക്കനുസരിച്ച് നൃത്തം ചെയ്യാനും പഠിപ്പിക്കുകയാണെങ്കിൽ, ഏറെ കഴിയും മുൻപ് അവർ എങ്ങനെ ചിന്തിക്കണമെന്ന് നമ്മൾ ആഗ്രഹിക്കുന്നുവോ അതേവിധം അവരെക്കൊണ്ട് ചിന്തിപ്പിക്കാനും നമുക്ക് കഴിയും." ഫൗണ്ടേഷനുകളും തിങ്ക് ടാങ്കുകളുമാണ് നവലിബറലിസം പ്രചരിപ്പിക്കുന്നതിനുള്ള മറ്റു പ്രധാനപ്പെട്ട ചാലകശക്തികൾ. ഉദാഹരണത്തിന്, അമേരിക്ക അടിസ്ഥാനമായി പ്രവർത്തിക്കുന്ന ഫോർഡ് ഫൗണ്ടേഷൻ, റോക്ക്ഫെല്ലർ ഫൗണ്ടേഷൻ, മോണ്ട് പെലേറിൻ സൊസൈറ്റി, സെന്റർ ഫോർ ഇന്റർനാഷണൽ പ്രൈവറ്റ് എന്റർപ്രൈസ് എന്നിവ സെമിനാറുകൾക്കും അക്കാദമിക സംഘടനകൾക്കും പണം നല്കിക്കൊണ്ട് നവലിബറൽ മൂല്യങ്ങളുടെ പ്രോത്സാഹനത്തിലും പ്രചാരണത്തിലും പങ്കാളിത്തം വഹിക്കുന്നുണ്ട്.

ലെനിൻ ഒരിക്കൽ ഇങ്ങനെ പ്രസ്താവിച്ചു. "ഗ്രേറ്റ് ബ്രിട്ടന്റെ വിഭജിക്കാനാവാത്ത കുത്തകയുടെ സ്ഥാനത്ത് നാം ഇന്ന് കാണുന്നത് ഈ കുത്തകയിൽ പങ്കുപറ്റാനുള്ള അവകാശത്തിനായി പോരടിക്കുന്ന കുറച്ച് സാമ്രാജ്യത്വ ശക്തികളെയാണ്; ഇരുപതാം നൂറ്റാണ്ടിന്റെ ആരംഭകാലത്തിന്റെയാകെ സവിശേഷതയാണ് ഈ പോരാട്ടം." ശീതയുദ്ധത്തിന്റെ അവസാനത്തിനുശേഷം കാണുന്ന സവിശേഷത, അമേരിക്കയുടെ വിഭജിക്കാനാവാത്ത കുത്തകയാണ്. മറ്റു ശക്തികൾക്കൊന്നും അതിനോട് മത്സരിക്കാനുള്ള താല്പര്യം തന്നെയില്ല. മത്സരിക്കാനുള്ള ശേഷിയും അവയ്ക്കൊന്നുമില്ല. ജപ്പാനെ പോലെയുള്ള ചില ഒറ്റപ്പെട്ട രാജ്യങ്ങൾ അമേരിക്കയുടെ "കുത്തകാവകാശങ്ങളെ" സാമ്പത്തികമായും സാങ്കേതികവിദ്യാപരമായും വെല്ലുവിളിക്കാൻ ശ്രമിച്ചിട്ടുണ്ട്; എന്നാൽ ആത്യന്തികമായി അവയെല്ലാം പരാജയപ്പെടുകയാണുണ്ടായത്. അതുപോലെ തന്നെയാണ് യൂറോപ്യൻ യൂണിയന്റെ കാര്യവും; അത് പില്ക്കാലത്താണ് ഉയർന്നുവന്നത്. പക്ഷേ, ക്രമേണ അതിന് അമേരിക്കൻ അധീശാധിപത്യത്തെ പിടിച്ചുകുലുക്കാൻ കഴിഞ്ഞില്ല. സൈനികരംഗത്ത് ഗൾഫിൽ അമേരിക്ക നടത്തിയ ആക്രമണവും അതിനുശേഷം കൊസൊവൊയിലും അഫ്ഗാനിസ്ഥാനിലും ഇറാഖിലും സിറിയയിലുമെല്ലാം നടത്തിയ ആക്രമണങ്ങളും അമേരിക്കയുടെ ഏകപക്ഷീയതയെയും അധീശാധിപത്യപരമായ അഹന്തയെയും കൂടുതൽ വർദ്ധിപ്പിച്ചിട്ടേയുള്ളൂ. തങ്ങളുടെ സാമ്പത്തികവും സൈനികവും രാഷ്ട്രീയവുമായ സഖ്യങ്ങളുടെ സഹായത്തോടൊപ്പം സാംസ്കാരികമായ മൃദുശക്തിയും പ്രയോഗിച്ച് അമേരിക്ക അതിന്റെ സാർവ്വത്രികമൂല്യങ്ങളെ പ്രോത്സാഹിപ്പിക്കുകയാണ്. മറ്റുരാജ്യങ്ങളിലെ തെരുവു പ്രതിഷേധങ്ങളെയും നിറവിപ്ലവങ്ങളെയും പ്രോത്സാഹിപ്പിക്കുന്നു; കടബാദ്ധ്യതകളും ധനപ്രതിസന്ധികളും സൃഷ്ടിക്കുന്നതിനായി വികസ്വര രാജ്യങ്ങളെ ടാർഗെറ്റ് ചെയ്തുകൊണ്ട് അവയുടെ ധനകാര്യ സംവിധാനങ്ങളെ നിയന്ത്രണരഹിതമാക്കുന്നതിന് നിർബ്ബന്ധിതരാക്കുന്നു. അമേരിക്ക ആധിപത്യം പുലർത്തുന്ന ആഗോള ഭരണനിർവ്വഹണ സംവിധാനം വെല്ലുവിളികൾ നേരിടുമ്പോൾ അത് വ്യാപാര യുദ്ധങ്ങളും ശാസ്ത്ര സാങ്കേതികവിദ്യ ആക്രമണങ്ങളും ധനകാര്യ ആക്രമണങ്ങളും സാമ്പത്തിക ഉപരോധങ്ങളും നടത്തുന്നു; ശരിക്കുമൊരു സൈനികാക്രമണം നടത്താനോ അങ്ങനെ ചെയ്യുമെന്ന് ഭീഷണിപ്പെടുത്താനോ പോലും അമേരിക്ക മടിക്കാറില്ല. ഡോളറും സൈന്യവും സംസ്കാരവുമാണ് അമേരിക്കൻ സാമ്രാജ്യത്വ അധീശാധിപത്യത്തിന്റെ മൂന്ന് സ്തംഭങ്ങൾ. അതിനെ പിന്തുണച്ചുകൊണ്ട് "കഠിനമായ അധികാര പ്രയോഗ"വും "മൃദുവായ അധികാരപ്രയോഗ"വും "ശക്തമായ അധികാരപ്രയോഗ"വും (സാമ്പത്തിക ഉപരോധങ്ങൾ) "ചടുലമായ (smart) അധികാരപ്രയോഗ"വും ഉണ്ട്.

ചുരുക്കത്തിൽ, ഒരു അധീശാധിപത്യ ശക്തിയും നിരവധി വൻശക്തികളും ചേർന്ന് നിർമ്മിച്ചെടുക്കുന്ന അന്താരാഷ്ട്രകുത്തക മുതലാളിത്ത സഖ്യമാണ് നാട്ടിലും മറുനാട്ടിലും ഒന്നുപോലെ കുത്തകയുടെ പ്രയോഗത്തിലൂടെ ചൂഷണവും അടിച്ചമർത്തലും നടത്തുന്നതും നവസാമ്രാജ്യത്വ അധീശാധിപതി എന്ന നിലയിൽ അമേരിക്കയുടെ അധികാരപ്രയോഗത്തെ ബലപ്പെടുത്തുന്നതുമായ പണക്കൊഴുപ്പിന്റെ രാഷ്ട്രീയത്തിനും വഷളൻ സംസ്കാരത്തിനും സൈനിക ഭീഷണികൾക്കും സാമ്പത്തികാടിത്തറ പ്രദാനം ചെയ്യുന്നത്.

## സാമ്പത്തിക സത്തയും പൊതുപ്രവണതയും പ്രത്യയശാസ്ത്രപരമായ കാപട്യത്തിന്റെ നാല് രൂപങ്ങളും

സംക്രമണ ദശയിലുള്ളതും മൃതപ്രായവുമായ മുതലാളിത്തമെന്നാണ് ലെനിൻ സാമ്രാജ്യത്വത്തെ വിശേഷിപ്പിച്ചിട്ടുള്ളത്. സാമ്പത്തിക ആഗോളവല്ക്കരണം എന്നറിയപ്പെടുന്ന നവസാമ്രാജ്യത്വ ദശയിൽ സമകാലിക മുതലാളിത്ത സമ്പദ്ഘടനയുടെ അടിസ്ഥാന വൈരുദ്ധ്യം പ്രകടമാക്കുന്നത് ഒരു വശത്ത് സ്വകാര്യ ഉടമസ്ഥതയ്ക്കോ കൂട്ടുടമസ്ഥതയ്ക്കോ ഭരണകൂട ഉടമസ്ഥതയ്ക്കോ കീഴിലുള്ള ഉല്പാദന ഘടകങ്ങളോടുകൂടിയ സമ്പദ്ഘടനയുടെ നിരന്തരമുള്ള സാമൂഹികവല്ക്കരണവും ആഗോളവല്ക്കരണവും മറുവശത്ത് ദേശീയ സമ്പദ്ഘടനകൾക്കും ലോക സമ്പദ്ഘടനയ്ക്കുമുള്ളിൽ നടക്കുന്ന ക്രമരഹിതമോ അരാജകമോ ആയ ഉല്പാദനവും തമ്മിലുള്ള വൈരുദ്ധ്യത്തിലാണ്. ഭരണകൂടങ്ങൾക്കും അന്താരാഷ്ട്ര സമൂഹങ്ങൾക്കും നടത്തേണ്ടതായി വരുന്ന ക്രമപ്പെടുത്തലുകളെ നവ സാമ്രാജ്യത്വം തള്ളിക്കളയുന്നു. അതിനുപകരം സ്വകാര്യ കുത്തക മൂലധനത്തിന്റെ സ്വയം നിയന്ത്രണങ്ങളെ പ്രോത്സാഹിപ്പിക്കുകയും സ്വകാര്യകുത്തക മൂലധനത്തിന്റെ താല്പര്യങ്ങളെ സംരക്ഷിക്കുകയുമാണ് ചെയ്യുന്നത്. മിക്കപ്പോഴും ഇതിന്റെ ഫലമായി രാജ്യങ്ങൾക്കുള്ളിലോ ലോകതലത്തിലോ വിവിധ വൈരുദ്ധ്യങ്ങൾ രൂക്ഷമാവുകയാണ്. സാമ്പത്തികവും ധനപരവും പണപരവും സാമൂഹികവും പാരിസ്ഥിതികവുമായ പ്രതിസന്ധികളെല്ലാം പകർച്ചവ്യാധികളായി മാറുകയാണ്. ഈ പ്രതിസന്ധികളിൽ പലതും സാമൂഹിക വൈരുദ്ധ്യങ്ങളുമായോ മൂലധനം സഞ്ചയിക്കലിലെ വൈരുദ്ധ്യങ്ങളുമായോ കെട്ടുപിണഞ്ഞുകിടക്കുന്നു. ഇവയെല്ലാം ചേർന്നാണ് കുത്തകാധിപത്യപരവും ഇരപിടിയൻ സ്വഭാവമുള്ളതും അധീശാധിപത്യപരവും കപടവും ഇത്തിൾക്കണ്ണിസ്വഭാവമുള്ളതും ജീർണ്ണിച്ചുകൊണ്ടിരിക്കുന്നതും സംക്രമണ ദശയിലുള്ളതും മരണാസന്നവുമായ ഇപ്പോഴത്തെ കാലഘട്ടത്തിലെ മുതലാളിത്തത്തിന് പുതിയ രൂപഭാവങ്ങളൊരുക്കുന്നത്. നവസാമ്രാജ്യത്വത്തെ അതിന്റെ സാമ്പത്തിക സ്വഭാവവും പൊതുപ്രവണതകളും ആധാരമാക്കി നിർവ്വചിക്കുകയാണെങ്കിൽ, ആഗോളവല്കൃത വൈരുദ്ധ്യങ്ങളും

അടിക്കടി രൂക്ഷമായി മാറുന്ന വ്യവസ്ഥയിലെ വിവിധ പ്രതിസന്ധികളുമായി ബന്ധപ്പെടുത്തി അതിന്റെ മൂന്നു സവിശേഷതകളെ പ്രകടമാക്കാനാകും എന്ന നിഗമനത്തിൽ നമുക്ക് എത്താവുന്നതാണ്.

പടുകൂറ്റൻ ബഹുരാഷ്ട്ര കമ്പനികളെ അടിസ്ഥാനമാക്കി സ്ഥാപിച്ചിട്ടുള്ള കുത്തകാധിഷ്ഠിത ധനമുതലാളിത്തം എന്നതാണ് നവസാമ്രാജ്യത്വത്തിന്റെ സാമ്പത്തികസത്ത. ബഹുരാഷ്ട്ര കോർപ്പറേഷനുകളുടെ ഉല്പാദനകുത്തകയും ധനകുത്തകയും നിലനില്ക്കുന്നത് ഉല്പാദനത്തിലെ കൂടുതൽ ഉയർന്ന ഘട്ടവും മൂലധനസാന്ദ്രീകരണവുംമൂലമാണ്. "മിക്കവാറും എല്ലാ വ്യവസായവും ചുരുക്കം ചിലരുടെ കൈകളിൽ സാന്ദ്രീകരിക്കുന്നത്ര ആഴത്തിലും പരപ്പിലും കുത്തക വർദ്ധിച്ചുവരുന്ന ഘട്ടത്തിലെത്തിയിരിക്കുകയാണ്. ആട്ടോമൊബൈൽ വ്യവസായത്തെ ഉദാഹരണമായെടുക്കാം. ഏറ്റവും വലിയ അഞ്ച് ബഹുരാഷ്ട്ര ആട്ടോമൊബൈൽ കോർപ്പറേഷനുകളുടെ ഉല്പാദനം ആഗോള ആട്ടോമൊബൈൽ ഉല്പാദനത്തിന്റെ പകുതിയോളം വരും; ഏറ്റവും വലിയ പത്ത് എണ്ണത്തിന്റെ ഉല്പാദനമാകട്ടെ മൊത്തം ഉല്പാദനത്തിന്റെ 70 ശതമാനവും. അന്താരാഷ്ട്ര കുത്തകാധിഷ്ഠിത ധനമൂലധനം ലോകത്തിലെ പ്രമുഖ വ്യവസായങ്ങളെയാകെ നിയന്ത്രിക്കുന്നുവെന്നു മാത്രമല്ല, അസംസ്കൃത പദാർത്ഥങ്ങളുടെ മിക്കവാറും എല്ലാ സ്രോതസ്സുകളെയും ശാസ്ത്ര സാങ്കേതികവിദ്യാ രംഗത്തെ പ്രതിഭയെയും എല്ലാ രംഗങ്ങളിലെയും വൈദഗ്ദ്ധ്യമുള്ള തൊഴിലാളികളെയും കുത്തകവല്ക്കരിക്കുകയും അതുപോലെതന്നെ ഗതാഗത സംവിധാനങ്ങളെയും വിവിധ ഉല്പാദനോപാധികളെയും നിയന്ത്രിക്കുകയും ചെയ്യുന്നത്. അവ മൂലധനത്തിനു മേൽ ആധിപത്യം സ്ഥാപിക്കുകയും നിയന്ത്രിക്കുകയും ചെയ്യുന്നു; ബാങ്കുകളുടെയും വിവിധതരം ഫൈനാൻഷ്യൽ ഡെറിവേറ്റിവുകളുടെയും ഷെയർഹോൾഡിങ് സംവിധാനങ്ങളിലൂടെയുമാണ് മറ്റനവധി ആഗോളപ്രവർത്തനങ്ങളെയും അവ നിയന്ത്രിക്കുന്നത്. കോർപ്പറേഷനുകളുടെ മൊത്തം കമ്പോള മൂല്യവും മൊത്തം വരുമാനവും ആസ്തിയും കണക്കിലെടുക്കുകയാണെങ്കിൽ ലോകത്താകെ സാമ്പത്തിക കേന്ദ്രീകരണത്തിന്റെ തോത് വർദ്ധിച്ചു വരികയാണെന്ന് കാണാം. ഏറ്റവും വലിയ 100 കോർപ്പറേഷനുകളുടെ കാര്യത്തിൽ പ്രത്യേകിച്ചും. 2015 ൽ ലോകത്തിലെ ഏറ്റവും മുന്നിലുള്ള നൂറ് കോർപ്പറേഷനുകളുടെ കമ്പോളമൂല്യം ലോകത്തിലെ ഏറ്റവും വലിയ ധനകാര്യേതര സ്ഥാപനങ്ങളുടെ ഡാറ്റാബേസിലെ ഏറ്റവും താഴെ അറ്റത്തുള്ള രണ്ടായിരം കമ്പനികളുടെ കമ്പോളമൂല്യത്തിന്റെ എഴുന്നൂറ് ഇരട്ടിയിലേറെ അധികമാണ്. 1995 ൽ ഇത് മുപ്പത്തിയൊന്ന് ഇരട്ടി മാത്രമായിരുന്നു. 2017 ലെ ഫോർച്യൂൺ ഗ്ലോബൽ 500 ഡാറ്റാപ്രകാരം ലോകത്തിലെ ഏറ്റവും വലിയ 500 കമ്പനികളിൽ (ചൈനീസ് സ്ഥാപനങ്ങൾ ഒഴികെ) 380 എണ്ണത്തിന്റെ വരുമാനം 22.83 ലക്ഷംകോടി ഡോളറായി – ലോകത്തെ മൊത്തം ഉല്പാദന

ത്തിന്റെ 29.3 ശതമാനത്തിനു സമാനമാണിത്. മൊത്തം ലാഭം 1.51 ലക്ഷം കോടി ഡോളറാണ് – ഇതൊരു സർവ്വകാല റിക്കാർഡാണ്; വാർഷിക ലാഭനിരക്ക് 18.85 ശതമാനമായി വർദ്ധിച്ചു. ലാഭവിഹിതത്തിന്റെയും ലാഭ നിരക്കിന്റെയും സൂചകങ്ങളിലെ വർദ്ധനവ് വ്യക്തമാക്കുന്നത് നവസാമ്രാജ്യത്വത്തിന്റെ ഇരപിടിയൻ സ്വഭാവത്തെയാണ്.

സാമ്പത്തിക ആഗോളവല്ക്കരണവും ധനവല്ക്കരണവും നവലിബറൽ നയങ്ങളും ചേർന്ന് തൊഴിലാളികളെ മൂന്നിരട്ടി ഞെക്കിപ്പിഴിയുകയാണ്; ലാഭം ദ്രുതഗതിയിൽ വർദ്ധിച്ചുവരികയാണ്; അതേസമയം തൊഴിലാളികളുടെ കൂലി വളരെ മെല്ലെയാണ് വർദ്ധിക്കുന്നത്. 1982 നും 2006 നുമിടയിൽ അമേരിക്കയിലെ ധനകാര്യേതര കോർപ്പറേഷനുകളിലെ ഉല്പാദന മേഖലയിലെ തൊഴിലാളികളുടെ യഥാർത്ഥ കൂലിയിലെ ശരാശരി വാർഷിക വർദ്ധന വെറും 1.1 ശതമാനമാണ്; ഇത് 1956 മുതൽ 1966 വരെയുള്ള കാലത്ത് രേഖപ്പെടുത്തപ്പെട്ടിട്ടുള്ള 2.43 ശതമാനത്തെക്കാൾ വളരെ കുറവാണെന്നു മാത്രമല്ല, 1966 മുതൽ 1982 വരെയുള്ള സാമ്പത്തികത്തളർച്ചയുടെ കാലത്തെ 1.68 ശതമാനത്തെ അപേക്ഷിച്ചും വളരെ കുറവാണ്. കൂലി വർദ്ധനവ് മന്ദഗതിയിലായത് കോർപ്പറേഷനുകളുടെ ലാഭവിഹിതം ഈ കാലഘട്ടത്തിൽ 4.6 ശതമാനമായി വർദ്ധിക്കുന്നതിനു വഴിയൊരുക്കി; ലാഭനിരക്കിൽ 82 ശതമാനം വീണ്ടെടുപ്പിനുമിടയാക്കി. "തൊഴിലാളികളെ പിഴിയുന്നത്" ഇവിടെ പ്രധാന പങ്ക് വഹിച്ചതായി കാണാനാവും. സർവ്വോപരി, അമേരിക്കൻ സമ്പദ്ഘടന 2009 ൽ മഹാ ധനപ്രതിസന്ധിയിൽനിന്നു കരകയറാനാരംഭിച്ചതു മുതൽ ശരാശരി ലാഭ നിരക്ക്, 1997 ലെ ഏറ്റവും ഉയർന്നു നിന്നപ്പോഴത്തെക്കാൾ കുറവാണെങ്കിലും താഴ്ന്ന സ്ഥിതിയിലായിരുന്ന 1970 കളുടെ അവസാനത്തെയും 1980 കളുടെ തുടക്കത്തെയുംകാൾ ഗണ്യമായ വിധം ഉയർന്ന നിരക്കിലായിരുന്നു. നിയന്ത്രിക്കുകയും കൊള്ളയടിക്കുകയും ചെയ്യുന്നതിലാണ് നവസാമ്രാജ്യത്വത്തിന്റെ സത്ത. "ഇരപിടിയൻ സഞ്ചയിക്കലിനുള്ള അതിന്റെ നീക്കം ദേശാതിർത്തികൾക്കുള്ളിൽ തൊഴിലാളികളെ ചൂഷണം ചെയ്തുകൊണ്ടു മാത്രമല്ല പ്രകടിപ്പിക്കുന്നത്, മറിച്ച് മറ്റു രാജ്യങ്ങളെ കൊള്ളയടിച്ചുകൊണ്ടുകൂടി പ്രകടമാക്കുകയാണ്. ഇതിനായി അതുപയോഗിക്കുന്ന രീതികളും അതുപ്രയോഗിക്കുന്ന ശൈലികളും പ്രധാനമായും ചുവടെ ചേർക്കുന്ന കാര്യങ്ങളിൽ ഉൾപ്പെടുന്നു.

ഒന്നാമത്, ധനപരമായ കൊള്ള. നവസാമ്രാജ്യത്വം പ്രമുഖ അന്താരാഷ്ട്ര ചരക്കുകളുടെ വിലകൾക്കുമേലുള്ള അതിന്റെ നിയന്ത്രണം ഉപയോഗിച്ച് ഭീമമായ ലാഭം ഊറ്റിയെടുക്കുന്നു. ധനവല്ക്കരണവും മറ്റുശൈലികളും പ്രയോഗിച്ച് അസംസ്കൃത പദാർത്ഥങ്ങൾ ഉല്പാദിപ്പിക്കുന്ന രാജ്യങ്ങൾക്കുമേൽ വിലകുറച്ചുനിർത്താൻവേണ്ടി സമ്മർദ്ദം ചെലുത്തുന്നു. സമ്മർദ്ദങ്ങളുടെയും പീഡനങ്ങളുടെയും ഭാഗമായി മൂലധനത്തിന്റെ വൻതോതിലുള്ള അകത്തേക്കും പുറത്തേക്കുമുള്ള പ്രവാഹംവഴി ധന

ക്കുമിളകളും പ്രതിസന്ധികളും അത് സൃഷ്ടിച്ചേക്കാം; അതു ബന്ധപ്പെട്ട രാജ്യത്തിന്റെ സാമ്പത്തികവും രാഷ്ട്രീയവുമായ സ്ഥിരതയെ ബാധിക്കുന്നു. അഥവാ ധനപരമായ ഉപരോധം അടിച്ചേല്പിച്ചുകൊണ്ട് "യുദ്ധം കൂടാതെയുള്ള വിജയം" നേടാൻ അതിനു ശ്രമിക്കാവുന്നതാണ്. ധനപരമായ പുതിയ രീതികളും ഗവൺമെന്റ് നിയന്ത്രണത്തിലെ മെല്ലെപ്പോക്കും ഉല്പാദനപരമല്ലാത്ത ഊഹക്കച്ചവടതരംഗങ്ങൾക്കിടയാക്കുന്നു. പിരമിഡിന്റെ മേലെ അറ്റത്തുള്ള ധനമേഖലയിലെ പ്രഭുക്കളും ബഹുരാഷ്ട്രകോർപ്പറേഷനുകളുമാണ് ധനആസ്തികളുടെ വിലക്കയറ്റത്തിൽ നിന്നും നേട്ടമുണ്ടാക്കുന്നത്; അവയ്ക്ക് വലിയ അളവിൽ സാമൂഹ്യ സ്വത്ത് കൊള്ളയടിക്കാനും കഴിയുന്നു.

രണ്ടാമത്തേത്, പൊതു വിഭവങ്ങളുടെയും സർക്കാർ ഉടമസ്ഥതയിലുള്ള ആസ്തികളുടെയും സ്വകാര്യവല്ക്കരണമാണ്. ഏകദേശം നാല്പത് വർഷം മുൻപ് നിരവധി രാജ്യങ്ങളിലെ സാമ്പത്തികനയ രൂപീകരണത്തിൽ താച്ചർ – റീഗനിസം ആധിപത്യമുറപ്പിച്ചതുമുതൽ ലോകം വൻതോതിലുള്ള സ്വകാര്യവല്ക്കരണത്തിന്റെ തരംഗത്തിനാണ് സാക്ഷ്യം വഹിക്കുന്നത്. ഒട്ടേറെ അല്പവികസിതരാജ്യങ്ങളുടെ പൊതു ആസ്തികൾ സ്വകാര്യകുത്തക മൂലധനത്തിന്റെയും ബഹുരാഷ്ട്രകോർപ്പറേറ്റ് കുത്തകകളുടെയും കൈകളിലായി. അതനുസരിച്ച് സ്വത്തുടമസ്ഥതയിലെ അസമത്വത്തിന്റെ ആഗോള നില വർദ്ധിച്ചുവന്നു. 2018 ലെ ലോക അസമത്വറിപ്പോർട്ട് വെളിപ്പെടുത്തുന്നത്, 1970 കൾ മുതൽ മിക്ക രാജ്യങ്ങളിലെയും സ്വകാര്യ സ്വത്ത് പൊതുവിൽ വർദ്ധിച്ചിരിക്കുന്നതായും അതേസമയം സ്വകാര്യ വരുമാനവും ദേശീയ വരുമാനവുമായുള്ള അനുപാതം മിക്കവാറും "ധനിക" രാജ്യങ്ങളിൽ 200–350 ശതമാനത്തിൽ നിന്ന് 400–700 ശതമാനമായി വർദ്ധിച്ചിരിക്കുന്നതായുമാണ്. അതിനുനേരെ വിപരീതമായി പൊതുസ്വത്ത് കുത്തനെ ഇടിഞ്ഞിരിക്കുന്നതുമാണ്. അമേരിക്കയുടെയും ബ്രിട്ടന്റെയും ശിഷ്ട പൊതുസ്വത്ത് സമീപ വർഷങ്ങളിൽ നെഗറ്റീവ് സംഖ്യയിലേക്ക് ഇടിഞ്ഞിരിക്കുകയാണ്; ജപ്പാനെയും ഫ്രാൻസിനെയും ജർമ്മനിയെയും സംബന്ധിച്ചിടത്തോളം അത് പൂജ്യത്തെക്കാൾ കഷ്ടിച്ചു മുകളിൽ മാത്രമാണ്. പൊതു ആസ്തികളുടെ പരിമിതമായ മൂല്യം, വരുമാന അന്തരം ക്രമപ്പെടുത്താനുള്ള സർക്കാരുകളുടെ ശേഷിയെ നിയന്ത്രിക്കുന്നു.

മൂന്നാമത്തേത്, കേന്ദ്രവും ചുറ്റുവട്ടവും എന്ന പാറ്റേൺ (Centre Periphery Pattern) ശക്തിപ്പെടുന്നതാണ്. വ്യാപാരത്തിലും കറൻസിയിലും ധനമേഖലയിലും സൈനികരംഗത്തും അന്താരാഷ്ട്ര സംഘടനകളിലുമുള്ള തങ്ങളുടെ മേധാവിത്വത്തിലൂടെ നവസാമ്രാജ്യത്വരാജ്യങ്ങൾ കേന്ദ്രവും ചുറ്റുവട്ടവും എന്ന പാറ്റേൺ ശക്തിപ്പെടുത്തുകയാണ്. തങ്ങൾക്കുള്ള മേധാവിത്വപരമായ സ്ഥാനങ്ങളുടെ സൗകര്യമുപയോഗിച്ച് നവസാമ്രാജ്യത്വ രാജ്യങ്ങൾ നിരന്തരം ചുറ്റുവട്ട രാജ്യങ്ങളുടെ വിഭവ

ങ്ങളും സ്വത്തും അപഹരിക്കുകയാണ്; തങ്ങളുടെ കുത്തകാധിപത്യം അഥവാ ഒളിഗോപൊളി പദവി (ഒരുകൂട്ടം പ്രസ്ഥാനങ്ങളോ സ്ഥാപന ങ്ങളോ ഒത്തുചേർന്ന് വിപണി കൈയടക്കുന്ന വ്യവസ്ഥ) ബലപ്പെടുത്തു കയും അവരുടെ മാത്രം വികസനവും അഭിവൃദ്ധിയും ഉറപ്പാക്കുകയും ചെയ്യുന്നതിനാണിത്. മിച്ച മൂല്യത്തിന്റെ അന്താരാഷ്ട്ര കൈമാറ്റനിരക്കിന് അധീശാധിപത്യ രാജ്യങ്ങളിലെ ലാഭത്തിന്റെ പൊതുവായ നിരക്കിൻമേൽ അനുകൂലമായ ഫലമുണ്ടാക്കാനാകും. നവസാമ്രാജ്യത്വരാജ്യങ്ങൾക്കു മാത്രമാണ് അവരുടെ സാമ്പത്തികവും രാഷ്ട്രീയവും സൈനികവുമായ നിയന്ത്രണാധികാരം ഉപയോഗിച്ച് അവികസിതരാജ്യങ്ങൾ സൃഷ്ടിക്കുന്ന മിച്ച മൂല്യത്തിന്റെ ഒരു ഭാഗത്തെ തങ്ങളുടെ ദേശീയ സ്വത്തിലേക്ക് മാറ്റി യെടുക്കാനുള്ള ശേഷിയുള്ളത്. അതേത്തുടർന്ന്, നവസാമ്രാജ്യത്വത്തിന്റെ കുത്തകാധിപത്യ മൂലധന സഞ്ചയം ധനികരും ദരിദ്രരും തമ്മിലുള്ള ധ്രുവീകരണം രൂക്ഷമാക്കുന്നു; അമേരിക്കയെയും ഫ്രാൻസിനെയും പോലെയുള്ള രാജ്യങ്ങളിലെ ജനങ്ങളുടെ ഉപജീവനമാർഗ്ഗത്തെ ഇത് നശിപ്പിക്കുന്നു ("ഞങ്ങൾ 99 ശതമാനം പേർ" എന്ന മുദ്രാവാക്യത്തോടെ എൺപത് രാജ്യങ്ങളിൽ നടന്ന അന്താരാഷ്ട്ര വാൾസ്ട്രീറ്റ് പിടിച്ചെടുക്കൽ പ്രക്ഷോഭത്തിൽ തെളിഞ്ഞത് ഇതാണ്); അതേസമയംതന്നെ "കേന്ദ്ര" സ്ഥാനത്തുള്ള രാജ്യങ്ങളിൽ ധനപരവും പാരിസ്ഥിതികവുമായ സ്വത്തിന്റെ സഞ്ചയിക്കലും "ചുറ്റുവട്ട" രാജ്യങ്ങളിലെ ആപേക്ഷികമായ ദാരിദ്ര്യവും മലിനീകരണവും ശക്തിപ്പെടുകയും ചെയ്യുന്നു. 2018 ൽ ജി 7 "കേന്ദ്രസ്ഥാന" രാജ്യങ്ങളുടെ സംയുക്ത ജി ഡി പി 317 ലക്ഷം കോടി ഡോളറിലെത്തി; മൊത്തം ലോക ഉല്പാദനത്തിന്റെ 45.5 ശതമാനം വരു മിത്. ക്രെഡിറ്റ് സ്യൂസ്സെ തയ്യാറാക്കിയ 2018 ലെ സ്വത്ത് റിപ്പോർട്ട് പ്രകാരം ലോകത്തെ അതിസമ്പന്നരായ 85 ആളുകളുടെ ആ വർഷത്തെ സ്വത്ത് ലോകത്തെ പരമദരിദ്രരായ 350 കോടി ആളുകളുടെ – അതായത് ലോക ജനസംഖ്യയുടെ പകുതിപേരുടെ – മൊത്തം ആസ്തിക്ക് തുല്യമാണ്.

## സാമ്പത്തിക അധീശാധിപത്യവും കാപട്യവും

അമേരിക്ക പ്രതിനിധാനം ചെയ്യുന്ന സാമ്രാജ്യത്വം അധീശാധിപ ത്യവും വിരട്ടലും ഏകപക്ഷീയതയുമാണ് നടപ്പാക്കുന്നത്; നയതന്ത്ര നയ ത്തിന്റെ കാര്യത്തിൽ ഇരട്ടത്താപ്പാണ് അവലംബിക്കുന്നത്. ഒരു ഘട്ട ത്തിൽ മൈക്ക് പോംപിയൊ തന്റെ രാജ്യത്തിന്റെ വഞ്ചനാപരമായ നടപ ടികളെക്കുറിച്ച് പരസ്യമായി സമ്മതിക്കുകയും അതിൽ അഭിമാനം കൊള്ളുകയും ചെയ്യുന്നുണ്ട്: "ഞാൻ സി ഐ എ ഡയറക്ടറായിരു ന്നു." അദ്ദേഹം പറഞ്ഞു: "ഞങ്ങൾ നുണ പറഞ്ഞു; ഞങ്ങൾ വഞ്ചിച്ചു; ഞങ്ങൾ മോഷണം നടത്തി– ഇതിനെല്ലാം വേണ്ട പരിശീലന പരിപാടി കളാകെ നമുക്കുണ്ടെന്നതിൽ എനിക്ക് അഭിമാനമുണ്ട്.... അമേരിക്കൻ അനുഭവത്തിന്റെ മഹത്വമാണ് ഇത് നമ്മെ ഓർമ്മിപ്പിക്കുന്നത്." ശീതയു

ദ്ധാനന്തരകാലത്ത് അമേരിക്ക ശക്തമായ ഒരു നിയന്ത്രണവുമില്ലാതെ, മറ്റൊരു തടസ്സവുമില്ലാതെ, ലോകത്തിനുമേൽ ആധിപത്യം സ്ഥാപിക്കുന്നു. ലോകത്തെയാകെ വിരട്ടാനായി അമേരിക്ക സ്വന്തം സൈനികമായ മേൽക്കോയ്മയെയും ഡോളറിന്റെ അധീശാധിപത്യത്തെയും ബാഹ്യ പ്രചാരണത്തെയും ശാസ്ത്ര സാങ്കേതികവിദ്യയെയുമാണ് ഉപയോഗിക്കുന്നത്; നാട്ടിലും മറുനാട്ടിലും അമേരിക്ക ഒരേ പോലെ കാപട്യമാണ് നടപ്പാക്കുന്നത്. 2018 മാർച്ചിൽ, "സാങ്കേതിക വിദ്യാ കൈമാറ്റം, ബൗദ്ധിക സ്വത്ത്, പുതിയ കണ്ടുപിടിത്തങ്ങൾ എന്നിവയുമായി ബന്ധപ്പെട്ട് 1974 ലെ വ്യാപാര നിയമത്തിലെ 301-ാം വകുപ്പ് പ്രകാരം ചൈനയുടെ നടപടികളെയും നയങ്ങളെയും അനുഷ്ഠാനങ്ങളെയും സംബന്ധിച്ച് നടത്തിയ അന്വേഷണത്തിലെ കണ്ടെത്തലുകൾ' (Findings of the Investigation into China's Acts, Polices; and Practices Relate to Technology Transfer, Intellectual Property, and Innovation under Section 301 of the Trade Act of 1974) എന്ന ശീർഷകത്തിൽ അമേരിക്ക ഒരു രേഖ പ്രസിദ്ധീകരിച്ചിട്ടുണ്ട്. "സാങ്കേതിക വിദ്യ കൈമാറുന്നതിന് അമേരിക്കൻ സ്ഥാപനങ്ങളെ ചൈന പ്രേരിപ്പിക്കുകയോ നിർബ്ബന്ധിതമാക്കുകയോ ചെയ്യുന്നതായും "ബൗദ്ധിക സ്വത്തവകാശങ്ങളെയും സൂക്ഷ്മ സംവേദനക്ഷമതയുള്ള ബിസിനസ് വിവരങ്ങളെയും മോഷ്ടിക്കുന്നതിന് അമേരിക്കൻ വാണിജ്യ കമ്പ്യൂട്ടർ നെറ്റുവർക്കുകളെ ചൈന നിയമവിരുദ്ധമായി ആക്രമിക്കു"ന്നതായും അതിൽ ആരോപിക്കുന്നുണ്ട്. ഒരു വ്യാപാര യുദ്ധം അഴിച്ചുവിടുന്നതിനുള്ള ന്യായീകരണം ചമയ്ക്കാനാണ് ഈ രേഖ പ്രസിദ്ധീകരിച്ചത്. അതിലെ ആരോപണങ്ങളെല്ലാം തന്നെ കിംവദന്തികളല്ലാതെ മറ്റൊന്നുമല്ല; വസ്തുതകളുമായി അവയ്ക്ക് വിദൂരബന്ധം പോലുമില്ല. സാങ്കേതിക വിദ്യാരംഗത്തെ ചൈനയുടെ പുരോഗതിയുടെ സ്രോതസ്സ് എന്താണ്? അടിസ്ഥാനശാസ്ത്രരംഗത്ത് ഗവൺമെന്റ് നടത്തിയ ഭീമമായ നിക്ഷേപങ്ങളുടെ ഗുണഭോക്താക്കളായ പ്രതിഭാശാലികളായ സംരംഭകരുടെ പരിശ്രമങ്ങളുടെ ഫലമാണത്. മുൻ അമേരിക്കൻ ട്രഷറി സെക്രട്ടറി ലോറൻസ് സമ്മേഴ്സ് പറഞ്ഞതുപോലെ "പ്രതിഭാശാലികൾക്ക് മുൻഗണന നല്കുന്നതും ശാസ്ത്രസാങ്കേതിക വിദ്യകളിൽ കേന്ദ്രീകരിച്ചിട്ടുള്ളതുമായ വിദ്യാഭ്യാസ സമ്പ്രദായത്തിൽ നിന്നാണ് അത് വരുന്നത്. അവരുടെ നേതൃത്വം വരുന്നത് അവിടെ നിന്നാണ്; അല്ലാതെ ഏതെങ്കിലും അമേരിക്കൻ കമ്പനിയിൽ നിന്ന് എന്തെങ്കിലും തട്ടിയെടുത്തുകൊണ്ടല്ല." ചൈനയുമായുള്ള സാമ്പത്തികവും വ്യാപാരപരവുമായ സംഘർഷത്തെ മൂർച്ഛിപ്പിക്കുന്നതിന് അമേരിക്കയ്ക്ക് പ്രത്യക്ഷമായി ത്തന്നെ ഒരു ലക്ഷ്യമുണ്ട്. എല്ലാ അർത്ഥത്തിലും ചൈനയെ ബ്ലാക്ക്മെയിൽ ചെയ്യുകയും അടിച്ചമർത്തുകയുമാണ് ആ ലക്ഷ്യം. വ്യാപാരയുദ്ധത്തിൽനിന്നു തുടങ്ങി അത് ക്രമേണ ശാസ്ത്ര-സാങ്കേതികവിദ്യ, ഫൈനാൻസ്, ഭക്ഷ്യം, മറ്റ് വിഭവങ്ങൾ എന്നിങ്ങനെയുള്ള മേഖലകളി

ലേക്കും വ്യാപിക്കുകയാണ്. വ്യാപാരം, ഫൈനാൻസ്, വ്യവസായം, സാങ്കേതികവിദ്യ എന്നിവയിലെ ചൈനയുടെ ശക്തിയെ ദുർബ്ബലപ്പെടുത്താനാണ് അമേരിക്കൻ അധികൃതർ ശ്രമിക്കുന്നത്. അമേരിക്കയുടെ ആഗോള അധീശാധിപത്യ സ്ഥാപനത്തിന് ചൈന ഒരു വെല്ലുവിളി ആകില്ല എന്ന് ഉറപ്പാക്കാനാണ് അവർ ശ്രമിക്കുന്നത്. "അമേരിക്ക ഒന്നാമത്" എന്ന മുദ്രാവാക്യമുയർത്തിക്കൊണ്ട് ട്രംപ് ഭരണം അമേരിക്കയുടെ അധീശാധിപത്യത്തെ പ്രോത്സാഹിപ്പിക്കുകയും മറ്റ് സമ്പദ്ഘടനകൾക്കുമേൽ സാമ്പത്തിക ഉപരോധം അടിച്ചേല്പിക്കുകയുമാണ്. അമേരിക്കയുടെ സാമ്പത്തിക നയങ്ങളും വ്യാപാരനയങ്ങളും പ്രധാനമായും ചൈനയെ ലക്ഷ്യം വച്ചാണെങ്കിലും യൂറോപ്യൻ യൂണിയൻ, ജപ്പാൻ, ഇന്ത്യ, ദക്ഷിണ കൊറിയ എന്നിങ്ങനെയുള്ള അവരുടെ പരമ്പരാഗത സഖ്യശക്തികൾക്കെതിരെയും തിരിയുന്നുണ്ട്. കാലം കഴിയുന്തോറും വാഷിങ്ടൺ സാമ്പത്തികമായ കൊള്ളയും തടസ്സപ്പെടുത്തലുമാണ് നടപ്പാക്കിയത്. 1980 കളുടെ മദ്ധ്യം മുതൽതന്നെ അമേരിക്ക പ്ലാസ ഉടമ്പടിയിലൊപ്പുവെക്കാൻ ജപ്പാനുമേൽ സമ്മർദ്ദം ചെലുത്തുകയായെന്നും ജപ്പാനിലേക്ക് വലിയ അളവിൽ വിദേശ മൂലധനം കൊണ്ടുവരുന്ന കുറഞ്ഞ പലിശയുള്ള പണനയം നടപ്പാക്കാൻ പ്രേരിപ്പിക്കുയായിരുന്നു എന്നും നാം ഒരിക്കലും മറക്കരുത്. ഇതിന്റെ ഫലമായി ജാപ്പനീസ് യെന്നിന് വലിയ തോതിൽ ഹ്രസ്വകാല ഡിമാൻഡുണ്ടാവുകയും ആ രാജ്യത്തിന്റെ കറൻസിയുടെ വിനിമയമൂല്യം അമേരിക്കൻ ഡോളറുമായി ബന്ധപ്പെട്ട് കുത്തനെ കുറയ്ക്കാൻ കാരണമാവുകയും ചെയ്തു. വിദേശ മൂലധനത്തിന്റെ തള്ളിക്കയറ്റവും കുറഞ്ഞ പലിശ നിരക്കുള്ള പണനയവും ജാപ്പനീസ് ആസ്തിവിലകൾ കുതിച്ചുയരുന്നതിനിടയാക്കി. ഹ്രസ്വകാലത്തേക്ക് അഭിവൃദ്ധിയുണ്ടായെങ്കിലും അതിന്റെ ഫലമായി ക്രമേണ ജപ്പാന് വലിയ നഷ്ടമാണുണ്ടായത്. ഉയർന്ന ആസ്തിവിലകളുടെ അർത്ഥം വിദേശമൂലധനം പെട്ടെന്നുതന്നെ പണമാക്കപ്പെടുകയും പിൻവലിക്കപ്പെടുകയും ചെയ്തു എന്നാണ്. അതേസമയം ജാപ്പനീസ് സമ്പദ്ഘടന ഭീമമായ തിരിച്ചടിനേരിടുകയും "നഷ്ടപ്പെട്ട ഇരുപത് വർഷങ്ങൾ" സഹിക്കുകയും ചെയ്തു.

### രാഷ്ട്രീയമായ അധീശാധിപത്യവും കാപട്യവും

ജനാധിപത്യത്തിനും സ്വാതന്ത്ര്യത്തിനും തുല്യതയ്ക്കും വേണ്ടി വാദിക്കുന്ന രാജ്യങ്ങളുടെ പ്രതിനിധിയായാണ് അമേരിക്ക എപ്പോഴും സ്വയം അവകാശപ്പെടാറുള്ളത്. രാഷ്ട്രീയവും നയതന്ത്രപരവുമായ മാർഗ്ഗങ്ങളുപയോഗിച്ചുകൊണ്ട് മറ്റ് രാജ്യങ്ങൾക്കുമേൽ പ്രത്യേകിച്ച്, സ്വേച്ഛാധിപത്യങ്ങൾ എന്ന് അവർ മുദ്രകുത്തുന്ന വികസ്വര രാഷ്ട്രങ്ങൾക്കുമേൽ തങ്ങളുടെ രാഷ്ട്രീയ വ്യവസ്ഥ അടിച്ചേല്പിക്കാനുള്ള ശ്രമങ്ങളാണ് അമേരിക്ക നടത്തുന്നത്. മുൻ അമേരിക്കൻ പ്രസിഡന്റ് ജോർജ്ജ് ഡബ്ല്യു

ബുഷ് ഇറാനെയും ഇറാക്കിനെയും ഉത്തരകൊറിയയെയും "തിന്മയുടെ അച്ചുതണ്ടായി" മുദ്രകുത്തി. ഇത്തരം രാജ്യങ്ങളുടെ ഭരണാധികാരികൾക്കുമേൽ, മനുഷ്യാവകാശത്തിന്റെ പ്രശ്നത്തിന്മേൽ ഇരട്ടത്താപ്പ് പ്രയോഗിക്കുന്ന അമേരിക്ക സമ്മർദ്ദം ശക്തിപ്പെടുത്തുകയാണ്. തങ്ങളുടെ പ്രചാരണ സംവിധാനങ്ങളുപയോഗിച്ച് അമേരിക്ക "ജനാധിപത്യ വിരുദ്ധ"മെന്നും "സ്വേച്ഛാധിപത്യപര"മെന്നും അപകീർത്തിപ്പെടുത്തുകയാണ്. നിയമാനുസരണമുള്ള ഗവൺമെന്റുകളെ അട്ടിമറിക്കുക എന്ന ലക്ഷ്യത്തോടുകൂടി "നിറവിപ്ലവങ്ങൾ" ശക്തിപ്പെടുത്തുന്നതിന് സർക്കാരിതര സംഘടനകൾക്കും മാദ്ധ്യമങ്ങൾക്കും പണം നല്കുന്നതിനൊപ്പം വിമതരെയും പ്രതിപക്ഷ കക്ഷികളെയും പ്രോത്സാഹിപ്പിക്കുകയും ചെയ്യുന്നു.

അമേരിക്കയുടെ സൈനിക വൃത്തങ്ങളുടെയും കുത്തക ഊർജ്ജ കമ്പനികളുടെയും താല്പര്യാനുസരണം പ്രവർത്തിക്കുന്ന അമേരിക്ക മദ്ധ്യപൂർവ്വ മേഖലയിലും ലാറ്റിനമേരിക്കയിലും സ്ഥിരമായി ഒരു നശീകരണ ശക്തിയായിരിക്കുകയാണ്. വാഷിങ്ടൺ ആറ് "ദുഷ്ട" രാജ്യങ്ങളുടെ കൂട്ടത്തിലാണ് സിറിയയെ പട്ടികപ്പെടുത്തിയിരിക്കുന്നത്. ബഷാർ അൽ അസദിന്റെ നേതൃത്വത്തിലുള്ള സിറിയൻ ഗവൺമെന്റ് നിയമവിരുദ്ധമാണെന്നാണ് അമേരിക്ക മുദ്രകുത്തുന്നത്. എന്നാൽ അമേരിക്കൻ സെനറ്റർ ജോൺ മക്കെയ്ൻ ഈ നീക്കങ്ങൾക്കു പിന്നിലെ യഥാർത്ഥ ലക്ഷ്യം എന്തെന്ന് വെളിപ്പെടുത്തി. മക്കെയ്ൻ പ്രസ്താവിച്ചു, "അസദ് ഭരണം അവസാനിക്കുന്നതുവരെ ഹിസ്ബുള്ളയുടെ ജീവിതം ഇറാനുമായി മാത്രം ഒതുങ്ങും; അങ്ങനെ ഇസ്രയേലിനു ദീർഘകാലമായുള്ള ഒരു ഭീഷണിയെ ഇല്ലാതാക്കാനാകും. ലബനന്റെ പരമാധികാരവും സ്വാതന്ത്ര്യവും ഇല്ലാതാക്കാം. ഇറാൻ ഭരണത്തിനുമേൽ തന്ത്രപരമായൊരു പരാജയം ഏല്പിക്കുകയും ചെയ്യാം. മികച്ച നിലയിലുള്ള ഒരു ഭൗമരാഷ്ട്രീയ വിജയമായിരിക്കും ഇത്." യു എൻ പൊതുസഭ മഹാഭൂരിപക്ഷത്തോടെ ഇരുപത് പ്രമേയങ്ങൾ പാസാക്കിയിട്ടും ലാറ്റിനമേരിക്കയിൽ ക്യൂബക്കെതിരായ ഉപരോധം അമേരിക്ക ഇപ്പോഴും തുടരുകയാണ്. അതേസമയം, വെനസ്വേലക്കെതിരായി അമേരിക്ക സാമ്പത്തിക ഉപരോധം ഏർപ്പെടുത്തിയത് അടുത്തകാലത്ത് വെനസ്വേലയുടെ സാമ്പത്തിക തകർച്ചയ്ക്ക് കാരണമായി. മുൻഅമേരിക്കൻ വൈസ് പ്രസിഡന്റ് മൈക്ക് പെൻസ് വെനസ്വേലയിലെ തിരഞ്ഞെടുപ്പുകളെയും അവിടത്തെ ഗവൺമെന്റിനുള്ള ജനപിന്തുണയെയും നിരാകരിച്ചുകൊണ്ട്, സത്യത്തെ അല്പവും പരിഗണിക്കാതെ, അന്താരാഷ്ട്ര നിയമത്തെയാകെ ലംഘിച്ചുകൊണ്ട് വെനസ്വേലയ്ക്കുനേരെ അമേരിക്ക സാമ്പത്തിക ഉപരോധ ആക്രമണം തുടർന്നുകൊണ്ടുപോലും പ്രഖ്യാപിച്ചതിങ്ങനെയാണ്: "മദുറൊ ഗവൺമെന്റിന്റെ അധാർമ്മിക സംഘം ആ രാജ്യത്തിന്റെ സമ്പദ്ഘടനയെത്തന്നെ നശിപ്പിച്ചിരിക്കുകയാണ്... മദുറൊ വാഴ്ചയുടെ കുറ്റ

വാളിസംഘങ്ങളുടെ യഥാർത്ഥ വില അത് സമ്പദ്ഘടനയെയാകെ പിന്നോട്ടുപിടിച്ചുവെന്നതാണ്... ഇരുപത് ലക്ഷം ആളുകളാണ് രാഷ്ട്രീയ അടിച്ചമർത്തലിന്റെയും സ്വേച്ഛാധിപത്യത്തിന്റെയും ഫലമായി ആ രാജ്യം ഉപേക്ഷിച്ച് ഓടിയത്. ജനങ്ങൾ ദാരിദ്ര്യത്തിലും പട്ടിണിയിലും കഴിയേണ്ടതായി വരുന്ന സാഹചര്യത്തിനിടയാക്കിയെന്നതുമാണ്. വെനസ്വേലൻ ജനതയ്ക്ക് തങ്ങളുടെ സ്വാതന്ത്ര്യം പുനഃസ്ഥാപിക്കുന്നതിനായി സഹായം നല്കുന്ന നടപടികൾ അമേരിക്ക തുടരുകതന്നെ ചെയ്യും. ആ ജനത സ്വതന്ത്രരാകുകതന്നെ ചെയ്യും."

അമേരിക്ക ഇപ്പോൾ ചൈനയ്ക്കു നേരെ ശീതയുദ്ധ കാലത്തെ നയങ്ങൾ നടപ്പാക്കുകയാണ്– മുൻപ് സോവിയറ്റ് യൂണിയനെതിരെ പ്രയോഗിച്ച അതേ നയങ്ങൾ. "തികച്ചും വ്യത്യസ്തങ്ങളായ സംസ്കാരവും പ്രത്യയശാസ്ത്രവുമായുള്ള പോരാട്ടം" എന്ന നിലയിലാണ് ചൈനയുമായുള്ള അമേരിക്കയുടെ ബന്ധം വഷളായതിനെക്കുറിച്ച് അമേരിക്കൻ സ്റ്റേറ്റ് ഡിപ്പാർട്ടുമെന്റിലെ പോളിസി പ്ലാനിങ് ഡയറക്ടർ കിറോൺ സ്കിന്നർ വിവരിക്കുന്നത്. മുതലാളിത്ത വ്യവസ്ഥയെക്കാൾ വളരെയേറെ മേന്മയുള്ളതാണ് സോഷ്യലിസ്റ്റ് വ്യവസ്ഥ എന്ന് അമേരിക്കൻ ഭരണവർഗ്ഗത്തിന് നന്നായി അറിയാവുന്നതാണ്. മുൻപ് സോവിയറ്റ് യൂണിയനെയും ഇപ്പോൾ ചൈനയെയും പോലെയുള്ള വലിയ സോഷ്യലിസ്റ്റ് രാജ്യങ്ങൾ സമാധാനപരമായ മത്സരത്തിലൂടെ സമ്പന്നവും ശക്തവുമായി മാറിയപ്പോൾ ഏകധ്രുവലോകത്തിനായി ആഗ്രഹിക്കുന്ന അമേരിക്കയുടെ അധീശാധിപത്യപരമായ ലക്ഷ്യങ്ങളുമായി ഏറ്റുമുട്ടേണ്ടതായി വരുന്നത് അനിവാര്യമാണ്. കാലഹരണപ്പെട്ട സാമ്രാജ്യത്വ സാമ്പത്തിക രാഷ്ട്രീയ ക്രമത്തിൽ വിപുലമായ പരിഷ്കാരങ്ങൾ കൊണ്ടുവരുന്നതിനുള്ള ഏതൊരു ശ്രമവും അമേരിക്കൻ ആധിപത്യത്തിനു നേരെയുള്ള ഒരു ഭീഷണിയായാണ് കാണപ്പെടുന്നത്. തത്ഫലമായി, അമേരിക്ക "ബന്ധപ്പെടലും ഉപരോധവും," "ഇടപെടലും കടന്നാക്രമണവും" എന്നിങ്ങനെയുള്ള ഇരട്ടതന്ത്രം സ്വീകരിച്ചു; "സമാധാനപരമായ വികാസം" എന്ന പേരിലാണ് അമേരിക്ക ഇവയെല്ലാം നടപ്പാക്കുന്നത്. യഥാർത്ഥത്തിൽ അമേരിക്കയിലെ ഇപ്പറയുന്ന ജനാധിപത്യ രാഷ്ട്രീയം, വെറും മിഥ്യയല്ലാതെ മറ്റൊന്നുമല്ല. ഒന്നാമതായി, അമേരിക്കയിലെ തിരഞ്ഞെടുപ്പ് പ്രക്രിയ കുത്തക ബൂർഷ്വാസിയുടേതായ ഇരുപാർട്ടികൾ തമ്മിലുള്ള രാഷ്ട്രീയ പോരാട്ടമായി അധികമധികം മാറിക്കഴിഞ്ഞു. കുത്തക ബൂർഷ്വാസിയുടേതായ വ്യത്യസ്ത കക്ഷികൾ തിരഞ്ഞെടുപ്പ് ക്യാംപയ്ൻ നടത്തിയപ്പോൾ, അവർ യഥാർത്ഥ പ്രശ്നത്തെ മറച്ചുപിടിച്ചുകൊണ്ട് എതിരാളികളുടെ നേർക്ക് കിംവദന്തികളും വ്യക്തിപരമായ ആക്രമണങ്ങളും അപഖ്യാതികളും അഴിച്ചുവിടാനാണ് ശ്രമിച്ചത്. രണ്ടാമതായി, അമേരിക്കയിലുണ്ടെന്നു പറയപ്പെടുന്ന ഈ ജനാധിപത്യ രാഷ്ട്രീയം കേവലം പുറംപൂച്ചുമാത്രമായതും നടപടിക്രമങ്ങളിൽ ഒതുങ്ങുന്നതുമായ ജനാധിപത്യമല്ലാതെ മറ്റൊന്നുമല്ല. ഔപ

ചാരികമായ വോട്ടെടുപ്പ് സമ്പ്രദായം തന്നെ പണരാഷ്ട്രീയവും കുടുംബ രാഷ്ട്രീയവും പ്രഭുരക്ഷ രാഷ്ട്രീയവും മറ്റുമെല്ലാമായി ചുരുക്കപ്പെട്ടിരിക്കു കയാണ്– അതായത്, അനുപേക്ഷണീയമായും അത് ജനാധിപത്യവിരു ദ്ധമായ "കുത്തകമൂലധനത്തിന്റെ സ്വേച്ഛാധിപത്യം" അഥവാ ചുരുക്കം ചിലർക്കായുള്ള ജനാധിപത്യം മാത്രമായിരിക്കും എന്നാണ്.

## സാംസ്കാരികമായ അധീശാധിപത്യവും കാപട്യവും

"അധീശാധിപത്യം നിലനിർത്തുന്നതിന്, ലോകത്തിന്റെയാകെ സംസ്കാരങ്ങളുടെ 'മാതൃക'യായി അമേരിക്കൻ സംസ്കാരത്തെ ശക്തി പ്പെടുത്തുകയെന്നത് ഒരു തന്ത്രമെന്ന നിലയിൽത്തന്നെ നടപ്പാക്കപ്പെടേ ണ്ടതാണ്" എന്നാണ് മുൻ അമേരിക്കൻ ദേശീയ സുരക്ഷ ഉപദേഷ്ടാവ് ബ്രെസിൻസ്കി വിശ്വസിക്കുന്നത്. അമേരിക്കയുടെ സാംസ്കാരികാധീ ശാധിപത്യം പ്രധാനമായും പ്രകടമാക്കപ്പെടുന്നത് മാധ്യമ ഔട്ട്ലെറ്റു കൾക്കും വിദ്യാഭ്യാസത്തിനുംമേലുള്ള അവരുടെ നിയന്ത്രണത്തിലൂടെ യാണ്. നാട്ടിലും മറുനാട്ടിലും തങ്ങളുടെ കലയെയും സാഹിത്യത്തെയും സംബന്ധിച്ച്, തങ്ങളുടെ ലിബറൽ കലയും സർവ്വകലാശാല ഗവേഷ ണങ്ങളും സംബന്ധിച്ച്, തങ്ങളുടെ മൂല്യങ്ങളെക്കുറിച്ച്, നടത്തുന്ന പ്രചാ രണങ്ങളിലൂടെയുമാണ്. അമേരിക്ക ചലച്ചിത്രങ്ങളും സംഗീതവും സാഹി ത്യവുമെല്ലാം ലോകത്താകെ കയറ്റി അയക്കുന്നു. ലോകത്തെ ടെലിവി ഷൻ പരിപാടികളുടെ 75 ശതമാനത്തെയും നിയന്ത്രിക്കുന്നത് അമേരിക്ക; വാർണർ മീഡിയ, യൂണിവേഴ്സൽ പിക്ചേഴ്സ്, പാരമൗണ്ട് പിക്ചേഴ്സ്, കൊളംബിയ പിക്ചേഴ്സ് തുടങ്ങിയ അതിശക്തമായ ചലച്ചിത്ര – ടെലി വിഷൻ കമ്പനികളുടെയാകെ ഉടമസ്ഥാവകാശം അമേരിക്കയ്ക്കാണ്; ഈ കമ്പനികൾ ഓരോ വർഷവും ശതകോടിക്കണക്കിന് ഡോളറിന്റെ നിക്ഷേപം വേണ്ടിവരുന്ന ഡസൻ കണക്കിന് വൻബജറ്റ് സിനിമകൾ നിർമ്മിക്കുന്നുണ്ട്. അമേരിക്കൻ മുഖ്യധാരാ മാധ്യമങ്ങൾ നടത്തുന്ന ഗവേ ഷണവും റിപ്പോർട്ടിങ്ങും ലോകപൊതുജനാഭിപ്രായത്തെ രൂപപ്പെടുത്തു ന്നതിൽ ഫലപ്രദമായ ആധിപത്യം വഹിക്കുന്നുണ്ട്. ലിബറൽ കാലത്ത് കലാരംഗത്തും അക്കാദമിക രംഗത്തും സംവാദങ്ങൾക്ക് രൂപംനല്കുന്ന ആധികാരിക ജേർണലുകളെ നിയന്ത്രിക്കുന്നതും അമേരിക്കതന്നെയാണ്; വരേണ്യവർഗ്ഗ വിദ്യാഭ്യാസത്തിന്റെ മാനദണ്ഡങ്ങൾ നിശ്ചയിക്കുന്നതും അമേരിക്ക തന്നെയാണ്. ഉദാഹരണമായി 2020 ക്യു എസ് ലോക സർവ്വ കലാശാല റാങ്കിങ് തന്നെ നോക്കാം. ഈ റാങ്കിങ്ങിൽ ഏറ്റവും ഉയർന്ന സ്ഥാനങ്ങളെല്ലാം അമേരിക്കൻ സർവ്വകലാശാലകൾ തന്നെയെടുത്തു; തെറ്റിദ്ധാരണാജനകമായ പാശ്ചാത്യ "സാർവ്വത്രിക മൂല്യങ്ങളും" പാശ്ചാത്യ ഭരണഘടനാപരമായ കാഴ്ചപ്പാടുകളും നവലിബറൽ സാമ്പ ത്തിക സങ്കല്പനങ്ങളും ലോകത്തുടനീളം പ്രചരിപ്പിക്കുന്നതിനുള്ള ശക്ത മായ ഉപകരണമാണ് ഈ സാഹചര്യം പ്രദാനം ചെയ്യുന്നത്. അമേരി

ക്കൻ ലിബറൽ കലാസ്ഥാപനങ്ങളുടെ അടിസ്ഥാനപരമായ കാഴ്ചപ്പാടുകൾ സ്വദേശത്തും വിദേശത്തുമുള്ള വരേണ്യ വിഭാഗങ്ങൾക്കും ബഹുജനങ്ങൾക്കുംമേൽ ദൃഢമായ സ്വാധീനമാണ് ചെലുത്തുന്നത്. ഉദാഹരണത്തിന്, അമേരിക്ക സാഹിത്യ കലാരൂപങ്ങളിലെ അതിഭാവുകത്വവും അസഭ്യതയും നിറഞ്ഞ വഷളൻ സൃഷ്ടികളെ ഓസ്ക്കാറോ നൊബേലോ സമ്മാനങ്ങൾക്കർഹമായ മഹത്തായ സാംസ്കാരിക സംഭാവനകൾ എന്ന നിലയിൽ ശ്ലാഘിക്കുകയാണ്.

നവക്ലാസിക്കൽ സാമ്പത്തികശാസ്ത്രമാണ് (നവലിബറലിസത്തിന്റെ രൂപത്തിലുള്ള അതിന്റെ തനിപ്പകർപ്പുമാണ്) സാമ്പത്തിക പ്രതിസന്ധികളുടെ ഒരു പരമ്പരയ്ക്കും ധനികരും ദരിദ്രരും തമ്മിലുള്ള ധ്രുവീകരണം വർദ്ധിച്ചതിനും ഉത്തരവാദികൾ. എന്നിരുന്നാലും വികസനത്തെ പ്രോത്സാഹിപ്പിക്കുന്നതും ജനക്ഷേമം മെച്ചപ്പെടുത്തുന്നതും ആൽഫ്രഡ് നൊബേലിന്റെ സ്മരണാർത്ഥമുള്ള സാമ്പത്തികശാസ്ത്രത്തിലെ സ്വെറിജസ് റിക്സ്ബാങ്ക് പ്രൈസിന് അർഹതയുള്ളതായും അത് വാഴ്ത്തപ്പെടുകയാണ്. അമേരിക്കയിൽ കുത്തക മൂലധനത്തിന്റെ സാഹിത്യപരവും കലാപരവും ലിബറലുമായ കലാപ്രമാണങ്ങളുമായി പൊരുത്തപ്പെടാത്ത സൃഷ്ടികൾ ഔദ്യോഗികമായി കരുതപ്പെടുന്ന മാധ്യമങ്ങളിലൂടെ പ്രചാരണം ലഭിക്കാൻ പ്രയാസമാണ്; യഥാർത്ഥ പ്രതിഭയുള്ള എഴുത്തുകാരും കലാകാരന്മാരും കലാകാരികളും ഒഴിവാക്കപ്പെടുകയോ അടിച്ചമർത്തപ്പെടുകയോ കബളിപ്പിക്കപ്പെടുകയോ ആണ്. സൈബർ ഇടത്തിലെ ആഗോളരംഗത്തും അമേരിക്ക തികച്ചും ആധിപത്യം പുലർത്തുകയാണ്. ആകെയുള്ള പതിമൂന്ന് റൂട്ട് ഡൊമെയ്ൻ നെയിം സിസ്റ്റം സെർവറുകളിൽ ഒമ്പതെണ്ണം അമേരിക്കൻ കോർപ്പറേഷനുകളോ യൂണിവേഴ്സിറ്റികളോ ഗവൺമെന്റ് ഡിപ്പാർട്ടുമെന്റുകളോ നേരിട്ട് നിയന്ത്രിക്കുന്നവയാണ്; അതേസമയം മറ്റൊരെണ്ണം അമേരിക്കയിലെ ലാഭേതരമായ ഒരു സംഘടനയുടെ നേരിട്ടുള്ള നിയന്ത്രണത്തിലുമാണ്. ഈ റൂട്ട് ഡൊമെയ്ൻ നെയിം സിസ്റ്റം സെർവർ ഉപയോഗിച്ച്, അമേരിക്കയ്ക്ക് ആഗോള ധൈഷണികതയെ അനായാസം കവർന്നെടുക്കാൻ കഴിയും; നെറ്റ്വർക്ക് മോണിറ്ററിങ്ങിനും സൈബർ ആക്രമണങ്ങൾ നടത്താനും കഴിയും. എഡ്വേർഡ് സ്നോഡൻ വെളിപ്പെടുത്തിയതുപോലെ പ്രിസം (PRISM) എന്ന സർവെയ്ലൻസ് പ്രോഗ്രാം തെളിയിച്ചത് ആഗോളാടിസ്ഥാനത്തിൽത്തന്നെ എല്ലാ നെറ്റ്വർക്കുകളുടെയും ഹാർഡ് വെയറിലും സോഫ്ട്വെയറിലും സമ്പൂർണ്ണ നിയന്ത്രണമുണ്ടെന്നാണ്; ലോകത്തെ ഒന്നടങ്കം മോണിറ്റർ ചെയ്യാനും ഏതൊരു രാജ്യത്തെയും ആഞ്ഞടിക്കാനും നന്നായി കഴിയും. അവസാനമായി ഫൈവ് ഐസ് (അഞ്ച് കണ്ണുകൾ – അമേരിക്ക, ബ്രിട്ടൻ, കാനഡ, ആസ്ട്രേലിയ, ന്യൂസിലാൻഡ്) എന്നറിയപ്പെടുന്ന ഇന്റലിജൻസ് സഖ്യത്തെ നിയന്ത്രിക്കുന്നതും അമേരിക്കയാണ്; അതിലൂടെയാണ് അമേരിക്ക വൻതോതിലുള്ള മോണിറ്ററിങ് പ്രവർത്തനങ്ങൾ നട

ത്തുന്നതും ആഭ്യന്തരമായും അന്താരാഷ്ട്രതലത്തിലും സൈബർ അധീശാധിപത്യം നടപ്പാക്കുന്നതും.

അമേരിക്കയുടെ സാംസ്കാരിക അധീശാധിപത്യവും ലിബറൽ കലാ അക്കാദമിക രംഗത്ത് അതിനുള്ള നിയന്ത്രണവും ഈ നേട്ടങ്ങൾ വ്യക്തമാക്കുന്ന കാപട്യം നിറഞ്ഞ ഉപയോഗവും പ്രത്യയശാസ്ത്രത്തിന്റെയും മൂല്യങ്ങളുടെയും പ്രശ്നങ്ങളിൽ അമേരിക്ക കൈക്കൊള്ളുന്ന നിലപാടുകളിൽ പ്രത്യക്ഷപ്പെടുന്നു. ഈ നിലപാടുകളെല്ലാം എക്കാലവും സോഷ്യലിസത്തോടും കമ്യൂണിസത്തോടും ശത്രുത പുലർത്തുന്നതാണ്; സോഷ്യലിസ്റ്റ് രാജ്യങ്ങളുടെ വികാസത്തെ പരിമിതപ്പെടുത്തുന്നതുമാണ്. മുൻപ് സോവിയറ്റുയൂണിയനുമേൽ ചെളി തെറുപ്പിക്കാനാണ് അമേരിക്കയുടെ നീക്കങ്ങളാകെ ഉഴിഞ്ഞുവയ്ക്കപ്പെട്ടിരുന്നത്; എന്നാൽ ഇപ്പോൾ അവരുടെ ആക്രമണത്തിന്റെ മുഖ്യലക്ഷ്യം ചൈനയാണ്. 1990 മെയ് ആദ്യം നിക്സൺ ഇങ്ങനെ തുറന്നുപറഞ്ഞു: “ചൈനയുമായുള്ള ബന്ധം വീണ്ടെടുക്കുമ്പോൾ സോഷ്യലിസം കൈവെടിയാൻ നാം അവർക്കുമേൽ നിരന്തരം സമ്മർദ്ദം ചെലുത്തിക്കൊണ്ടിരിക്കണമെന്നത് വളരെ പ്രധാനപ്പെട്ട കാര്യമാണ്. കാരണം ഈ ബന്ധത്തെ നാം ഉപയോഗിക്കുന്നത് ചൈനയുടെ നയങ്ങളെ മയപ്പെടുത്താനാണ്. ഈ നിർണ്ണായകമായ കാര്യത്തിൽ നാം ഉറച്ചുനില്ക്കണം.” അമേരിക്കയിലെ പ്യൂ റിസർച്ച് സെന്റർ നടത്തിയ ഗവേഷണമനുസരിച്ച് (നിശ്ചയമായും ഈ സംഘടനയും അമേരിക്കയുടെ സാംസ്കാരികാധീശാധിപത്യത്തിന്റെയും കാപട്യത്തിന്റെയും സ്വാധീനവലയത്തിലാണ്) ചൈനീസ് കോളേജുകളിലെയും സർവ്വകലാശാലകളിലെയും ഗ്രാജ്വേറ്റുകളിൽ 75 ശതമാനവും അമേരിക്കൻ സംസ്കാരത്തെ സ്നേഹിക്കുന്നവരാണ്. അമേരിക്കയിൽ നിന്ന് പഠിച്ചുവന്ന മിക്കവാറും ചൈനീസ് ലിബറൽ കലാ പണ്ഡിതർ അവിടത്തെ സ്ഥാപനപരവും അക്കാദമികവുമായ മൗലികസിദ്ധാന്തങ്ങളെ അനുകൂലിക്കുന്നവരാണെന്നത് വസ്തുതയാണ്. വ്യത്യസ്തമായ അളവിൽ അവർ അമേരിക്കയെ വാഴ്ത്തുകയും പുകഴ്ത്തുകയും ഭയക്കുകയും ചെയ്യുന്നു. ഇത് മാർക്സിസ്റ്റ് സംസ്കാരത്തിലും സോഷ്യലിസ്റ്റ് സംസ്കാരത്തിലും മാത്രമല്ല ചൈനയുടെ സ്വന്തം സമ്പന്നമായ പരമ്പരാഗത സംസ്കാരത്തിലുമുള്ള ചൈനീസ് പൗരരുടെ ആത്മവിശ്വാസത്തെ ഗുരുതരമായ വിധം ബാധിക്കുകയാണ്; എത്രയും വേഗം ഇതിനെ ഇല്ലാതാക്കേണ്ടത് അനിവാര്യമാണ്.

## സൈനിക അധീശാധിപത്യവും കാപട്യവും

സോവിയറ്റ് യൂണിയന്റെ ശിഥിലീകരണത്തെതുടർന്ന് അമേരിക്കയുടെ ധാർഷ്ട്യം വർദ്ധിച്ചുകൊണ്ടിരിക്കുകയാണ്; അന്താരാഷ്ട്ര ബന്ധങ്ങളുടെ പ്രശ്നങ്ങൾ കൈകാര്യം ചെയ്യുന്നതിൽ സൈനിക ശക്തിയെയോ ഭീഷണി പ്രയോഗത്തെയോ ആശ്രയിക്കാനുള്ള നീക്കത്തിലാണ് അവർ.

1999 ൽ അമേരിക്കൻ നേതൃത്വത്തിൽ നാറ്റോ സേന ഫെഡറൽ റിപ്പബ്ലിക് ഓഫ് യൂഗോസ്ലാവിയയെ ബോംബിട്ടു തകർത്തു; "പരമാധികാരത്തിലുപരി മനുഷ്യാവകാശം" എന്ന ഫോർമുലയാണ് അതിനായി മുന്നോട്ടുവെച്ചത്. 2003 ൽ മറ്റു രാജ്യങ്ങളിൽ നിന്ന് ശക്തമായ എതിർപ്പുണ്ടായിട്ടും ഇറാഖെന്ന പരമാധികാര രാഷ്ട്രത്തെ അമേരിക്ക ആക്രമിച്ചു. ഇറാഖ് ആക്രമണത്തിന് യു എൻ സെക്യൂരിറ്റി കൗൺസിലിന്റെ അംഗീകാരം ഉണ്ടായിരുന്നില്ല; സൈനിക ഇടപെടലുകൾക്ക് വാഷിങ്ടൺ നിയമപരമായ യാതൊരു അടിസ്ഥാനവും നോക്കാറില്ല. ഇറാഖ് കൂട്ട നശീകരണത്തിനായുള്ള രാസായുധങ്ങൾ കൂട്ടി വച്ചിരിക്കുകയാണെന്ന് അമേരിക്ക തെറ്റായ അവകാശവാദമുന്നയിച്ചു. എന്നാൽ ഇറാഖ് അധിനിവേശത്തെതുടർന്ന് കൂട്ടനശീകരണത്തിനായുള്ള രാസായുധങ്ങളൊന്നും ഇറാഖ് ഉല്പാദിപ്പിക്കുന്നതായി തെളിയിക്കാൻ അമേരിക്കയ്ക്ക് കഴിഞ്ഞില്ല. സൈനിക ഇടപെടലിലൂടെ ഇറാഖിലെ എണ്ണവിഭവങ്ങൾ നിയന്ത്രിക്കുന്നതിനായിരുന്നു അമേരിക്ക അങ്ങനെയൊരു നുണകെട്ടിച്ചമച്ചത്.

തങ്ങളുടെ സ്വന്തം താല്പര്യങ്ങൾക്കാണ് പ്രഥമ പരിഗണന നല്കുന്നതെന്നും തങ്ങളുടെ സൈനിക മുന്നേറ്റങ്ങൾ വെല്ലുവിളിക്കപ്പെടാൻ പാടില്ലെന്നും അമേരിക്ക നിരന്തരം ആവർത്തിച്ചുറപ്പിക്കുന്നു. ആപേക്ഷികാടിസ്ഥാനത്തിൽ അമേരിക്കയുടെ സാമ്പത്തികമായ കരുത്ത് ഇടിഞ്ഞിട്ടുണ്ടെങ്കിലും ഇപ്പോഴും അവർ തങ്ങളുടെ ആയുധപ്പുര വിപുലപ്പെടുത്തിക്കൊണ്ടിരിക്കുകയാണ്. ക്രമേണയായി പ്രതിരോധ ചെലവുകളും വർദ്ധിപ്പിച്ചുകൊണ്ടിരിക്കുകയാണ്. ശീതയുദ്ധം മുതൽ തന്നെ അമേരിക്ക യൂറോപ്പിലും മിഡിൽ ഈസ്റ്റിലും ഏഷ്യ പെസഫിക് മേഖലയിലും നിരവധി സൈനികഭീഷണികളും സൃഷ്ടിക്കുന്നത് തുടരുകയാണ്. തങ്ങളുടെ അധീശാധിപത്യപരമായ സ്ഥാനം സുദൃഢമാക്കുന്നതിന് അമേരിക്ക നാറ്റോയുടെ കിഴക്കോട്ടുള്ള വ്യാപനത്തിനായി വാദിക്കുകയും അതിനെ പ്രോത്സാഹിപ്പിക്കുകയുമാണ്; എല്ലാ മദ്ധ്യ യൂറോപ്യൻ രാജ്യങ്ങളെയും കിഴക്കൻ യൂറോപ്യൻ രാജ്യങ്ങളെയും നാറ്റോയുടെ സ്വാധീനമണ്ഡലത്തിൽ ഉൾപ്പെടുത്തുകയും അങ്ങനെ റഷ്യയുടെ തന്ത്രപരമായ ഇടത്തെ ഞെരുക്കുകയും ചെയ്യുകയെന്നതാണ് ഇതിന്റെ ലക്ഷ്യം. മിഡിൽ ഈസ്റ്റിൽ സിറിയയെയും ഇറാനെയും പോലെയുള്ള രാജ്യങ്ങളിലെ നിയമാനുസൃതഭരണങ്ങളെ സൈനികമാർഗ്ഗത്തിലൂടെ അട്ടിമറിക്കുകയും ഈ പ്രദേശത്ത് "നിറവിപ്ലവങ്ങൾക്ക് (Colour Revolution) പിന്തുണ നല്കുകയുമാണ് അമേരിക്കയുടെ ലക്ഷ്യം. സമീപകാലത്ത് ഏഷ്യയിൽ കൊറിയൻ ഉപദ്വീപിൽ സംഘർഷങ്ങൾ വർദ്ധിപ്പിക്കുകയാണ് വാഷിങ്ടൺ; ചൈനയെ തടസ്സപ്പെടുത്തുകയെന്ന ലക്ഷ്യത്തോടെ "ഇന്തൊ പെസഫിക് തന്ത്ര"വും നടപ്പാക്കപ്പെടുന്നു. അമേരിക്കയുടെ "ഇന്ത്യൻ തന്ത്രം" അവരുടെ സൈനിക സഖ്യകക്ഷികളുടെയും പങ്കാളികളുടെയും ഐഡന്റിറ്റി വെളിപ്പെടുത്താൻ ഉതകുന്നതാണ്. ജപ്പാൻ, ദക്ഷിണകൊറിയ, ആസ്ത്രേ

ലിയ, ഫിലിപ്പൈൻസ്, തായ്‌ലന്റ് എന്നിവ ഉൾപ്പെടുന്നതാണ് അമേരിക്കയുടെ സഖ്യകക്ഷികൾ; അമേരിക്ക അവകാശപ്പെടുന്ന "പങ്കാളികൾ" സിംഗപ്പൂർ, തായ്‌വാൻ (ചൈന), ന്യൂസിലന്റ്, മംഗോളിയ എന്നിവ ഉൾപ്പെടുന്നതാണ്; ഇന്ത്യ, ശ്രീലങ്ക, മാലദ്വീപ്, നേപ്പാൾ എന്നിങ്ങനെയുള്ള നിരവധി ദക്ഷിണേഷ്യൻ രാജ്യങ്ങളും വിയത്നാം, ഇന്തൊനേഷ്യ, മലേഷ്യ എന്നിങ്ങനെയുള്ള വിവിധ ദക്ഷിണപൂർവ്വേഷ്യൻ രാജ്യങ്ങളും ഇതിൽ ഉൾപ്പെടുന്നതായി അമേരിക്ക അവകാശപ്പെടുന്നു. ബ്രൂണൈ, ലാവോസ്, കമ്പോഡിയ എന്നീ രാജ്യങ്ങളുമായുള്ള തങ്ങളുടെ സഹകരണം കൂടുതൽ ശക്തിപ്പെടുത്തണമെന്നും അമേരിക്ക തുടർന്ന് നിർദ്ദേശിക്കുന്നു. അതിനും പുറമെ ബ്രിട്ടൺ, ഫ്രാൻസ്, കാനഡ തുടങ്ങിയ തങ്ങളുടെ പരമ്പരാഗത സഖ്യകക്ഷികളുമായി ഇന്തൊപെസഫിക് സ്വാതന്ത്ര്യവും തുറന്നിരിക്കലും എന്നറിയപ്പെടുന്നത് സംരക്ഷിക്കാൻ കൂട്ടായി പ്രവർത്തിക്കും.

ചൈനയുടെ ദേശീയ ശക്തിയിൽ വർദ്ധനവുണ്ടായതോടെ, നിരവധി അമേരിക്കൻ പണ്ഡിതർ തുസിഡിഡെസ് കെണിയിൽ അഭയം പ്രാപിക്കാനാണ് ശ്രമിക്കുന്നത്; ഈ വിശകലനത്തിൽനിന്നും ചൈന-അമേരിക്ക ബന്ധത്തിന് പുറത്തുകടക്കാൻ പ്രയാസമാണെന്നാണ് അവർ അവകാശപ്പെടുന്നത്. എന്നാൽ ചൈനീസ് പ്രസിഡന്റ് ഷി ജിൻപിങ് ചൂണ്ടിക്കാണിക്കുന്നതുപോലെ ഇപ്പോൾ തുസിഡിഡെസ് കെണിയൊന്നും നിലവിലില്ല എന്നതാണ് സത്യം. എന്നിരുന്നാലും അമേരിക്കയും സഖ്യകക്ഷികളും വൻശക്തികളെ ബന്ധപ്പെടുത്തി തന്ത്രപരമായി തെറ്റായ കണക്കുകൂട്ടലുകൾ ആവർത്തിച്ച് നടത്തുകയാണെന്നുണ്ടെങ്കിൽ ഇത്തരമൊരു കെണി സൃഷ്ടിക്കപ്പെടും. അമേരിക്കയുടെ സൈനികമായ അധീശാധിപത്യവും കാപട്യവുമാണ് വ്യാപകമായ അസ്ഥിരതയും സ്ഥിരമായുള്ള പ്രാദേശികയുദ്ധങ്ങളും യുദ്ധഭീഷണികളുടെ ഉയർന്നുവരവും ലോകത്തുടനീളം അഭയാർത്ഥി പ്രതിസന്ധികളും ഉണ്ടാകുന്നതിന്റെ മൂലകാരണമെന്ന് ആവർത്തിച്ചുറപ്പിക്കേണ്ടതുണ്ട്.

## നവസാമ്രാജ്യത്വം ഇത്തിൾക്കണ്ണി സ്വഭാവമുള്ളതും ജീർണ്ണിച്ചുകൊണ്ടിരിക്കുന്നതുമായ പില്ക്കാല സാമ്രാജ്യത്വമാണ്

ലെനിൻ പ്രസ്താവിച്ചതുപോലെ,

> ചുരുക്കം ചില രാജ്യങ്ങളിലായി പണമൂലധനത്തിന്റെ അളവറ്റ സഞ്ചയിക്കലാണ് സാമ്രാജ്യത്വം... ആയതിനാൽ ഒരു വർഗ്ഗത്തിന്റെ അഥവാ അതിലുപരി റെന്റിയേഴ്സിന്റെ (വാടക വാങ്ങി ജീവിക്കുന്നവർ) ഒരു തിരയുടെ അതായത് "കൂപ്പണുകൾ കീറി" ജീവിക്കുന്നവർ അഥവാ ഒരു സംരംഭത്തിലും പങ്കുവഹിക്കാത്തവർ, അലസത തൊഴിലായിട്ടുള്ളവർ - അസാധാരണമായ വളർച്ച

> സാമ്രാജ്യത്വത്തിന്റെ ഏറ്റവും അനുപേക്ഷണീയമായ സാമ്പത്തിക അടിത്തറകളിൽ ഒന്നായ മൂലധനത്തിന്റെ കയറ്റുമതി ഉല്പാദനത്തിൽനിന്നും റെന്റിയേഴ്സിനെ പിന്നെയും കൂടുതൽ സമ്പൂർണ്ണമായി ഒറ്റപ്പെടുത്തുന്നു; നിരവധി വിദേശ രാജ്യങ്ങളുടെയും കോളനികളുടെയും അദ്ധ്വാനത്തെ ചൂഷണം ചെയ്ത് ജീവിക്കുന്ന രാജ്യത്തിനുമേലാകെ ഇത്തിൾക്കണ്ണി സ്വഭാവത്തിന്റെ മുദ്രപതിപ്പിക്കുന്നു.

നവ സാമ്രാജ്യത്വത്തിന്റെ ഈ കാലത്ത് റെന്റിയേഴ്സിന്റെ എണ്ണം കുത്തനെ വർദ്ധിച്ചുകൊണ്ടിരിക്കുകയാണ്; റെന്റിയർ രാജ്യങ്ങളുടെ സ്വഭാവവും കൂടുതൽ സ്പഷ്ടമായി വരികയാണ്. വളരെക്കുറച്ച് മുതലാളിത്ത രാജ്യങ്ങളുടെ ഇത്തിൾക്കണ്ണി സ്വഭാവവും ജീർണ്ണതയും കൂടുതൽ വഷളായിരിക്കുകയാണ്; ചുവടെ ചേർക്കുന്ന കാര്യങ്ങളിൽ ഇത് സവിശേഷമായും കാണാവുന്നതാണ്.

ഒന്നാമത്, ലോകത്തിന്റെ സമ്പത്താകെ കൊള്ളയടിക്കുന്നതിന്, പ്രത്യേകിച്ച് വികസ്വര രാജ്യങ്ങളുടെ സമ്പത്താകെ കൊള്ളയടിക്കുന്നതിന്, അമേരിക്ക തങ്ങളുടെ സൈനികവും ബൗദ്ധിക സ്വത്തിലുള്ളതും രാഷ്ട്രീയവും സാംസ്കാരികവുമായ അധീശാധിപത്യത്തിനൊപ്പം അമേരിക്കൻ ഡോളറിനെയും പ്രയോഗിക്കുന്നു. ലോകത്തിലെ ഏറ്റവും വലിയ ഇത്തിൾക്കണ്ണി സ്വഭാവമുള്ളതും ജീർണ്ണത ബാധിച്ചതുമായ രാജ്യമാണ് അമേരിക്ക. ഇതിന്റെ ഉദാഹരണമെന്ന നിലയിൽ നമുക്ക് ചൈനയും അമേരിക്കയും തമ്മിലുള്ള വ്യാപാരത്തിന്റെ കാര്യംതന്നെയെടുക്കാം. കുറഞ്ഞ കൂലിക്ക് ലഭിക്കുന്ന തൊഴിലാളിയുടെ അദ്ധ്വാനവും ഭൂമിയും പാരിസ്ഥിതിക വിഭവങ്ങളുംകൊണ്ട് ഉല്പാദിപ്പിക്കപ്പെടുന്ന ചരക്കുകൾ അമേരിക്കയ്ക്കു വില്ക്കുകയാണ് ചൈന. ഈ ചരക്കുകൾ വാങ്ങുന്നതിന് അമേരിക്കയ്ക്ക് ഒന്നും ഉല്പാദിപ്പിക്കേണ്ടതായി വരുന്നില്ല; ബാങ്ക് നോട്ടുകൾ അച്ചടിച്ചിറക്കിയാൽ മാത്രം മതിയാകും. ഇങ്ങനെ സമ്പാദിക്കുന്ന പണം കൊണ്ട് ചൈനയ്ക്ക് അമേരിക്കൻ ട്രഷറി ബോണ്ടുകൾ പോലെയുള്ള സാങ്കല്പിക (virtual) ആസ്തികൾ വാങ്ങാനും, അമേരിക്കൻ ഉപഭോക്താക്കൾക്ക് കടംകൊടുക്കാനും പുറത്തേക്കുള്ള വ്യാപനത്തിനും വേണ്ട പണം നല്കാനും മാത്രമേ കഴിയൂ. അമേരിക്ക ചൈനയിലേക്ക് കയറ്റി അയയ്ക്കുന്നത് മൂല്യവർദ്ധന വരുത്താൻ കഴിയാത്ത കടപ്പത്രങ്ങളാണ്; എന്നാൽ അമേരിക്കയിലേക്ക് ചൈന കയറ്റി അയയ്ക്കുന്നതാകട്ടെ പ്രധാനമായും ഭൗതികമായ ചരക്കുകളും (Physical goods) അദ്ധ്വാന സേവനങ്ങളുമാണ്. ചൈനീസ് അക്കാദമി ഓഫ് സയൻസസിന്റെ ദേശീയ ആരോഗ്യ ഗവേഷണ ഗ്രൂപ്പ് പ്രസിദ്ധീകരിച്ച ദേശീയ ആരോഗ്യ റിപ്പോർട്ട് വെളിപ്പെടുത്തുന്നത്; അമേരിക്കൻ കറൻസിക്കുള്ള ഉന്നത സ്ഥാനംമൂലം ലോകത്തിലെ ഏറ്റവുമധികം അധീശാധിപത്യപരമായ ഡിവിഡന്റുക

ളോടു കൂടിയ രാജ്യമാണ് അമേരിക്ക; അതേസമയം ഹെജിമോണിക് ഡിവിഡന്റുകൾ ഏറ്റവുമധികം നഷ്ടപ്പെടുന്ന രാജ്യം ചൈനയാണ്. 2011 ൽ അമേരിക്കൻ ഹെജിമോണിക് ഡിവിഡന്റ് മൊത്തം 7,39,609 കോടി ഡോളറായിരുന്നു; ഇത് ആ രാജ്യത്തിന്റെ ജി ഡി പിയുടെ 52.38 ശതമാനമാണ്; ശരാശരി പ്രതിദിനം ലഭിക്കുന്ന ഹെജിമോണിക് ഡിവിഡന്റ് 2026.3 കോടി ഡോളർ വരും. അതേസമയം ചൈനയ്ക്ക് നഷ്ടപ്പെട്ട തുക മൊത്തം 3,66,340 കോടി ഡോളറാണ്. അദ്ധ്വാനസമയത്തിന്റെ അടിസ്ഥാനത്തിൽ ചൈനീസ് തൊഴിൽ സേനയുടെ തൊഴിൽ സമയത്തിന്റെ 60 ശതമാനത്തോളം അന്തർദ്ദേശീയ കുത്തക മൂലധനത്തെ സേവിക്കാനായി യാതൊരു പ്രതിഫലവും കൂടാതെ നല്കപ്പെട്ടുവെന്നർത്ഥം.

രണ്ടാമത്, സൈനികാവശ്യങ്ങൾക്കുള്ള ചെലവിടൽ വർദ്ധിച്ചിരിക്കുകയാണ്. അതുമൂലം അദ്ധ്വാനിക്കുന്ന ജനങ്ങൾക്കുമേലുള്ള ഭാരം വർദ്ധിച്ചിരിക്കുകയാണ്. നവസാമ്രാജ്യത്വം മിലിറ്ററിയുമായി ബന്ധപ്പെട്ട ശാസ്ത്ര -സാങ്കേതികവിദ്യാ ഗവേഷണം, അതിനൂതന ആയുധങ്ങളുടെ വികസനം, സൈനികോപകരണങ്ങളുടെ ഉല്പാദനം വികസിപ്പിക്കൽ തുടങ്ങിയ കാര്യങ്ങൾക്ക് മുൻഗണന നല്കുകയും അവയെ പ്രോത്സാഹിപ്പിക്കുകയും ചെയ്യുന്നു. 2016 ൽ 'പീപ്പിൾസ് ഡെയ്‌ലി' നിരീക്ഷിച്ചതുപോലെ, "കുത്തക മൂലധനത്തിന്റെ പിന്തുണയുള്ള മിലിറ്ററി ഇൻഡസ്ട്രിയൽ കോംപ്ലക്സും കൊളോണിയലിസത്തെ ആധാരമാക്കി രൂപീകൃതമായ സാംസ്കാരിക അധീശാധിപത്യവും തങ്ങളുടെ ഇച്ഛാനുസരണം മറ്റു രാജ്യങ്ങളിൽ ഇടപെടാൻ പാശ്ചാത്യ രാജ്യങ്ങളെ പ്രോത്സാഹിപ്പിച്ചു." "അങ്ങനെയാണ് നവസാമ്രാജ്യത്വം പ്രാദേശികമായ കുഴപ്പങ്ങളുടെയും അസ്ഥിരതകളുടെയുമെല്ലാം തുടക്കക്കാരായി മാറുന്നത്; യുദ്ധത്തിന്റെ എഞ്ചിനായി മാറുന്നത്. കഴിഞ്ഞ മുപ്പതു വർഷത്തിലേറെയായി അമേരിക്ക പതിമൂന്നു ആക്രമണങ്ങൾ അഴിച്ചുവിടാനായി 14.2 ലക്ഷം കോടി ഡോളർ ചെലവഴിച്ചിട്ടുണ്ട്. അതേസമയം പണമില്ലായ്മമൂലം മെഡിക്കൽ ഇൻഷുറൻസ് പോലെയുള്ള മേഖലകളിൽ അമേരിക്കൻ ജനതയുടെ ജീവിതസാഹചര്യങ്ങൾ മെച്ചപ്പെടുത്താൻ കഴിയാത്ത അവസ്ഥയുണ്ട്. ഭീമമായ സൈനികച്ചെലവുകൾ ആ രാജ്യത്തിനും അതിലെ ജനങ്ങൾക്കുംമേൽ കനത്ത ബാദ്ധ്യതയായിത്തീർന്നിരിക്കുകയാണ്. അതേസമയം ആയുധ വ്യവസായ രംഗത്തെ ഇത്തിൾക്കണ്ണികളായ കുത്തകകൾ അളവറ്റ ലാഭം കൊയ്തെടുക്കുകയാണ്. ബ്രിട്ടീഷ് ഇൻസ്റ്റിറ്റ്യൂട്ട് ഫോർ ഇന്റർനാഷണൽ സ്ട്രാറ്റജിക് സ്റ്റഡീസിന്റെ സ്ഥിതിവിവരക്കണക്കുകൾപ്രകാരം 2018 ൽ അമേരിക്കയിൽ ഔദ്യോഗിക സൈനിക ചെലവുകൾ 64,300 കോടി ഡോളറായിരുന്നത് 2019 ആയപ്പോൾ 75,000 കോടി ഡോളറായി വർദ്ധിച്ചു. ഇത് അമേരിക്കയ്ക്ക് തൊട്ടുതാഴെ നില്ക്കുന്ന ലോകത്തിലെ ഏറ്റവും വലിയ എട്ട് സൈനിക ശക്തികളുടെയാകെ ചെലവിന്റെ മൊത്തം തുകയെക്കാൾ അധികമാണ്. ഒന്നാം ശീത യുദ്ധം അവ

സാനിച്ചശേഷം അമേരിക്ക ആറ് പ്രധാന ആക്രമണങ്ങൾ നടത്തുകയോ പങ്കുവഹിക്കുകയോ ചെയ്തിട്ടുണ്ട്: ഗൾഫ് ആക്രമണം (1991), കൊസോവൊ ആക്രമണം (1999), അഫ്ഗാനിസ്ഥാൻ ആക്രമണം (2001), ഇറാഖ് ആക്രമണം (2003), ലിബിയ ആക്രമണം (2011), സിറിയൻ ആക്രമണം (2011). ആക്രമണങ്ങളോടുള്ള കുത്തക മുതലാളിത്തത്തിന്റെ ആസക്തി അതിന്റെ ഇത്തിൾക്കണ്ണി സ്വഭാവത്തിന്റെയും ജീർണ്ണതയുടെയും പ്രതിഫലനമാണ്. ഈ വ്യവസ്ഥിതിയുടെ ക്രൂരവും പ്രാകൃതവുമായ സ്വഭാവം സംസ്കാരത്തിനുതന്നെ എതിരായാണ് നീങ്ങുന്നത്; മാനവ സമൂഹത്തിന്റെയാകെ ഭാവിക്ക് വെല്ലുവിളി ആയിരിക്കുകയുമാണ്. നവസാമ്രാജ്യത്വമാണ് യുദ്ധത്തിന്റെ പ്രാഥമിക കാരണമെന്ന് ഇത് തെളിയിക്കുന്നു

മൂന്നാമത്, ഒരു ശതമാനത്തിനെതിരെ 99 ശതമാനം എന്ന ഫോർമുലേഷനിൽ പ്രതിഫലിക്കുന്നുപോലെ, സ്വത്തും വരുമാനവുമാകെ ധന ആസ്തികളുടെ ഉടമസ്ഥരായ പ്രത്യേക വർഗ്ഗത്തിന്റെ കൈകളിൽ കേന്ദ്രീകരിച്ചിരിക്കുകയാണ്. നവസാമ്രാജ്യത്വ ഘട്ടത്തിൽ ഉല്പാദനത്തിന്റെ സാമൂഹികവല്ക്കരണവും വിവരവല്ക്കരണവും അന്താരാഷ്ട്രവല്ക്കരണവും അഭൂതപൂർവ്വമായ തലങ്ങളിൽ എത്തിയിരിക്കുകയാണ്. സ്വത്ത് സൃഷ്ടിക്കാനുള്ള മനുഷ്യവംശത്തിന്റെ ശേഷി പഴയ സാമ്രാജ്യത്വകാല ഘട്ടത്തിലേതിനെക്കാൾ പലമടങ്ങ് വലുതാണ്. എന്നിരുന്നാലും മാനവരാശിയെ സംബന്ധിച്ചിടത്തോളം പൊതുനേട്ടമാകുമെന്ന് കരുതപ്പെടാവുന്ന ഉല്പാദനക്ഷമതയിലെ ഈ മുന്നേറ്റം പ്രധാനമായും നേട്ടമുണ്ടാക്കിയത് ധനമേഖലയിലെ പ്രമാണി വർഗ്ഗത്തിനാണ് (financial oligarchy) "ധനപരമായ കൗശലങ്ങളുടെ (Financial manipulation) അദൃശ്യശക്തികളിലേക്കാണ് ലാഭത്തിന്റെ വലിയൊരു പങ്കും പോകുന്നത്" എന്നാണ് ഒരു നിരീക്ഷകൻ ചൂണ്ടിക്കാണിച്ചത്. ഉദാഹരണത്തിന്, 2001 ൽ അമേരിക്കൻ ജനസംഖ്യയിലെ അതിസമ്പന്നരായ ഒരു ശതമാനം പേരുടെ കൈവശമുള്ള ധനപരമായ സ്വത്ത് (വസ്തു അവകാശങ്ങളൊഴികെ) പരമദരിദ്രരായ 80 ശതമാനം പേരുടെ കൈവശമുള്ളതിനെക്കാൾ നാലിരട്ടി അധികമാണ്. ഓഹരി കമ്പോളത്തിൽ ഒരു ശതമാനം പേരുടെ കൈവശമുള്ള 1.9 ലക്ഷം കോടി ഡോളറിന്റെ ആസ്തി അവശേഷിക്കുന്ന 99 ശതമാനം പേരുടെ കൈവശമുള്ള ഓഹരികളുടെ ഏകദേശം തുല്യമായിരിക്കും.

നാലാമത്, സാങ്കേതികവിദ്യയിലെ മാറ്റങ്ങളെ കുത്തക തടയുന്നു; അതിന്റെ പുരോഗതിയെ മന്ദഗതിയിലാക്കുന്നു. ധനകുത്തക മൂലധനത്തിന്റെ അത്യാർത്തിയും ഇത്തിൾക്കണ്ണി സ്വഭാവവും സാങ്കേതികവിദ്യാപരമായ മാറ്റങ്ങളോടുള്ള അതിന്റെ സമീപനത്തെ അനിശ്ചിതമാക്കുന്നു. കുത്തക മൂലധനം സാങ്കേതികവിദ്യയിലെ പുതുമകളെ ആശ്രയിക്കുന്നത് അതിന്റെ കുത്തക പദവി നിലനിർത്താനാണ്; എന്നാൽ ഈ പദവിയിൽ നിന്നും ലഭിക്കുന്ന വമ്പൻ ലാഭത്തിന്റെ അർത്ഥം പുതുമകളെ പ്രോത്സാ

ഹിപ്പിക്കുന്നതിൽ കുത്തക മൂലധനം ഒരുതരം മന്ദത പ്രകടിപ്പിക്കുന്നതായാണ്. മൊബൈൽ ഫോണുകളുടെ പല നൂതന ഫങ്ഷനുകളും വിജയകരമായി വികസിപ്പിക്കപ്പെട്ടത് ഒരേ വർഷമായിരുന്നെങ്കിൽ പോലും മൊബൈൽ ഫോണുകളുടെ കുത്തക ഉല്പാദകർ ഈ ഫങ്ഷനുകളെ നിരവധി വർഷങ്ങളായാണ് വിഭജിച്ച് അവതരിപ്പിക്കുകയും പ്രോത്സാഹിപ്പിക്കുകയും ചെയ്തത്. ഓരോ വർഷവും ഉയർന്ന കുത്തകലാഭം കോർപ്പറേഷനുകൾക്ക് ലഭിക്കാൻ സൗകര്യപ്പെടുന്നതിനായി ഉപഭോക്താക്കൾ പുതിയ ഫങ്ഷനുകളോടുകൂടിയ ഫോണുകൾ തുടർച്ചയായി വാങ്ങുമെന്ന് ഉറപ്പുവരുത്തുകയാണ് ഇതിന്റെ ലക്ഷ്യം.

അഞ്ചാമത്, ബഹുജന പ്രസ്ഥാനത്തിൽ ജീർണ്ണതയ്ക്ക് കാരണമാകുന്നതിനുള്ള കുത്തക മൂലധനത്തിന്റെയും അതിന്റെ ഏജന്റുമാരുടെയും പ്രവണത കൂടുതൽ ഗൗരവ സ്വഭാവമുള്ളതായി മാറുകയാണ്. ലെനിൻ ഇങ്ങനെ നിരീക്ഷിച്ചിരിക്കുന്നതു, "ഗ്രേറ്റ് ബ്രിട്ടനിൽ തൊഴിലാളികളെ ഭിന്നിപ്പിക്കുന്നതിനും അവർക്കിടയിൽ അവസരവാദത്തെ ശക്തിപ്പെടുത്തുന്നതിനും തൊഴിലാളി വർഗ്ഗപ്രസ്ഥാനത്തിൽ താല്ക്കാലികമായ ജീർണ്ണതയ്ക്കു കാരണമാകുന്നതിനുമുള്ള സാമ്രാജ്യത്വത്തിന്റെ പ്രവണത പത്തൊൻപതാം നൂറ്റാണ്ടിന്റെ അവസാനത്തിനും ഇരുപതാം നൂറ്റാണ്ടിന്റെ തുടക്കത്തിനും ഏറെ മുൻപുതന്നെ സ്വയം വെളിപ്പെടുത്തപ്പെട്ടിരുന്നു. സോവിയറ്റ് യൂണിയന്റെ തകർച്ചയും കിഴക്കൻ യൂറോപ്പിലെ വമ്പിച്ച മാറ്റങ്ങളും നല്കിയ ഒഴികഴിവ് ഉപയോഗിച്ച് തൊഴിലാളി യൂണിയനുകളെ ആക്രമിച്ചും ദുർബ്ബലപ്പെടുത്തിയും നവസാമ്രാജ്യത്വം തൊഴിലാളി വർഗ്ഗത്തെ ഭിന്നിപ്പിക്കുന്നു. വ്യക്തികളുടെ പിന്തുണ വാങ്ങുന്നതിനും തൊഴിലാളി വർഗ്ഗ പ്രസ്ഥാനത്തിനുള്ളിലും മറ്റുനിരവധി ബഹുജന പ്രസ്ഥാനങ്ങളിലും അവസരവാദികളെയും നവലിബറൽ ശക്തികളെയും പരിപാലിക്കുന്നതിനും നവസാമ്രാജ്യത്വം അതിന്റെ കുത്തക ലാഭത്തെ ഉപയോഗിക്കുന്നു. തൊഴിലാളി യൂണിയനുകളുടെയും മറ്റു പുരോഗമന പ്രസ്ഥാനങ്ങളുടെയും പ്രവർത്തനത്തിലും വലിപ്പത്തിലുമുള്ള മന്ദതയും ലോകസോഷ്യലിസ്റ്റ് പ്രസ്ഥാനത്തിന്റെ മെല്ലെയുള്ള വീഴ്ചയും നവസാമ്രാജ്യത്വശക്തികളെ ആരാധിക്കുന്നതിനുള്ള തൊഴിലാളികൾക്കിടയിലെ ഗുരുതരമായ പ്രവണതയും തൊഴിലാളികളെ അത് ഭീഷണിപ്പെടുത്തുന്ന പ്രവണതയും ഉൾപ്പെടെയുള്ളതാണ് ഇത്തരം തന്ത്രപരമായ നീക്കങ്ങളുടെ ഫലം.

## നവസാമ്രാജ്യത്വം പരിവർത്തന കാലത്തുള്ളതും മൃതപ്രായവുമായ പില്ക്കാല മുതലാളിത്തമാണ്

ഒരു നൂറ്റാണ്ടിലേറെ മുൻപുതന്നെ ലെനിൻ *സാമ്രാജ്യത്വം: മുതലാളിത്തത്തിന്റെ പരമോന്നത* എന്ന ഗ്രന്ഥത്തിൽ കുത്തക മുതലാളിത്തത്തിന്റെ പരിവർത്തന കാലത്തുള്ളതും മൃതപ്രായവുമായ പില്ക്കാല

മുതലാളിത്തത്തെക്കുറിച്ച് വെളിപ്പെടുത്തുന്നുണ്ട്. എന്നാൽ, സോഷ്യ ലിസം നിർമ്മിക്കപ്പെട്ട ചുരുക്കം ചില രാജ്യങ്ങളിലൊഴികെ മുതലാളിത്ത സമൂഹമാകെ നശിച്ചുപോയില്ല. വാസ്തവത്തിൽ അവ പലതലങ്ങളിൽ വികസനം കൈവരിച്ചു; ഇനിയും വികസിച്ചുകൊണ്ടിരിക്കും. ഇത് വളരെ പ്രധാനപ്പെട്ട ഒരു ചോദ്യം ഉയർത്തുന്നു: സമകാലിക മുതലാളിത്തത്തിന്റെ പരിവർത്തനകാല സ്വഭാവത്തെ അഥവാ തകരാനും നശിക്കാനുമുള്ള അതിന്റെ പ്രവണതയെക്കുറിച്ച് നാം എങ്ങനെ വിധിയെഴുതും? നാം ചരി ത്രപരമായ ഭൗതികവാദത്തിന്റെ രീതി ഉപയോഗിക്കുകയാണെങ്കിൽ രണ്ടു കാര്യങ്ങളെ അടിസ്ഥാനമാക്കി നവസാമ്രാജ്യത്വത്തിന്റെ പരിവർത്തന കാല സ്വഭാവത്തെ വിശേഷിപ്പിക്കാനാവും. ഒന്നാമത്, ലോകത്തിലെ മറ്റെ ല്ലാത്തിനെയുംപോലെ നവസാമ്രാജ്യത്വ വ്യവസ്ഥിതിയും നിരന്തരം മാറി ക്കൊണ്ടിരിക്കുകയാണ്. രണ്ടാമത്, വിവിധ രൂപങ്ങളിലുള്ള വിപ്ലവ സമ രങ്ങളിലൂടെ സോഷ്യലിസത്തിലേക്ക് നവസാമ്രാജ്യത്വത്തിന് ക്രമേണ പരിവർത്തനപ്പെടാൻ കഴിയുമെന്ന് വിശ്വസിക്കാൻ കാരണങ്ങളുണ്ട്.

നവസാമ്രാജ്യത്വത്തിന്റെ ഈ കാലത്ത് വികസിത മുതലാളിത്തരാ ജ്യങ്ങൾ പല പ്രധാനപ്പെട്ട സാങ്കേതികവിദ്യാപരവും സ്ഥാപനപരവുമായ പരിഷ്കാരങ്ങൾക്ക് വിധേയമായിട്ടുണ്ട്; അത് മുതലാളിത്തത്തിന്റെ ഒരു പരിധിവരെ കൂടുതൽ വികസനത്തിനുള്ള അടിത്തറ പ്രദാനം ചെയ്യു ന്നുണ്ട്. നവസാമ്രാജ്യത്വത്തിന്റെ തകർച്ചയിൽ കാലതാമസം വരുത്തി ക്കുന്നുമുണ്ട്. ഉയർന്ന വളർച്ചാനിരക്കും താഴ്ന്ന വളർച്ചാനിരക്കും ഒന്നിനു പിറകെ ഒന്നായി തുടർച്ചയായി വരുന്നുണ്ട്. ലെനിൻ സൂചിപ്പിച്ചതുപോ ലെയുള്ള ജീർണ്ണതയുടെ കാലഘട്ടത്തെ, വളരെയേറെ ദീർഘിപ്പിച്ചിട്ടു മുണ്ട്. തങ്ങളുടെ ഉല്പാദന ബന്ധങ്ങളിലും ഉപരിഘടനയിലും സ്ഥൂല സാമ്പത്തിക നിയന്ത്രണങ്ങളുടെ അളവും (degree of macro economic regulation) വരുമാന വിതരണം മെച്ചപ്പെടലും സാമൂഹിക സുരക്ഷ മെച്ച മാകലും മറ്റുമെല്ലാം ഉൾപ്പെടെ നിരവധി ക്രമീകരണങ്ങൾ മുതലാളിത്ത രാജ്യങ്ങൾ വരുത്തിയതുമൂലമാണിത്. പ്രത്യേകിച്ചും, വികസിത മുത ലാളിത്തരാജ്യങ്ങളെ സംബന്ധിച്ചിടത്തോളം സാമ്പത്തിക ആഗോളവല് ക്കരണത്തിന്റെ നേട്ടങ്ങൾ അതിന്റെ കോട്ടങ്ങളെക്കാൾ മുന്നിട്ടുനില്ക്കു ന്നുണ്ടെന്നതിൽ യാതൊരു സംശയവുമില്ല. സാമ്പത്തിക ആഗോളവല്ക്ക രണ പ്രക്രിയയ്ക്കുള്ളിൽ ശക്തരായ വികസിത മുതലാളിത്ത രാജ്യ ങ്ങൾക്ക് തികച്ചും ആധിപത്യപരമായ സ്ഥാനമുണ്ട്; അതുപയോഗിച്ചാണ് അവർക്ക് ലഭിക്കുന്ന നേട്ടങ്ങൾ പരമാവധിയാക്കാൻ അവർ അരങ്ങൊരു ക്കുന്നത്. എന്നിരുന്നാലും തങ്ങളുടെ കമ്പോളം വിപുലപ്പെടുത്തുന്നതി നായി ആഗോളവല്ക്കരണത്തെ വ്യാപിപ്പിക്കാനുള്ള അവരുടെ പൊതു വായ നീക്കം, ആഭ്യന്തര പ്രതിസന്ധികളോടുള്ള പ്രതികരണ പ്രക്രിയയെ താല്ക്കാലികമായി റദ്ദാക്കുന്ന ചില രാജ്യങ്ങളുണ്ടാകാനുള്ള സാദ്ധ്യത ഒഴിവാകുന്നില്ല; അഥവാ വാണിജ്യമത്സരത്തിലെ എതിരാളികളെ നശി

പ്പിക്കാനുള്ള ശ്രമത്തിന്റെ ഭാഗവുമാകാം ഇത്. 2019 ലെ ഒരു പഠനം ഇങ്ങനെ വ്യക്തമാക്കുന്നു: "ആഭ്യന്തര പ്രതിസന്ധിയുടെ വെളിച്ചത്തിൽ ആഗോളവല്ക്കരണത്തെ തിരിച്ചാക്കാനുള്ള പ്രവണതയെ കഴിഞ്ഞ രണ്ട് വർഷത്തിനിടയിൽ ട്രംപ് ഭരണം കൂടുതൽ വർദ്ധിപ്പിച്ചിരിക്കുകയാണ്. അത് 'അമേരിക്ക ആദ്യം' എന്ന തത്ത്വത്തെ അവലംബമാക്കുകയും അന്താരാഷ്ട്ര സാമ്പത്തിക-വ്യാപാര തർക്കങ്ങളെ പ്രകോപിപ്പിക്കുകയും ആഭ്യന്തര പ്രതിസന്ധിയെ മറ്റുള്ളവരിലേക്ക് മാറ്റാനും ഒഴിവാക്കാനുമാണ് ശ്രമിക്കുന്നത്." സംരക്ഷണവാദപരവും ആഗോളവല്ക്കരണ വിരുദ്ധവുമായ ഒരു കൂട്ടം നയങ്ങൾ അമേരിക്ക അംഗീകരിക്കുന്നതിന്റെ ലക്ഷ്യം ആഗോളവല്ക്കരണത്തിനുള്ളിൽ അത് നേരിടുന്ന ആഭ്യന്തര പ്രയാസങ്ങളെയും പ്രതിസന്ധികളെയും ഇല്ലാതാക്കലാണ്; ആ നിലയിൽ അതിന്റെ അധീശാധിപത്യപരമായ താല്പര്യങ്ങളുമായി മുന്നോട്ടു പോകുന്നതിനാണ്.

അതേസമയം, നവസാമ്രാജ്യത്വത്തിനും മുതലാളിത്തത്തിനും നിലനില്ക്കുന്നതും വരാനിരിക്കുന്ന കുറേക്കാലത്തേക്കുവേണ്ടിയുള്ള വികസനത്തിനുമായി മുന്നിലേക്ക് നോക്കാൻ കഴിയുമെന്ന വസ്തുതയും, ഈ സമൂഹങ്ങൾക്ക് പ്രാകൃതാവസ്ഥയിലേക്ക് അധഃപതിക്കാനാവില്ലെന്നിരിക്കെ കൂടുതൽ ഉയർന്ന ഒരു സാമൂഹിക വ്യവസ്ഥയിലേക്കുള്ള പരിവർത്തനം പ്രായോഗികമായി അനിവാര്യമാണെന്ന വസ്തുതയും തമ്മിൽ അനുപേക്ഷണീയമായ ഒരു സംഘർഷവുമില്ല. മുതലാളിത്തവും സാമ്രാജ്യത്വവും തകരുന്നത് സംബന്ധിച്ച് കൃത്യമായ ഒരു ടൈംടേബിളിന് രൂപം നല്കാൻ ക്ലാസിക് മാർക്സിസ്റ്റ് എഴുത്തുകാരൊന്നും തയ്യാറായിട്ടില്ല. ലെനിൻ നല്കുന്ന ശാസ്ത്രീയമായ തീർപ്പ് ഇങ്ങനെയാണ്: "സാമ്രാജ്യത്വം ജീർണ്ണിച്ചുകൊണ്ടിരിക്കുന്ന മുതലാളിത്തമാണ്; പക്ഷേ, അത് പൂർണ്ണമായും ജീർണ്ണിച്ചു കഴിഞ്ഞതല്ല; മരണാസന്നമായ മുതലാളിത്തമാണത്; പക്ഷേ, അത് മരിച്ചുകഴിഞ്ഞതല്ല." വളരെ നീണ്ടകാലഘട്ടം വരെ അതിന്റെ നിലനില്പ് നീട്ടിക്കൊണ്ടുപോകാൻ മരണാസന്നമായ മുതലാളിത്തത്തിന് സാദ്ധ്യതയുണ്ടെന്ന് ലെനിൻ മുൻകൂട്ടി കണ്ടു. മരണാസന്നമായ അവസ്ഥയിൽ പോലും മുതലാളിത്തത്തിൽ ചിലതരത്തിൽപ്പെട്ട വികസനം കാണാനാവുമെന്ന കാര്യം സമഗ്രമായ വിശകലനത്തിന്റെ അടിസ്ഥാനത്തിൽ നിഷേധിക്കാനാവാത്തതാണ്. സാമ്രാജ്യത്വത്തിന്റെ ജീർണ്ണതയെക്കുറിച്ച് ചർച്ച ചെയ്യുന്ന ലെനിൻ ഇങ്ങനെ പ്രസ്താവിച്ചു:

> ജീർണ്ണിക്കാനുള്ള ഈ പ്രവണത മുതലാളിത്തത്തിന്റെ അതിവേഗ വളർച്ചയെ തടസ്സപ്പെടുത്തുമെന്ന് കരുതുന്നത് പിശകായിരിക്കും. അതങ്ങനെയൊരു തടസ്സമാവില്ല.... മൊത്തത്തിൽ, മുൻപെന്നത്തെയുംകാൾ കൂടുതൽ വേഗതയിൽ മുതലാളിത്തം വളർന്നുകൊ

> ണ്ടിരിക്കുകയാണ്; എന്നാൽ ഈ വളർച്ച പൊതുവിൽ കൂടുതൽ കൂടുതൽ അസമമായി മാറിക്കൊണ്ടിരിക്കുന്നുവെന്നു മാത്രമല്ല, മറിച്ച്, ഈ അസമാവസ്ഥ മൂലധനത്താൽ അതിസമ്പന്നമായ രാജ്യങ്ങളുടെ (ഇംഗ്ലണ്ട്) ജീർണ്ണതയിൽ പ്രത്യേകിച്ചും സ്വയം പ്രകടമാക്കുകയും ചെയ്യുന്നു.

ജോൺ ബെല്ലമി ഫോസ്റ്റർ ഇങ്ങനെ തറപ്പിച്ച് പറയുന്നുണ്ട്: "മുതലാളിത്തം പരാജയപ്പെട്ട വ്യവസ്ഥയാണെന്ന് പറയുന്നതിന്റെ അർത്ഥം നിശ്ചയമായും അതിന്റെ ശിഥിലീകരണവും തകർച്ചയും ഉടൻ ഉണ്ടാകുമെന്നല്ല. എന്നാൽ, തുടക്കത്തിൽ ചരിത്രപരമായ ആവശ്യമുള്ളതും സൃഷ്ടിപരവുമായ ഒരു വ്യവസ്ഥിതി ആയിരുന്ന മുതലാളിത്തം ഇപ്പോൾ ചരിത്രപരമായി അനാവശ്യവും നശീകരണ സ്വഭാവമുള്ളതുമായി മാറിക്കൊണ്ടിരിക്കുന്നുവെന്നാണ് അർത്ഥം." മുതലാളിത്തത്തിന്റെ അടിസ്ഥാന വൈരുദ്ധ്യങ്ങൾ ഇപ്പോഴും നിലനില്ക്കുകയും വികസിക്കുന്നത് തുടരുകയും ചെയ്യുന്നു. അതേപോലെ മുതലാളിത്ത സഞ്ചയത്തിന്റെ നിയമം പത്തൊൻപതാം നൂറ്റാണ്ടിന്റെ ഒടുവിലും ഇരുപതാം നൂറ്റാണ്ടിന്റെ തുടക്കത്തിലുമായി കുത്തക മുതലാളിത്തം നിലവിൽവന്ന ഘട്ടത്തിൽ സാമ്രാജ്യത്വത്തിന്റെ അസമമായ സാമ്പത്തിക-രാഷ്ട്രീയ വികാസത്തിന്റെ നിയമം മുതലാളിത്തത്തിനെതിരായ വിപ്ലവം സാദ്ധ്യമാക്കി; തുടക്കത്തിൽ അത് ഒരുരാജ്യത്തോ നിരവധി രാജ്യങ്ങളിലോ വിജയിച്ചേക്കാം; പിന്നീട് ക്രമേണ ആഗോളാടിസ്ഥാനത്തിൽ വ്യാപിക്കും.

മുതലാളിത്തം അനിവാര്യമായും കാലഹരണപ്പെടുമെന്ന് *കമ്യൂണിസ്റ്റ് മാനിഫെസ്റ്റോയിൽ* പ്രസ്താവിക്കുകയും മുതലാളിത്ത സ്വകാര്യ ഉടമസ്ഥതയുടെ മരണമണിമുഴങ്ങാറായി എന്ന് *മൂലധന*ത്തിൽ പ്രഖ്യാപിക്കുകയും ചെയ്ത് ദശകങ്ങൾക്കുശേഷമാണ് ഒക്ടോബർ വിപ്ലവം സാറിസ്റ്റ് റഷ്യൻ സാമ്രാജ്യത്തിന്റെ പതനം സാദ്ധ്യമാക്കിയത്. പിന്നീട് ചൈനയിൽ മൗ സെ ദോങ്ങിന്റെ നേതൃത്വത്തിൽ കുമിന്താങ് ഭരണത്തിലായിരുന്ന അർദ്ധകൊളോണിയൽ അർദ്ധഫ്യൂഡൽ സമൂഹത്തിന് അറുതി വരുത്തി (രണ്ടാം ലോകയുദ്ധാനന്തരം ചൈന ഫ്യൂഡലും കോംപ്രദോറുമായ കുത്തക മുതലാളിത്തത്തെ പ്രതിനിധാനം ചെയ്തുവെന്നാണ് മൗ പ്രസ്താവിച്ചത്). മിഖായേൽ ഗോർബെച്ചേവിന്റെയും ബോറിസ് യെൽസിന്റെയും നേതൃത്വത്തിൽ സോവിയറ്റ് കമ്യൂണിസ്റ്റ് പാർട്ടി ബോധപൂർവ്വം മാർക്സിസം - ലെനിനിസത്തെ വഞ്ചിച്ചു; തൽഫലമായി ബെലാറസ് ഒഴികെ സോവിയറ്റ് യൂണിയനും കിഴക്കൻ യൂറോപ്യൻ സോഷ്യലിസ്റ്റ് രാജ്യങ്ങളും മുതലാളിത്തത്തിലേക്ക് പിന്മടങ്ങി. സോഷ്യലിസത്തിന്റെയും അതിന്റെ സാമ്പത്തിക വ്യവസ്ഥയുടെയും വികാസത്തിൽ അനുഭവിച്ച പൊതുവായ പ്രയാസങ്ങളും വളവുതിരിവുകളുമാണ് ഇത് പ്രകടമാക്കുന്നത്. എന്നാൽ ചരിത്രപരമായ പ്രക്രിയയുടെ സ്വഭാവത്തെയും പൊതുപ്രവണതയെയും മാറ്റാൻ അതിനു കഴിയില്ല.

മുഖ്യ അന്താരാഷ്ട്ര പിഴവുകൾ സംബന്ധിച്ച ചൈനയുടെ നിലപാട് വ്യക്തമാണ്. 1984 ഒക്ടോബറിൽ, ദെങ് സിയാവൊ പിങ് ഇങ്ങനെ പ്രസ്താവിച്ചു: “ലോകത്ത് വളരെ പ്രസിദ്ധമായ രണ്ട് പ്രമുഖ പ്രശ്നങ്ങളാണുള്ളത്. അതിൽ ഒന്ന് സമാധാനമെന്ന വിഷയമാണ്; മറ്റൊന്ന് തെക്ക് വടക്ക് പ്രശ്നമാണ്. മറ്റ് ഒട്ടേറെ പ്രശ്നങ്ങൾ വേറെയുമുണ്ട്; പക്ഷേ, അവയ്ക്ക് ഈ രണ്ടെണ്ണത്തെപ്പോലെ ആഗോള പ്രാധാന്യവും തന്ത്രപരമായ പ്രാധാന്യവുമില്ല;” 1990 മാർച്ചിൽ അദ്ദേഹം ആവർത്തിച്ച് വ്യക്തമാക്കി. “സമാധാനവും വികസനവും എന്ന രണ്ട് പ്രധാന പ്രശ്നങ്ങളെ സംബന്ധിച്ചിടത്തോളം സമാധാനത്തിന്റെ പ്രശ്നം പരിഹരിക്കപ്പെട്ടിട്ടില്ല; വികസന വിഷയം കൂടുതൽ ഗൗരവതരമായി മാറിയിരിക്കുകയുമാണ്.” ദെങ് തറപ്പിച്ച് പറഞ്ഞത്, “സമാധാനവും വികസനവും” ആണ് പരിഹരിക്കപ്പെടേണ്ട രണ്ട് മുഖ്യപ്രശ്നങ്ങളെന്നാണ്.

നവ സാമ്രാജ്യത്വത്തിന്റെ സ്വഭാവം സംബന്ധിച്ച വിശകലനത്തെ അടിസ്ഥാനമാക്കി എത്താൻ കഴിയുന്ന നിഗമനം, സ്വതന്ത്രമത്സര മുതലാളിത്തത്തിന്റെയും പൊതുവായ സ്വകാര്യ കുത്തകയുടെയും സ്റ്റേറ്റ് കുത്തകയുടെയും ദശകങ്ങളിലൂടെ കടന്ന് അന്താരാഷ്ട്ര കുത്തകയുടെ പുതിയ ഘട്ടത്തിൽ എത്തിയ മുതലാളിത്തത്തെയാണ് നവസാമ്രാജ്യത്വം പ്രതിനിധാനം ചെയ്യുന്നത് എന്നാണ്. അതിനുംപുറമെ, അന്താരാഷ്ട്ര കുത്തക മൂലധനത്തിന്റെ പുതിയ വികാസത്തെയാണ് നവസാമ്രാജ്യത്വം പ്രതിനിധാനം ചെയ്യുന്നത് എന്നതിനൊപ്പം ഇത് ഒരു ന്യൂനപക്ഷം വരുന്ന വികസിത രാജ്യങ്ങൾ ലോകത്തിനുമേൽ ആധിപത്യം സ്ഥാപിക്കുകയും സാമ്പത്തികവും രാഷ്ട്രീയവും സാംസ്കാരികവും സൈനികവുമായ അധീശാധിപത്യമെന്ന പുതിയ നയം നടപ്പാക്കുകയുമാണ്. നീതിയുടേതായ അന്താരാഷ്ട്ര ശക്തികളുടെയും അന്താരാഷ്ട്ര വർഗ്ഗ സമരത്തിലെ വളവുതിരിവുകളുടെ വികാസത്തിന്റെയും അടിസ്ഥാനത്തിൽ ഇപ്പോഴത്തെ സാഹചര്യത്തെ നാം പരിശോധിക്കുകയാണെങ്കിൽ, ഇരുപത്തിയൊന്നാം നൂറ്റാണ്ട് ലോകതൊഴിലാളിവർഗ്ഗത്തിനും ബഹുജനങ്ങൾക്കും മഹത്തായ വിപ്ലവങ്ങളുമായി മുന്നോട്ടുപോകാനും ലോക സമാധാനം സംരക്ഷിക്കാനും കഴിയുന്ന ഒരു പുതിയ കാലമാണെന്ന് കാണാം; ഈ പുതിയ കാലത്ത് സോഷ്യലിസ്റ്റ് രാജ്യങ്ങൾക്ക് നിർമ്മിതിയുടേതായ പുതിയ ധീര നടപടികളുമായി മുന്നോട്ടുപോകാനും പാരിസ്ഥിതിക സംസ്കാരത്തെ പ്രോത്സാഹിപ്പിക്കാനും കഴിയും; അതിൽ പുരോഗമന സ്വഭാവമുള്ള രാഷ്ട്രങ്ങൾക്ക് മാനവരാശിക്കായി പൊതുവായ നല്ല ഭാവിയോടുകൂടിയ ഒരു സമൂഹത്തെ കെട്ടിപ്പടുക്കുന്നതിനു വേണ്ടി ഒന്നിച്ചു പ്രവർത്തിക്കാനും കഴിയും; നവസാമ്രാജ്യത്വവും അന്താരാഷ്ട്രമുതലാളിത്തവും ക്രമേണ ആഗോള സോഷ്യലിസത്തിന് വഴിമാറുന്ന പുതിയൊരു ലോകമായിരിക്കുമത്.

# പ്രമാണി മേധാവിത്വം സൃഷ്ടിക്കൽ

## ഡി തോമസ് ഫ്രാങ്കോ

**ആ**യിരത്തിത്തൊള്ളായിരത്തി തൊണ്ണൂറ്റിരണ്ടിൽ അന്ന് ധനമന്ത്രിയായിരുന്ന ഡോ. മൻമോഹൻ സിങ് പാർലമെന്റിൽ ഒരു ബജറ്റവതരിപ്പിച്ചു; നമ്മുടെ സമ്പദ് ഘടനയ്ക്ക് ഒട്ടേറെ പോരായ്മകളുണ്ടെന്നും തിരുത്തേണ്ട സമയമായിരിക്കുന്നു എന്നുമാണ് അതിൽ പറഞ്ഞത്. കോൺഗ്രസിന്റെ പാർലമെന്ററി ബോർഡ് യോഗത്തിൽ പാർലമെന്റംഗങ്ങൾ അദ്ദേഹത്തോട് ചോദിച്ചു: “താങ്കൾ നെഹ്റു ചെയ്തതിനെയും ഇന്ദിരാഗാന്ധി ചെയ്തിനെയും നിരാകരിക്കുകയല്ലേ ചെയ്യുന്നത്? എന്തുകൊണ്ടാണങ്ങനെ ചെയ്യുന്നത്? ഈ നയങ്ങളുടെ അർത്ഥമെന്താണ്? ഇത് നമ്മളെ ഉയർന്ന വളർച്ചയിലേക്ക് നയിക്കാൻ പോവുകയാണോ?” അദ്ദേഹത്തിന്റെ മറുപടി ഇങ്ങനെയായിരുന്നു: “എനിക്ക് മൂന്നുവർഷം സമയം തരൂ; ഞാൻ എല്ലാ പ്രശ്നങ്ങളും പരിഹരിക്കും.” ഇന്ന് മുപ്പത് വർഷം പിന്നിട്ടിരിക്കുന്നു; പ്രശ്നങ്ങൾ പരിഹരിക്കപ്പെടുകയല്ല, രാജ്യം കൂടുതൽ അപകടകരമായ സ്ഥിതിയിൽ എത്തുകയാണുണ്ടായത്.

ആൾ ഇന്ത്യാ സ്റ്റേറ്റ് ബാങ്ക് ഓഫീസേഴ്സ് ഫെഡറേഷൻ 2016 ൽ സംഘടിപ്പിച്ച “ആൾട്ടർനേറ്റ് ഗ്യാൻ സംഘം” പരിപാടിയിൽ *നിലവിലെ ദശാസന്ധിയിൽ ബാങ്കിങ് മേഖലയും പൊതുമേഖലയും നേരിടുന്ന പ്രശ്നങ്ങളും വെല്ലുവിളികളും* എന്ന വിഷയം സംബന്ധിച്ച് സംസാരിച്ച, ആഗോളവല്ക്കരണത്തിലും ഗ്ലോബൽ ഫൈനാൻസിലും വിദഗ്ദ്ധനായ പ്രൊഫ. വിക്ടർ ലൂയി ആന്തുവാൻ പറഞ്ഞതിങ്ങനെ:

> പരിഷ്കാരങ്ങൾ ആവശ്യമായിരുന്നു. എന്തിലൊക്കെ? രാജ്യത്ത് അഴിമതി നിരോധിക്കുന്നതിൽ; ഭരണ സംവിധാനത്തിൽ കാര്യപ്രാപ്തി കൊണ്ടുവരുന്നതിൽ; ജനങ്ങളും ഗവൺമെന്റും തമ്മി

> ലുള്ള ബന്ധത്തിൽ പരിഷ്കാരങ്ങൾ വേണം; വളർച്ചയെ പുനഃ നിർവ്വചിക്കുന്നതിൽ പരിഷ്കാരങ്ങൾ വരണമായിരുന്നു. പക്ഷേ, നിർഭാഗ്യമെന്നു പറയട്ടെ, ഈ രാജ്യത്ത് പരിഷ്കാരങ്ങൾ എന്ന തിന് തെറ്റായ അർത്ഥമാണ് നല്കപ്പെട്ടത്; ഇവിടെ അതിന് എല്ലാ നിയന്ത്രണങ്ങളും ഉദാരവല്ക്കരിക്കുക എന്ന ഒറ്റ അർത്ഥമേയു ള്ളൂ. അത് പരിഷ്കാരങ്ങളല്ല; അഴിമതി നിരോധിക്കുകയും ദാരിദ്ര്യം തുടച്ചുനീക്കുകയും ജാതിവ്യവസ്ഥ ഇല്ലാതാക്കുകയും ജനങ്ങളെ ദാരിദ്ര്യത്തിൽനിന്നും കൈപിടിച്ചുയർത്തുകയും ചെയ്യു ന്നതാണ് പരിഷ്കാരങ്ങൾ. അവിടെയാണ് ചൈന നമ്മളെ മറിക ടന്ന് മുന്നോട്ടുകുതിച്ചത്.

മുപ്പത് വർഷത്തെ പരിഷ്കാരങ്ങൾ വിലയിരുത്തുമ്പോൾ, ബാങ്കു കളുടെ ദേശസാല്ക്കരണവും ബന്ധപ്പെട്ട നയങ്ങളും എന്തുകൊണ്ട് അനി വാര്യമായിരുന്നു എന്നറിയാൻ നമ്മൾ ചരിത്രത്തിലേക്ക് തിരിഞ്ഞു നോക്കേണ്ടതുണ്ട്; സമ്പദ്ഘടനയെ അത് എങ്ങനെ മാറ്റിമറിച്ചുവെന്നും, അത് നേരെ തിരിച്ചായപ്പോൾ ജനങ്ങളെ എത്രത്തോളം ബാധിച്ചുവെന്നും ചരിത്രം പറയും.

## ബാങ്ക് ദേശസാല്ക്കരണത്തിന്റെ ആവശ്യകത

ബാങ്ക് ദേശസാല്ക്കരണത്തിന്റെ ലക്ഷ്യങ്ങൾ:

i. ബ്രാഞ്ച് ശൃംഖലയുടെ വിപുലമായ പ്രാദേശികവും മേഖലാപ രവുമായ വ്യാപനം.

ii. ബാങ്ക് ഡെപ്പോസിറ്റുകളിലൂടെ കൂടുതൽ മെച്ചപ്പെട്ട രീതിയിൽ ഫിനാൻഷ്യൽ സേവിങ്സ് സ്വരുക്കൂട്ടൽ.

iii. ഉല്പാദന മേഖലയ്ക്കു ചുറ്റും നില്ക്കുന്ന ചെറുകിട വർഗ്ഗ ങ്ങൾക്കും പ്രതികൂല സാഹചര്യങ്ങളിലുള്ള വർഗ്ഗങ്ങൾക്കും അനുകൂല മായ രീതിയിൽ വായ്പാ വിന്യാസം നവീകരിക്കുക.

iv. കുറച്ചു ബിസിനസ് കുടുംബങ്ങൾ മാത്രം ബാങ്കിങ് രംഗത്തെ നിയന്ത്രിക്കുന്നത് എടുത്തുമാറ്റുക.

v. ബാങ്ക് മാനേജ്മെന്റുകളെ പ്രൊഫഷണലൈസ് ചെയ്യുക.

vi. കൃത്യമായ പരിശീലനവും ന്യായമായ സേവനവ്യവസ്ഥകളും ബാങ്ക് സ്റ്റാഫുകൾക്ക് ലഭ്യമാക്കുക.

1990 ആയപ്പോഴേക്കും ഗ്രാമീണ വായ്പ, പ്രത്യേകിച്ചു ചെറുകിട വായ്പ വർദ്ധിച്ചു; പ്രത്യേകിച്ചും ഗ്രാമീണ മേഖലകളിലും അർദ്ധ-ന ഗര മേഖലകളിലും ബ്രാഞ്ചുകളുടെ എണ്ണംകൂടി. വായ്പാ-നിക്ഷേപ അനുപാതം മെച്ചപ്പെടുകയും, മുൻഗണനാ മേഖലയിൽ കടം കൊടു ക്കുന്നതിന് ഗവൺമെന്റ് പ്രോത്സാഹനം നല്കുകയും ചെയ്തു. എല്ലാ ജില്ലയിലും ആസൂത്രിതമായ വായ്പാ വിതരണം നടത്തുന്നതിന് ലീഡ് ബാങ്ക് സ്കീം സഹായകമായി; സംവരണ നയം നടപ്പാക്കിയതുവഴി ആയിര

ക്കണക്കിന് തൊഴിലാളികൾക്ക് അവസരം നല്കിക്കൊണ്ട് ബാങ്കിങ് മേഖലയിലെ തൊഴിൽ രംഗത്തെ ഗവൺമെന്റ് അഭിവൃദ്ധിപ്പെടുത്തി.

## വരുമാനത്തിലെ അസമത്വം

വരുമാനത്തിലെ അസമത്വത്തിലും കുറവുണ്ടായി. ഒരു ശതമാനം വരുന്ന, ഏറ്റവും കൂടുതൽ വരുമാനമുള്ള വിഭാഗത്തിന്റെ വരുമാന വിഹിതം 1940 ൽ 21 ശതമാനമായിരുന്നത് 1990 ൽ 6 ശതമാനമായി ഇടിഞ്ഞു. സെന്റർ ഫോർ ഫിനാൻഷ്യൽ അക്കൗണ്ടബിലിറ്റി ഇറക്കിയ ഫിനാൻസ് മാറ്റേഴ്സിലെ (ജൂൺ 2020) ഒരു റിപ്പോർട്ടു പ്രകാരം ഏറ്റവും താഴേക്കിടയിലുള്ള 51 ശതമാനത്തിന്റെ വിഹിതം അതിവേഗം വർദ്ധിച്ചു.

എന്തുതന്നെയായാലും കൗൺസിൽ ഫോർ സോഷ്യൽ ഡെവലപ്മെന്റിൽ നിന്നുള്ള ഇന്ത്യാ സോഷ്യൽ ഡെവലപ്മെന്റ് റിപ്പോർട്ട് 2018 കാണിക്കുന്നത്, 2017 ഓടുകൂടി സമ്പാദിക്കുന്നവരിലെ (earners) ഏറ്റവും മുകൾത്തട്ടിലുള്ള 10 ശതമാനത്തിന്റെ വരുമാനത്തിലെ വിഹിതം 80.7 ശതമാനമായി കുതിച്ചുയർന്നിരിക്കുന്നു എന്നാണ്, അതേസമയം താഴേക്കിടയിലുള്ള 50 ശതമാനത്തിന്റെ വരുമാനത്തിലെ വിഹിതം. 2.8 ശതമാനമായി കൂപ്പുകുത്തി. പണക്കാർ കൂടുതൽ പണക്കാരാവുകയും ദരിദ്രർ കൂടുതൽ ദരിദ്രരാവുകയുമാണ് ചെയ്യുന്നതെന്നതിന് വ്യക്തമായ തെളിവാണിത്. ഈ സംഭവവികാസത്തിന് ബാങ്ക് വായ്പയുമായി പ്രത്യക്ഷമായിത്തന്നെ ബന്ധമുണ്ട്.

ലോകബാങ്കിനെയും ഇന്റർനാഷണൽ മോണിറ്ററി ഫണ്ടിനെയും അനുകൂലിക്കുന്ന നിരവധി കമ്മിറ്റികളുടെ ശുപാർശയിലൂടെയാണ് ദേശസാല്ക്കരണത്തിൽനിന്നുള്ള പിന്നോട്ടുപോകൽ പ്രക്രിയ തുടങ്ങിയത്. ചുരുക്കിപ്പറഞ്ഞാൽ, പൊതുമേഖലാ ബാങ്കുകളിലെ ഗവണ്മെന്റിന്റെ ഓഹരി 33 ശതമാനമോ അതിൽ താഴെയോ ആക്കി ചുരുക്കുവാൻ അവർ ശുപാർശ ചെയ്തു; ബാങ്കുകളുടെ ലയനവും ഏകീകരണവും നടപ്പാക്കാൻ കമ്മിറ്റികൾ ശുപാർശ ചെയ്തു. വിദേശ ബാങ്കുകളുടെ പ്രവേശനചട്ടങ്ങൾ ഉദാരമാക്കുവാനും, സ്വകാര്യ ബാങ്കുകളിലെ വിദേശ പ്രത്യക്ഷ നിക്ഷേപം വർദ്ധിപ്പിക്കുവാനും ഈ കമ്മിറ്റികൾ ശുപാർശ നടത്തി; ഓഹരിയുടമകൾക്ക് ആനുപാതിക വോട്ടവകാശങ്ങൾ നടപ്പാക്കാനും വ്യവസായ കുടുംബങ്ങൾക്ക് പുതിയ ലൈസൻസുകൾ നല്കാനും നിർദ്ദേശിക്കുകയുണ്ടായി; മുൻഗണന മേഖലയ്ക്ക് വായ്പ നല്കുന്ന പദ്ധതി ഉപേക്ഷിക്കുവാനും, ബാങ്കിങ് രംഗത്തെ തൊഴിലുകൾ കരാറിനു നല്കാനും ആസ്തി പുനർനിർമ്മാണം നടത്തുന്ന കമ്പനികളെ പ്രോത്സാഹിപ്പിക്കാനും ബാങ്ക് സ്റ്റാഫിന്റെ എണ്ണത്തിൽ കുത്തനെ ഇടിവുവരുത്താനുമുള്ള ശുപാർശയും നല്കുകയുണ്ടായി.

ഈ ശുപാർശകളിൽ ആദ്യത്തെ ഒരെണ്ണമൊഴിച്ച് ബാക്കിയെല്ലാ ശുപാർശകളും നടപ്പാക്കിക്കഴിഞ്ഞു.

**സമ്പാദ്യത്തിൽ വരുമാനഗ്രൂപ്പുകളുടെ ഓഹരി (ശതമാനത്തിൽ)**

| വരുമാന ഗ്രൂപ്പ് | 1950 | 1982 | 2006 | 2014 | 2017 |
|---|---|---|---|---|---|
| മുകളിലത്തെ 10 ശതമാനം | 40 | 30 | 48 | 55 | 80.7 |
| താഴെയുള്ള 50 ശതമാനം | 19 | 24 | 21 | 15 | 2.8 |

*ഉറവിടം: ഇന്ത്യാ സോഷ്യൽ ഡെവലപ്മെന്റ് റിപ്പോർട്ട് 2018*
*കൗൺസിൽ ഫോർ സോഷ്യൽ ഡെവലപ്മെന്റ്*

## വായ്പാ ഘടനയിലെ മാറ്റം

റിസർവ്വ് ബാങ്ക് ഓഫ് ഇന്ത്യയുടെ ഒരു റിപ്പോർട്ടനുസരിച്ച് മാർച്ച് 2021 വരെ ഇന്ത്യയുടെ വിദേശ വായ്പാ കുടിശ്ശിക 57,000 കോടി ഡോളറാണ്. അവരുടെ കടക്കെണിയിൽ രാജ്യം പെട്ടിരിക്കുന്നു എന്നുള്ളതിനാൽ രാജ്യത്ത് എന്തു ചെയ്യണം എന്നതു സംബന്ധിച്ച് വായ്പാദാതാക്കൾ ശക്തമായ ഉടമ്പടികൾ നിർദ്ദേശിക്കുകയാണ്.

ആർ ബി ഐ റിപ്പോർട്ട് പറയുന്നതുപ്രകാരം മാർച്ച് 1991 വരെ രാജ്യത്തിനകത്തുള്ള അക്കൗണ്ടുകളിൽ 94.9 ശതമാനവും വായ്പാ കുടിശ്ശികയിൽ 22 ശതമാനവും 25,000 രൂപയിൽ താഴെയുള്ളതായിരുന്നു. ചില അക്കൗണ്ടുകളിൽ 98.8 ശതമാനവും വായ്പാ കുടിശ്ശികയിൽ 30.2 ശതമാനവും ഒരുലക്ഷം രൂപയിൽ താഴെയായിരുന്നു. 577 വായ്പകൾ മാത്രമാണ് (കുടിശ്ശികയുടെ 10.8 ശതമാനം വരുന്ന) 10 കോടി രൂപയിലധികം ഉണ്ടായിരുന്നത്. എന്തുതന്നെയായാലും മാർച്ച് 2021 വരെയുള്ള കണക്കനുസരിച്ച്, 0.38 ശതമാനം വായ്പാ കുടിശ്ശികയോടുകൂടിയുള്ള 19.4 ശതമാനം അക്കൗണ്ടുകളിൽ മാത്രമാണ് 25,000 രൂപയ്ക്കു താഴെ കുടിശ്ശികയുള്ളത്; 75.5 ശതമാനം അക്കൗണ്ടുകളിൽ (കുടിശ്ശികയുടെ 7.93 ശതമാനം) 2 ലക്ഷത്തിൽ താഴെ കുടിശ്ശികയുണ്ട്; അതേസമയം, കേവലം 13,109 അക്കൗണ്ടുകളുടെ കുടിശ്ശിക 32,27,100 കോടി രൂപയാണ്; അതായത് മൊത്തം വായ്പാ കുടിശ്ശികയുടെ 30.05 ശതമാനം. 30 വർഷംകൊണ്ട് ബാങ്കിങ് രംഗം മാറിയത് ഇങ്ങനെയാണ്.

രാജ്യത്ത് 18 വയസ്സിനുമുകളിൽ പ്രായമുള്ളവരുടെ എണ്ണം 104.25 കോടിയാണ്; എന്നാൽ ആകെയുള്ള വായ്പ അക്കൗണ്ടുകളുടെ എണ്ണം 27.1 കോടി മാത്രമാണ്. ഇതർത്ഥമാക്കുന്നത് പ്രായപൂർത്തിയായ 75 ശതമാനം ആളുകൾക്കും ബാങ്ക് വായ്പകൾ ലഭ്യമാകുന്നില്ലെന്നും, പകരം അവർക്ക് 24 ശതമാനം പലിശ കൊടുത്തിട്ടാണെങ്കിൽക്കൂടി വട്ടിപ്പലിശക്കാരെയും ബാങ്കിങ്-ഇതര ധനകാര്യ കമ്പനികളെയും (NBFCs) ഫിൻടെക് കമ്പനികളെയും മൈക്രോ ഫിനാൻസ് സ്ഥാപനങ്ങളെയും ആശ്രയിക്കേണ്ടതായി വരുന്നു എന്നുമാണ്.

ആർ ബി ഐ നടത്തിയ സൂക്ഷ്മമായ പഠനത്തിന്റെ ഡാറ്റ കാണിക്കുന്നത്, 82 ശതമാനം ബാങ്ക് ശാഖകളും 65 ശതമാനം വായ്പ അക്കൗണ്ടുകളും 75 ശതമാനം വായ്പാ കുടിശ്ശികയും പൊതുമേഖലാ ബാങ്കുകളിലായിരുന്നു. എന്തുതന്നെയായാലും, മാർച്ച് 2021 പ്രകാരം 68 ശതമാനം ബ്രാഞ്ചുകളും 37.5 ശതമാനം അക്കൗണ്ടുകളും 58 ശതമാനം വായ്പ കുടിശ്ശികയുമായി ഇത് കുറഞ്ഞു.

ഗവൺമെന്റിന്റെ ബിസിനസ് സ്വകാര്യ ബാങ്കുകൾക്ക് നല്കിയും പൊതുമേഖലാ ബാങ്കുകളെ ലയിപ്പിച്ചും അവയെ "പ്രോംപ്റ്റ് കറക്ടീവ് ആക്ഷനു" കീഴിൽ നിർത്തിയും അവയുടെ വായ്പ നല്കൽ പ്രവർത്തനത്തിനു നിയന്ത്രണമേർപ്പെടുത്തിയും സ്റ്റാഫിന്റെ എണ്ണം വെട്ടിക്കുറച്ചും പൊതുമേഖല ബാങ്കുകളുടെ ചെലവിൽ കോർപ്പറേറ്റുകളെ വളർത്തുകയാണ് ഗവൺമെന്റ് ചെയ്യുന്നത്. പൊതുമേഖല ബാങ്കുകൾ ജൻധൻ അക്കൗണ്ടുകൾ തുറക്കുന്നതിൽ മുഴുകിയപ്പോൾ സ്വകാര്യ ബാങ്കുകൾ വായ്പാ അക്കൗണ്ടുകൾ പിടിച്ചെടുക്കുകയായിരുന്നു.

## ബ്രാഞ്ചുകളുടെ വിതരണം

2021 ലെ ആർ ബി ഐ ഡാറ്റ അനുസരിച്ച്, ഗ്രാമീണ ബ്രാഞ്ചുകളുടെ എണ്ണം 58 ശതമാനത്തിൽനിന്നും 29 ശതമാനത്തിലേക്ക് കൂപ്പുകുത്തിയിരിക്കുന്നു; വായ്പാ തുകകളിൽ ഭൂരിഭാഗവും നഗര, മെട്രോ പ്രദേശങ്ങളിലായി കേന്ദ്രീകരിച്ചിരിക്കുകയുമാണ്.

കാർഷിക വായ്പയുടെ കാര്യം ഒന്നെടുത്തു നോക്കൂ. മുൻഗണനാ മേഖലയിൽ 19 ശതമാനം വായ്പാ കൃഷിയിലേക്കാണ് പോകേണ്ടത്. ഈ 18 ശതമാനത്തിൽ പരോക്ഷ ഫിനാൻസ് 4.5 ശതമാനം മാത്രമേ പാടുള്ളൂ എന്നും ബാക്കി 13.5 ശതമാനവും പ്രത്യക്ഷ ഫിനാൻസ് ആയിരിക്കണമെന്നും ആർ ബി ഐയുടെ നിബന്ധനയുണ്ട്. ഇപ്പോൾ പ്രത്യക്ഷ വായ്പയും പരോക്ഷ വായ്പയും തമ്മിലുള്ള വ്യത്യാസം ഇല്ലാതായിരിക്കുന്നു. ആയതിനാൽ ഒട്ടേറെ വായ്പകളും പോകുന്നത് പരോക്ഷ ഫിനാൻസ് ആയാണ്.

2013 ലും 2014 ലും നല്കപ്പെട്ടിട്ടുള്ള മൊത്തം കാർഷിക വായ്പയിൽ 44 ശതമാനം മാത്രമേ 2 ലക്ഷം രൂപയിൽ കുറഞ്ഞ തുകയുള്ളൂ എന്ന് അത് തെളിയിക്കുന്നു. പ്രത്യക്ഷ കാർഷിക വായ്പയിലെ ബാക്കി 56 ശതമാനവും വളരെ ഉയർന്ന തുകയുടേതാണ്. ആരാണ് ഈ കർഷകർ? ഒരു കോടി രൂപയേക്കാൾ കൂടുതൽ തുകകൾ വായ്പയായി നല്കിയിട്ടുണ്ട് എന്നത് നമ്മെ അത്ഭുതപ്പെടുത്തുന്നതാണ്. ഒരുകോടി, 10 കോടി, 25 കോടി എന്നിങ്ങനെയാണ് കഴിഞ്ഞ വർഷങ്ങളിൽ കാർഷിക വായ്പ തുകയുടെ ശ്രേണി വളർന്നുകൊണ്ടിരിക്കുന്നത്. കൂടാതെ, ഇന്ത്യയിലെ വാണിജ്യ ബാങ്കുകൾ വിതരണം ചെയ്തിട്ടുള്ള മൊത്തം കാർഷിക വായ്പയുടെ 28 ശതമാനവും നഗരങ്ങളിലെയും മെട്രോ പൊളിറ്റൻ പ്രദേ

ശങ്ങളിലെയും ബ്രാഞ്ചുകളിലൂടെയാണെന്നും, ഗ്രാമങ്ങളിലെയോ അർദ്ധ നഗരങ്ങളിലെയോ ബ്രാഞ്ചുകളിലൂടെയല്ലെന്നും കണ്ടെത്തിയിരിക്കുന്നു. അപ്പോൾ ആരാണിതിന്റെ ഗുണഭോക്താക്കൾ?

*ബാങ്ക് ക്രെഡിറ്റ് ടു അഗ്രിക്കൾച്ചർ ഇൻ ഇന്ത്യ ഇൻ ദി 2000S: ഡിസെക്റ്റിങ് ദി റിവൈവൽ (Bank Credit to Angriculture in India in the 2000s: Dissecting the Revival)* എന്ന പേരിൽ പ്രൊഫ. ആർ രാംകുമാർ നടത്തിയ ഒരു പഠനം തെളിയിക്കുന്നത്, കാർഷിക വായ്പയിലെ ഈ കുതിപ്പിന്റെ പ്രധാന ഗുണഭോക്താക്കൾ കോർപ്പറേറ്റുകളാണ് എന്നാണ്. മൊത്തം കാർഷിക വായ്പയുടെ 37 ശതമാനവും ഫെബ്രുവരി, മാർച്ച് മാസങ്ങളിലായാണ് വിതരണം ചെയ്യപ്പെടുന്നത് എന്നും അദ്ദേഹം ഈ പഠനത്തിൽ എടുത്തുപറയുന്നുണ്ട്. അതുകൊണ്ടുതന്നെ യഥാർത്ഥ കർഷകർക്ക് വായ്പ ലഭിക്കുന്നില്ല. എല്ലാ കൊല്ലവും കേന്ദ്ര ബജറ്റിൽ എണ്ണത്തിൽ 10 ശതമാനം വർദ്ധനവുണ്ടാകുന്ന കിസാൻ ക്രെഡിറ്റ് കാർഡിന്റെ പേരിൽ അവർക്ക് കിട്ടുന്നത്, 10 ശതമാനം പലിശ കൂട്ടിച്ചേർത്തുകൊണ്ടുള്ള കാർഡിന്റെ പുതുക്കൽ മാത്രമാണ്. അല്ലാതെ കർഷകന് യാതൊരു പണവും ലഭിക്കുന്നില്ല. പുതിയ കാർഷിക നിയമങ്ങളും ലക്ഷ്യം വെക്കുന്നത് കോർപ്പറേറ്റുകളെ പുഷ്ടിപ്പെടുത്താനാണ്, അല്ലാതെ കർഷകരെയല്ല.

## ബാങ്കിങ് വ്യവസായത്തിലെ തൊഴിൽഭാരം

സ്റ്റേറ്റ് ബാങ്ക് ഓഫ് ഇന്ത്യയിൽ (SBI) ഒരു ജീവനക്കാരന് 1690 ഉപഭോക്താക്കളുടെ കാര്യങ്ങൾ നോക്കേണ്ടിവരുമ്പോൾ, സ്വകാര്യമേഖല ബാങ്കുകളുടെ നായകസ്ഥാനത്തുള്ള എച്ച് ഡി എഫ് സി ബാങ്കിൽ (HDFC) ജീവനക്കാരന് 467 ഉപഭോക്താക്കൾ എന്നതാണ് കണക്ക്; ഐ സി ഐ സി ഐ (ICICI) ബാങ്കിലാകട്ടെ അത് കേവലം 353 ഉം. പൊതുമേഖലാ ബാങ്കുകളിൽ ഒരു ജീവനക്കാരന് കൈകാര്യം ചെയ്യേണ്ടിവരുന്ന ഉപഭോക്താക്കളുടെ ഏറ്റവും കുറഞ്ഞ എണ്ണം കാനറ ബാങ്കിലാണ്. 1348 ഉപഭോക്താക്കൾക്ക് ഒരു ജീവനക്കാരൻ ആണ് ഇവിടുത്തെ നില; അതേസമയം ബാങ്ക് ഓഫ് മഹാരാഷ്ട്രയാണ് ഈ മാനദണ്ഡം ഏറ്റവും കൂടുതലുള്ള പൊതുമേഖല ബാങ്ക്; 2500 ഉപഭോക്താക്കളെയാണ് ഒരു ജീവനക്കാരന് നോക്കേണ്ടി വരുന്നത്. സ്വകാര്യ ബാങ്കുകളിൽ ജീവനക്കാരന് ഇത്ര ഉപഭോക്താക്കൾ എന്ന മാനദണ്ഡം ഏറ്റവും കുറഞ്ഞു നില്ക്കുന്നത് ആക്സിസ് ബാങ്കിലാണ് (Axis Bank); 325 ഉപഭോക്താക്കൾക്ക് ഒരു ജീവനക്കാരൻ എന്നതാണ് ഇവിടുത്തെ കണക്ക്; ഈ മാനദണ്ഡം ഏറ്റവും കൂടുതലുള്ള സ്വകാര്യബാങ്ക് ഫെഡറൽ ബാങ്കാണ് (Federal Bank); 923 ആണ് ഇവിടെ ജീവനക്കാരന് ഉപഭോക്താക്കളുടെ എണ്ണം. പൊതുമേഖല ബാങ്കുകൾക്ക് ജനങ്ങളെ സേവിക്കണമെങ്കിൽ ബ്രാഞ്ചുകളുടെ എണ്ണവും, പ്രത്യേകിച്ചും ഗ്രാമപ്രദേശങ്ങളിലും അർദ്ധ-നഗര പ്രദേശങ്ങളിലും സ്റ്റാഫുകളുടെ എണ്ണവും വർദ്ധിപ്പിക്കേണ്ടത് അനിവാര്യമാണ്.

ബാങ്കിങ് നയങ്ങളിൽ വരുത്തിയ മാറ്റങ്ങളിലെ മറ്റൊരു വീഴ്ച വികസനബാങ്കുകളുടെ തിരോധാനമാണ്. ഇൻഡസ്ട്രിയൽ ഡെവലപ്മെന്റ് ബാങ്ക് ഓഫ് ഇന്ത്യ, ഇൻഡസ്ട്രിയൽ ക്രെഡിറ്റ് ആൻഡ് ഇൻവെസ്റ്റ്മെന്റ് കോർപ്പറേഷൻ, യൂണിറ്റ് ട്രസ്റ്റ് ഓഫ് ഇന്ത്യ, ഹൗസിങ് ഡെവലപ്മെന്റ് ഫിനാൻസ് കോർപ്പറേഷൻ ഓഫ് ഇന്ത്യ എന്നീ വികസന ബാങ്കുകളെയെല്ലാംതന്നെ സ്വകാര്യ വാണിജ്യ ബാങ്കുകളാക്കി മാറ്റി; അത് ദീർഘകാല വായ്പകളെ ബാധിച്ചു. സിഡ്ബിയും (Small Industries Development Bank of India) നബാർഡും (National Bank for Agricultural and Rural Development) ആണ് അവശേഷിക്കുന്ന രണ്ട് ഡെവലപ്മെന്റ് ബാങ്കുകൾ. ഒരു പുതിയ ഡെവലപ്മെന്റ് ബാങ്ക് രൂപീകരിക്കുന്നതിനുള്ള പദ്ധതികളൊക്കെ ഗവൺമെന്റ് പ്രഖ്യാപിച്ചിരുന്നു; എന്നാൽ അത് എന്ന് പ്രവർത്തിച്ചുതുടങ്ങുമെന്നാർക്കും അറിയില്ല.

## കോർപ്പറേറ്റ് വായ്പയ്ക്ക് പരിധി നിർണ്ണയിക്കൽ

മാർച്ച് 2015 ലെ കണക്കനുസരിച്ച് ഏറ്റവും മുകൾത്തട്ടിലുള്ള 10 കോർപ്പറേറ്റുകളുടെ വായ്പാ കുടിശ്ശിക 7,31,000 കോടി രൂപയാണ്; കിട്ടാക്കടമായി മാറിയ 12 കമ്പനികളുടെ കുടിശ്ശിക 3,45,000 കോടി രൂപയാണ്. ഈ കണക്ക് കണ്ടുകൊണ്ട് ആർ ബി ഐ കോർപ്പറേറ്റ് വായ്പയ്ക്ക് പരിധി നിർണ്ണയിക്കുമെന്ന് 2016 ൽ പ്രഖ്യാപിക്കുകയും, 2019 ഓടുകൂടി ഒരു കോർപ്പറേറ്റ് കുടുംബത്തിനും 10,000 കോടി രൂപയിലധികം വായ്പയെടുക്കാൻ സാധിക്കാത്ത സ്ഥിതി സംജാതമാകുകയും ചെയ്തു. കോർപ്പറേറ്റുകൾ കടപ്പത്ര കമ്പോളത്തിൽനിന്നും തങ്ങൾക്കാവശ്യമായ ഫണ്ട് സ്വരുക്കൂട്ടണമെന്നും ആർ ബി ഐ പറഞ്ഞു. എന്നാൽ പ്രത്യക്ഷത്തിൽത്തന്നെ ഗവൺമെന്റിന്റെ അടുപ്പക്കാരായ കോർപ്പറേറ്റ് കുടുംബങ്ങൾക്കുമേൽ ഇത് പ്രാവർത്തികമാക്കിയില്ല എന്നുമാത്രം.

## 2014 മുതലിങ്ങോട്ടുള്ള നശീകരണം

2014 നു മുമ്പുവരെ പൊതുമേഖല ബാങ്കുകളുടെ പ്രവർത്തനത്തിൽ കേന്ദ്ര ഗവൺമെന്റ് ഇടപെടുന്നത് വല്ലപ്പോഴുമായിരുന്നു; എന്നാൽ അരുൺ ജെയ്റ്റ്ലി കേന്ദ്ര ധനമന്ത്രിയായി ചുമതലയേറ്റതോടുകൂടി, നാലു മാസം കൂടുമ്പോഴും, ചിലപ്പോഴൊക്കെ മാസാമാസവും അദ്ദേഹം പൊതുമേഖല ബാങ്കുകളുടെ പ്രവർത്തനങ്ങൾ അവലോകനം ചെയ്യാൻ തുടങ്ങി. അതിപ്പോഴും തുടരുന്നു. 2015 ൽ പൂനയിൽ വെച്ചുനടന്ന ഗ്യാൻ സംഘം ഒന്നിൽ (Gyan Sangam 1) ഭാവിയുടെ പാത കൃത്യമായി വരച്ചിടുകയുണ്ടായി – അതായത് പടിപടിയായുള്ള സ്വകാര്യവല്ക്കരണം. അതിനെത്തുടർന്ന് ഗ്യാൻ സംഘം രണ്ടും, വിചാർ മന്തനും എൻഹാൻസ്ഡ് ആക്സസ് ആൻഡ് സർവ്വീസ് എക്സലൻസും (EASE) തമ്മിലുള്ള ഒത്തുചേരലുകൾ നടന്നു. ബാങ്ക് മേലധികാരികളോട് അവർ എന്തു ചെയ്യണമെന്ന് പറയാനുള്ള വാർഷിക സമ്മേളനമായിരുന്നു ഇവ.

ഗ്യാൻ സംഘങ്ങളുടെ കർത്താവ് മക്കിൻസി (Mckinscy) ആണ്; അതു പോലെതന്നെ EASE എന്നത് ബോസ്റ്റൺ കൺസൾട്ടൻസി ഗ്രൂപ്പിന്റെ ആശയവുമാണ്.

## കിട്ടാക്കട പ്രതിസന്ധിയും നിയമാനുസൃതമാക്കപ്പെട്ട കൊള്ളയും

ബാങ്കിങ് എന്ന ആശയം ആവിർഭാവംകൊണ്ട നാൾമുതൽ തന്നെ കിട്ടാക്കടവും നിലനില്ക്കുന്നുണ്ട്. എന്നാൽ മോദി ഗവൺമെന്റ് അതിനു മണിനാദം മുഴക്കുകയും ആസ്തി തരംതിരിക്കുന്നതുമായി ബന്ധപ്പെട്ട നിയമങ്ങൾ പരിഷ്കരിക്കുകയും ചെയ്തു. (ദ്രുതഗതിയിൽത്തന്നെ 90 ദിവസത്തിനകത്ത് പലിശയടയ്ക്കാത്ത ഏതൊരു ലോണും കിട്ടാക്കട മായി തരംതിരിക്കപ്പെടുന്നു. ഗവൺമെന്റ് ഇൻസോൾവൻസി ആന്റ് ബാങ്ക് റപ്റ്റ്സി കോഡ് (Insolvency and Bankruptcy Code-IBC) നടപ്പാക്കു കയും നാഷണൽ കമ്പനി ലോ ട്രിബ്യൂണലിന് (National Company Law Tribunal - NCLT) റെസലൂഷൻ പ്ലാനിലൂടെ ഏതാനും ചില കോർപ്പ റേറ്റുകൾക്ക് ബാങ്കുകളെ കൊള്ളയടിക്കുന്നതിനു വേണ്ടിയും, മറ്റ് കോർപ്പ റേറ്റുകൾക്ക് ആയിരക്കണക്കിനു കോടി രൂപയുടെ വ്യവസായങ്ങൾ തുച്ഛ വിലയ്ക്കു വാങ്ങുന്നതിനു വേണ്ടിയുമാണ് ഐ ബി സി (Insolvency and Bankruptcy Code) കൊണ്ടുവന്നതെന്ന് ഇപ്പോൾ വ്യക്തമാണ്. ബാങ്കുകൾ വലിയ ആഘാതങ്ങൾ നേരിടുന്നു; ഉന്നത എക്സിക്യൂട്ടീവ് ഉദ്യോഗസ്ഥർ ഒഴിഞ്ഞുപോകുന്നു. അവരിൽ ചിലർ വിരമിച്ചതിനുശേഷം ഈ കോർപ്പറേറ്റുകളിൽ ചിലരുടെ ഡയറക്ടർ ബോർഡിൽ ചേരുക പോലും ചെയ്യുന്നു.

ഇൻസോൾവെൻസി ആൻഡ് ബാങ്ക്റപ്റ്റ്സി ബോർഡ് ഓഫ് ഇന്ത്യ (ഐ ബി ബി ഐ) കാണിക്കുന്നത്, എൻ സി എൽ ടിക്കുമുമ്പാകെ കൊണ്ടുവന്നിട്ടുള്ള കേസുകളിൽ 80 ശതമാനവും 10 കോടിയിലധികം രൂപയുടേതാണ് എന്നാണ്. കേസുകൾ 180 ദിവസത്തിനുള്ളിൽ തീർപ്പാ ക്കണം എന്നു വ്യവസ്ഥ ചെയ്യുന്ന നിയമപരമായ ചട്ടങ്ങൾക്കു വിരുദ്ധമായി, കേസുകൾ തീർപ്പാക്കാനെടുക്കുന്ന ശരാശരി സമയം 406 ദിവസമാണ്. തീർപ്പാക്കിയ 360 പ്രധാന കേസുകളിലും ശരാശരി എഴു തിത്തള്ളിയ തുക 80 ശതമാനമായിരുന്നു. സെറ്റിൽമെന്റ് (Settlement) അംഗീകരിക്കുന്നതിന് വായ്പകൊടുക്കുന്നവർ 75 ശതമാനം ഭൂരിപക്ഷ ത്തോടുകൂടി വോട്ടു ചെയ്യണം എന്നാണ് കോഡ് (ഐ ബി സി) ആദ്യം വ്യവസ്ഥ ചെയ്തത്. മുകേഷ് അംബാനിക്ക് 29,253 കോടി രൂപ വില വരുന്ന അലോക് ഇൻഡസ്ട്രീസ് 83 ശതമാനം എഴുതിത്തള്ളലോടുകൂടി വാങ്ങുന്നതിനായി ഈ നിയമം ഭേദഗതി ചെയ്യുകയുണ്ടായി.

**ബാങ്ക് ബ്രാഞ്ചുകളും ലോൺ വിതരണവും (കോടി രൂപയിൽ)**

| മേഖല | ബ്രാഞ്ചുകളുടെ എണ്ണം | ലോൺ അക്കൗണ്ടുകളുടെ എണ്ണം | ക്രെഡിറ്റ് പരിധി | ലോൺ കുടിശ്ശികയും ഷെയറും മൊത്തത്തിൽ |
|---|---|---|---|---|
| ഗ്രാമം | 36,906 (29%) | 6,79,24,362 | 11,96,664 | 8,29,705 (7.7 %) |
| അർദ്ധ നഗരം | 37,405 (30%) | 6,92,69,969 | 18,26,123 | 1,40,602 (1.3%) |
| നഗരം | 25,414 (20%) | 4,70,04,210 | 24,84,850 | 17,36,996 (16.17%) |
| മെട്രോ | 27,111 (21%) | 8,72,97,319 | 1,11,18,166 | 67,70,138 (63%) |
| മൊത്തം | **1,26,836** | **27,14,95,860** | – | **1,07,38,441** |

*ഉറവിടം: ആർ ബി ഐ ഡാറ്റ, 2021*

അതിനിടയിൽ, 60 ശതമാനം എഴുതിത്തള്ളലോടുകൂടി റിലയൻസ് ഹോം ഫിനാൻസിന് (Reliance Home Finance) 11,200 കോടി രൂപയുടെ വായ്പയും, 89 ശതമാനം എഴുതിത്തള്ളലോടുകൂടി റിലയൻസ് ഇൻഫ്രാടെലിന് (Reliance Infratel) 41,055 കോടി രൂപയും ലഭിച്ച് അനിൽ അംബാനി രക്ഷപ്പെട്ടു. റിലയൻസ് ഇൻഫ്രാടെൽ ബാങ്കിനു കൊടുക്കേണ്ട 41,055 കോടി രൂപയുടെ വായ്പയ്ക്കും കൂട്ടിച്ചേർക്കപ്പെട്ട പലിശയ്ക്കും പകരമായി കേവലം 4,235 കോടി രൂപ നല്കാമെന്ന് മുകേഷ് അംബാനി പറഞ്ഞു. തുച്ഛവിലയ്ക്ക് റിലയൻസ് ജിയോ ഏറ്റെടുത്ത റിലയൻസ് ഇൻഫ്രെടെലിന് 43,000 ടവറുകളും 1.72 ലക്ഷം കിലോമീറ്റർ വരുന്ന ഒപ്റ്റിക്കൽ ഫൈബർ ശൃംഖലയും ഉണ്ട്. നഷ്ടം അനിൽ അംബാനിക്കല്ല, ബാങ്കുകൾക്കാണ്. കഴിഞ്ഞ എട്ട് വർഷങ്ങളിൽമാത്രം 10.8 ലക്ഷം കോടി രൂപയുടെ കടം ഗവൺമെന്റ് എഴുതിത്തള്ളി, എന്നാൽ ആരുടെ കടമാണെന്ന് വ്യക്തമാക്കാൻ, കടക്കാരുടെ പേര് വെളിപ്പെടുത്താൻ, ഗവൺമെന്റ് തയ്യാറാകുന്നില്ല.

### ജൻധൻ യോജന

ധനപരമായ ഉൾപ്പെടുത്തൽ നടത്താനുള്ള ഒട്ടേറെ ശ്രമങ്ങൾ 1969 മുതൽ നടന്നിട്ടുണ്ട്; എന്നാൽ എല്ലാവർക്കും അക്കൗണ്ടുകൾ തുറക്കാവുന്നതിനും അതുവഴി ഈ പ്രക്രിയയിൽ ഒരു ലോകറെക്കോർഡ് സൃഷ്ടിക്കുന്നതിനുമുള്ള നിലവിലെ ഗവൺമെന്റിന്റെ ജൻധൻ സ്കീം പൊള്ള

യായ നാടകമല്ലാതെ മറ്റൊന്നുമല്ല. 2017 ജനുവരി ഒന്നിന് അക്കൗണ്ടുകളുടെ എണ്ണം 26 കോടിയിലെത്തിയപ്പോൾ, മൊത്തം ഇന്ത്യക്കാരിൽ 99.9 ശതമാനം പേർക്കും ബാങ്ക് അക്കൗണ്ടുകളുണ്ട് എന്നാണ് ഗവൺമെന്റ് അവകാശപ്പെട്ടത്. ഇപ്പോൾ ഗവൺമെന്റ് അവകാശപ്പെടുന്നത് 2021 ജൂലൈ 28 ലെ കണക്കുപ്രകാരം, 1,42,948 കോടി രൂപയുടെ മൊത്തം ബാലൻസോടുകൂടി 42.83 കോടി ജൻധൻ അക്കൗണ്ടുകളുണ്ടെന്നാണ്. ഈ അക്കൗണ്ടുകൾ പാവപ്പെട്ട ജനങ്ങളുടേതാണോ? 2018 ൽ ഈ അക്കൗണ്ടുകളിൽ 20 ശതമാനവും നിഷ്ക്രിയമാണെന്ന് ഗവൺമെന്റ് പ്രസ്താവിക്കുകയുണ്ടായി. ബാങ്ക് ചാർജുകൾ ഈടാക്കുന്നതിനാൽ ഒട്ടേറെ ഉപഭോക്താക്കൾ അവരുടെ അക്കൗണ്ടുകൾ പിൻവലിച്ചു. ധനപരമായ ഉൾപ്പെടുത്തൽ എന്നാൽ കേവലം അക്കൗണ്ടുകൾ തുറക്കലല്ല എന്ന് ഗവൺമെന്റ് മനസ്സിലാക്കണം.

സ്ത്രീകളും ബാങ്കിങ്ങുമായി ബന്ധപ്പെട്ട്, മുന്നത്തെ യു പി എ ഗവൺമെന്റ് വിമൻസ് ബാങ്ക് ഓഫ് ഇന്ത്യ രൂപീകരിച്ചുകൊണ്ട് ഈ ദിശയിൽ ഒരു ഇടപെടൽ നടത്തുകയുണ്ടായി; ബാങ്കിങ് രംഗത്ത് സ്ത്രീകളുടെ പങ്കാളിത്തം ശക്തിപ്പെടുത്താനും അവർക്ക് വായ്പകൾ ലഭ്യമാക്കാനുമായിരുന്നു വിമൻസ് ബാങ്ക് ഓഫ് ഇന്ത്യ (Women's Bank of India) രൂപീകരിച്ചത്. എന്തുതന്നെയായാലും ഇപ്പോഴത്തെ ഗവൺമെന്റ് അതിനെ എസ് ബി ഐ യുമായി ലയിപ്പിക്കുകയും, അങ്ങനെ നൂതനമായ ഒരു ആശയത്തെ മുളയിലേ നുള്ളുകയും ചെയ്തു.

ബാങ്ക് ദേശസാല്ക്കരണ നിയമപ്രകാരം, എസ് ബി ഐ അടക്കമുള്ള എല്ലാ ബാങ്കുകൾക്കും അസോസിയേഷനുകളെയും യൂണിയനുകളെയും പ്രതിനിധീകരിക്കുന്ന ഒരു ഓഫീസർ ഡയറക്ടറും ഒരു എംപ്ലോയി ഡയറക്ടറും ഉണ്ടാവണം. 2014 നുശേഷം, സുപ്രീം കോടതി നിർദ്ദേശവും അനുബന്ധ ബാങ്ക് ബോർഡുകളുടെ ശുപാർശകളുമൊക്കെ വന്നിട്ടും ഈ തസ്തികകളിലേക്ക് ആളുകളെ നിയമിക്കുന്നില്ല. ഇത് ബോർഡുകൾ സുതാര്യമല്ലാതാക്കുകയും, വായ്പയുമായി ബന്ധപ്പെട്ട തീരുമാനങ്ങളും എഴുതിത്തള്ളലുമെല്ലാം പ്രമാണിമാരെ പ്രീതിപ്പെടുത്താൻ വേണ്ടിയുള്ളതാക്കുകയും ചെയ്തു.

കാർഷിക വായ്പയിൽ വെള്ളം ചേർത്തതിനു പുറമെ, സമ്പന്നന് ഗുണമുണ്ടാകുന്നതിനുവേണ്ടി ഈ ഗവൺമെന്റ് അനവധി നിയമങ്ങളിൽ മാറ്റം വരുത്തിക്കഴിഞ്ഞു. മൈക്രോ, ചെറുകിട, ഇടത്തരം സംരംഭങ്ങൾക്കുള്ള (MSME) 250 കോടി രൂപയുടെ ലോണുകൾ മുൻഗണനാ മേഖലയിൽ (Priority Sector) ഉള്ളതാണ്. സമാനമായി, ഗ്രാമീണ മേഖലയിലെ വീടുകൾക്കുള്ള 25 ലക്ഷം രൂപയും മുൻഗണന വിഭാഗത്തിലുള്ളതാണ്. മുൻഗണനാ മേഖലയ്ക്കു കീഴിൽ വായ്പ നല്കാൻ ബാങ്കുകൾ തയ്യാറല്ലെങ്കിൽ, അവർക്കത് നബാർഡിന്റെ റൂറൽ ഇൻഫ്രാസ്ട്രക്ചർ ഫണ്ടിലോ പ്രിയോരിറ്റി ലെൻഡിങ് സർട്ടിഫിക്കറ്റുകളിലോ നിക്ഷേപിക്കാം.

ഏപ്രിൽ 2020 മുതലിങ്ങോട്ട് പ്രാബല്യത്തിൽവന്ന വിവിധ പൊതുമേഖല ബാങ്കുകളിലെ ലയനത്തിനുശേഷം, പൊതുമേഖലാ ബാങ്കുകളുടെ എണ്ണം 28 ൽനിന്നും 12 ആയി കുറഞ്ഞു; അത് ബ്രാഞ്ചുകളുടെയും ജീവനക്കാരുടെയും വായ്പയുടെയും എണ്ണം കുറയ്ക്കുകയും ഉപഭോക്താക്കൾക്കുള്ള സേവനങ്ങൾ കുറയ്ക്കുകയും ചെയ്തു.

## സഹകരണ മേഖല കടന്നാക്രമണത്തിനുകീഴിൽ

സഹകരണ മന്ത്രാലയം രൂപീകരിക്കുന്നതുമായി ബന്ധപ്പെട്ട് ഗുജറാത്ത് സ്റ്റേറ്റ് കോ–ഓപ് ബാങ്ക് ലിമിറ്റഡ് *ദ ഹിന്ദു*വിൽ നല്കിയ പരസ്യം വളരെ ശ്രദ്ധേയമായിരുന്നു. അതിൽ പറഞ്ഞു:

> ബാങ്കിങ്, കൃഷി, മത്സ്യബന്ധനം, മൃഗപരിപാലനം, പഞ്ചസാര നിർമ്മാണം, ക്ഷീര സംസ്കരണ യൂണിറ്റുകൾ അടക്കമുള്ള മേഖലകളിൽ തൊഴിലെടുക്കുന്ന ദശലക്ഷക്കണക്കിനു ജനങ്ങളെ വികസനത്തിന്റെ മുഖ്യധാരയിലേക്കെത്തിക്കുന്നതിനും അവരുടെ ജീവിതനിലവാരം മെച്ചപ്പെടുത്തുന്നതിനുംവേണ്ടി ഒരൊറ്റ പ്ലാറ്റ്ഫോമിലേക്ക് കൊണ്ടുവരുകയുമാണ് ഈ മന്ത്രാലയം ചെയ്യുന്നത്.

എല്ലാത്തിനെയും ഉൾപ്പെടുത്തുന്ന സമീപനത്തോടെ ഇന്ത്യ പുതുതായി കൊണ്ടുവന്ന കൂട്ടായ വളർച്ചയുടെ രൂപരേഖയ്ക്കുകീഴിൽ മാനുഫാക്ച്ചറിങ്, പാർപ്പിടം, തൊഴിൽ, ബാങ്കിങ് തുടങ്ങിയ മേഖലകളെ സഹകരണ മന്ത്രാലയം പ്രോത്സാഹിപ്പിക്കും എന്നും ഈ പരസ്യം പറയുന്നു.

ദ നാഷണൽ കോ–ഓപ്പറേറ്റീവ് യൂണിയൻ ഓഫ് ഇന്ത്യാസ് സ്റ്റാറ്റിസ്റ്റിക്കൽ പ്രൊഫൈൽ 2018 പറയുന്നത്, ഇന്ത്യയിൽ 8,01,915 പ്രവർത്തനക്ഷമമായ കോ ഓപ്പറേറ്റീവുകൾ ഉണ്ടായിരുന്നു എന്നാണ്. അതുപോലെതന്നെ, 1,77,605 വായ്പാ സഹകരണ സംഘങ്ങളും ഉണ്ടായിരുന്നു. വായ്പാ സഹകരണ സംഘങ്ങളിൽ മൊത്തം 206.16 ദശലക്ഷം അംഗങ്ങളുണ്ട്; അതേസമയംതന്നെ വായ്പേതര സഹകരണ സംഘങ്ങളിൽ 83:92 ദശലക്ഷം അംഗങ്ങളുണ്ട്. അതോടൊപ്പം 17 ദേശീയ ഫെഡറേഷനുകളും 390 സംസ്ഥാന ഫെഡറേഷനുകളും 2705 ജില്ലാ ഫെഡറേഷനുകളും 1435 മൾട്ടിസ്റ്റേറ്റ് കോ ഓപ്പറേറ്റീവുകളും 97,961 പ്രൈമറി അഗ്രിക്കൾച്ചർ ക്രഡിറ്റ് സൊസൈറ്റികളും (PACS) ഉണ്ടായിരുന്നുവെന്നും ഈ പ്രൊഫൈൽ പറയുന്നു. പാക്സിൽ (PACS) രാജ്യത്ത് 6,44,458 ഗ്രാമങ്ങളുടെ സാന്നിദ്ധ്യമുണ്ട്. അവയുടെ മൊത്തം ഓഹരി മൂലധനം 84,616.30 കോടി രൂപയായിരുന്നു. അർബൻ സഹകരണ ബാങ്കുകളെ ആർ ബി ഐയുടെ നിയന്ത്രണത്തിൽ കൊണ്ടുവരുവാൻ ഗവൺമെന്റ് തീരുമാനിച്ചിരിക്കുന്നു; പിഴകൾ ചുമത്തുകയോ മൊറട്ടോറിയങ്ങൾ പ്രഖ്യാപിക്കുകയോ അല്ലാതെ മറ്റൊരു കാര്യവും അതുകൊണ്ടില്ല.

## ഡിജിറ്റൽ ഡിവൈഡ്

ഇന്ത്യയ്ക്ക് വളരെ ദുർബ്ബലമായൊരു ഡിജിറ്റൽ സുരക്ഷയും കപട മായ കണ്ടെത്തൽ സംവിധാനവുമാണുള്ളത്. യുണൈറ്റഡ് പേമെന്റ്സ് ഇന്റർഫേസ് (United Payments Interface, UPI) വേദി തീരെ സുരക്ഷി തമല്ലാത്തതാണ്; ആർ ബി ഐ പറയുന്നത് ഡിജിറ്റൽ തട്ടിപ്പുകളുടെ എണ്ണം ഭയാനകമായ വേഗതയിൽ വർദ്ധിച്ചുകൊണ്ടിരിക്കുകയാണ് എന്നാ ണ്. എന്നാൽ സുരക്ഷാപ്രശ്നങ്ങൾ പരിഹരിക്കുന്നതിന് യാതൊരു ശ്രമവും നടത്തിയിട്ടില്ല. പകരം, പുതിയ സ്വകാര്യ ഡിജിറ്റൽ വേദികൾ ഉണ്ടാകുന്നു. വലിയൊരു പരാജയമായി മാറിയ നോട്ടുനിരോധനത്തിലൂടെ ഡിജിറ്റലാകുവാൻ ജനങ്ങളെ നിർബ്ബന്ധിതരാക്കുന്നു; ആധാറും ബാങ്ക് അക്കൗണ്ടും തമ്മിൽ ബന്ധിപ്പിക്കുവാൻ നിർബ്ബന്ധിതരാക്കി; നിഷ്കള ങ്കരായ ഉപഭോക്താക്കളെ എളുപ്പത്തിൽ പറ്റിക്കുവാൻ തട്ടിപ്പുകാർക്ക് അവസരമുണ്ടാക്കിയിരിക്കുകയാണിതിലൂടെ. ബാങ്കിങ് നിയമ ഭേദഗതി ആക്ട്, 2012 (Banking Laws (Amendment) Act, 2012) ബാങ്കുകളുടെ ലയനം, വിദേശ സ്ഥാപനങ്ങൾ ഇന്ത്യൻ ബാങ്കുകൾ ഏറ്റെടുക്കൽ, ഗവൺമെന്റിന്റെ ഓഹരിയിൽ വെള്ളംചേർക്കൽ, പൊതുമേഖലാ ബാങ്കു കൾക്കുമേൽ സ്വകാര്യ മേഖലയ്ക്ക് പിടിമുറുക്കുവാനുള്ള വ്യവസ്ഥ, പുതിയ സ്വകാര്യ ബാങ്കുകളുടെ കടന്നുവരവ് എന്നിവ വഴി സ്വകാര്യവല്ക്കരണം നടപ്പാക്കുന്നതിനുള്ള പാത തുറന്നുകൊടുത്തു. ഇപ്പോൾ ഓഹരികളിൽ വെള്ളം ചേർക്കുന്നതുൾപ്പെടെ നടപ്പാക്കി കോർപ്പ റേറ്റുകളെ ബാങ്കിങ് രംഗത്തേക്ക് കടക്കാനനുവദിക്കാൻ പദ്ധതിയിടുക യാണ് ഗവൺമെന്റ്. ഗവൺമെന്റ് ഓഹരി 50 ശതമാനത്തിനു താഴെ കുറയ്ക്കുന്നതിനു മാത്രമേ പാർലമെന്റിന്റെ അംഗീകാരം ആവശ്യമുള്ളൂ. ലൈഫ് ഇൻഷുറൻസ് കോർപ്പറേഷന്റെ (LIC) കാര്യത്തിൽ ബജറ്റ് പ്രഖ്യാപനത്തിലൂടെയും ജനറൽ ഇൻഷുറൻസ് കോർപ്പറേഷന്റെ കാര്യ ത്തിൽ ഭേദഗതിയിലൂടെയും വളരെ എളുപ്പത്തിൽ ഗവൺമെന്റിനത് ചെയ്യാൻ കഴിയും.

വിപുലമായ ക്യാമ്പയിനുശേഷം ഫിനാൻഷ്യൽ റെസലൂഷനും നിക്ഷേപ ഇൻഷുറൻസുമായി ബന്ധപ്പെട്ട ബിൽ പാർലമെന്റിൽനിന്നും പിൻവലിക്കാൻ ഗവൺമെന്റ് നിർബ്ബന്ധിതമായി. എന്നാൽ അത് തിരിച്ചു കൊണ്ടുവരുന്ന കാര്യത്തിൽ ഭരണാധികാരികൾ ജാഗരൂകരാണ്. ബാങ്കു കളിലെ ഗവൺമെന്റിന്റെ ഓഹരി 33 ശതമാനമാക്കി കുറയ്ക്കുന്നതിനു വേണ്ടി ഒന്നാം എൻ ഡി എ ഗവണ്മെന്റ് പാർലമെന്റിൽ കൊണ്ടുവന്ന ബിൽ ഇന്നീ ദിവസം വരെ വെളിച്ചം കണ്ടിട്ടില്ല. എന്നാലിന്ന്, ഗവൺമെന്റ് പാർലമെന്റിന്റെ സ്റ്റാൻഡിങ് കമ്മിറ്റികളെയോ എന്തിന് പാർലമെന്റിനെ ത്തന്നെയോ വകവെക്കുന്നില്ല.

നിതി ആയോഗ്, രണ്ട് ബാങ്കുകളുടെ വില്പനയ്ക്ക് ശുപാർശ ചെയ്തിട്ടുണ്ട്. ഏതെങ്കിലുമൊരു ബാങ്കിന്റെ സ്വകാര്യവല്ക്കരണം പൂർത്തിയായാൽ, രാജ്യത്തെ ഏറ്റവും വലിയ ബാങ്കായ എസ് ബി

ഐയും ഏതെങ്കിലുമൊരു കോർപ്പറേറ്റ് കൈയടക്കിയേക്കും. ഓഹരിയുടമകൾക്ക് നഷ്ടപരിഹാരം പോലും ലഭിക്കാതെ ലക്ഷ്മി വിലാസ് ബാങ്ക് ഒരു വിദേശ ബാങ്കായി മാറി. വലിയ ബാങ്കുകളുടെ കാര്യത്തിലും ഇതു തന്നെ സംഭവിക്കും. അതാണ് ലോകബാങ്കിനും ഐ എം എഫിനും ബി ജെ പിക്കും വേണ്ടത്.

## ഇൻഷുറൻസ് സ്വകാര്യവല്ക്കരിക്കുന്നു

1956 ൽ 245 സ്വകാര്യകമ്പനികൾ ലയിപ്പിക്കുകയും ദേശസാല്ക്കരിക്കുകയും ചെയ്തതു വഴിയാണ് ലൈഫ് ഇൻഷുറൻസ് കോർപ്പറേഷൻ ഓഫ് ഇന്ത്യ രൂപംകൊണ്ടത്. അന്നതിന് ഇന്ത്യാ ഗവൺമെന്റ് പ്രഥമ മൂലധനമായി നല്കിയത് വെറും 5 കോടി രൂപയായിരുന്നു; എന്നാലിന്ന് 38 ലക്ഷം കോടി രൂപയുടെ വമ്പിച്ച ആസ്തി അടിത്തറയിലാണ് എൽ ഐ സി നില്ക്കുന്നത്. ഈ സ്ഥാപനമാണ് സ്വകാര്യ മേഖലയ്ക്ക് കൈമാറണമെന്ന് ഗവൺമെന്റ് പറയുന്നത്; അതിനുള്ള പട്ടികയിൽ എൽ ഐ സിയെ ഉൾപ്പെടുത്തുകയും, ഗവൺമെന്റിന്റെ ഓഹരികൾ നീക്കം ചെയ്യാനും തുടങ്ങിയിരിക്കുന്നു. പോളിസിയുടമകൾക്ക് ബോണസായി തങ്ങളുടെ ലാഭത്തിന്റെ 95 ശതമാനവും നല്കുന്ന ഒരേയൊരു കമ്പനിയാണ് എൽ ഐ സി.

ഒരു ഇൻഷുറൻസ് കമ്പനിയുടെ നിലവാരമളക്കുന്നത് ക്ലെയിം തീർപ്പാക്കലുമായി ബന്ധപ്പെട്ട പരിശോധനയിലൂടെയാണ്. ഐ ആർ ഡി എ തന്നെ (Insurance Regulatory Development Authority) പറയുന്നത്, എൽ ഐ സി എല്ലാ ക്ലെയിമുകളുടെയും 99.6 ശതമാനവും തീർപ്പാക്കുന്നുണ്ട് എന്നാണ്. എൽ ഐ സിയുടെ കെട്ടിക്കിടക്കുന്ന പോളിസികൾ കേവലം 5 ശതമാനം മാത്രമാണ്. സ്വകാര്യ ഇൻഷുറൻസ് വ്യവസായത്തിൽ കെട്ടിക്കിടക്കുന്ന പോളിസികൾ ഏതാണ്ട് 30 ശതമാനമാണ്. ലൈഫ് ഇൻഷുറൻസ് വ്യാപ്തിയുടെ കാര്യത്തിൽ ലോകത്തിലെത്തന്നെ ഏറ്റവും വലിയ സ്ഥാപനമാണ് എൽ ഐ സി. ജനറൽ ഇൻഷുറൻസ് വ്യാപനത്തിന്റെ കാര്യമെടുക്കുകയാണെങ്കിൽ ലോകത്ത് ഒന്നാമത് നില്ക്കുന്നത് ജി ഐ സി ആണ്. അധികാരത്തിൽ വന്നയുടൻതന്നെ ഒന്നാം മോദി ഗവൺമെന്റ് 2015 മാർച്ചിൽ ഇൻഷുറൻസ് ഭേദഗതി ബിൽ പാസാക്കി; തുടർന്ന് ഇൻഷുറൻസിലെ എഫ് ഡി ഐ പരിധി 26 ശതമാനത്തിൽനിന്നും 49 ശതമാനത്തിലേക്ക് ഉയർത്തുകയുണ്ടായി. ഇപ്പോൾ ഗവൺമെന്റ് എൽ ഐ സിയുടെ ഓഹരി വിറ്റഴിക്കുന്നതിനുവേണ്ടി കൺസൾട്ടന്റുമാരെ നിയമിച്ചിരിക്കുന്നു. ജി ഐ സിയുടെ സ്വകാര്യവല്ക്കരണവും ഒരു ഇടിത്തീയാണ്.

## എന്താണ് ചെയ്യേണ്ടത്?

2021 ജൂലൈ 20 വരെയുള്ള കണക്കനുസരിച്ചു ബാങ്കുകളിലെ മൊത്തം നിക്ഷേപം 1,55,49,047 കോടി രൂപയും, ബാങ്ക് വായ്പ 1,08,32,938

കോടി രൂപയും ആണെന്നാണ് ആർ ബി ഐ റിപ്പോർട്ട് പറയുന്നത്. ബാങ്കിങ് മേഖല ശക്തിപ്പെടുത്തുന്നതിന് കൃഷിക്കും, സൂക്ഷ്മ-ചെറുകിട സംരംഭങ്ങൾക്കും വായ്പ നല്കുവാൻ ഗവൺമെന്റ് ബാങ്കുകൾക്ക് നിർദ്ദേശം നല്കണം; എം എഫ് ഐകളിലൂടെയല്ലാതെ വനിത സ്വയം സഹായ സംഘങ്ങൾക്ക് നേരിട്ട് വായ്പ നല്കുവാൻ നിർദ്ദേശിക്കണം; ചെറുപ്പക്കാർക്ക് വിദ്യാഭ്യാസാവശ്യങ്ങൾക്കും സംരംഭങ്ങൾ തുടങ്ങുന്നതിനുംവേണ്ടി വായ്പ നല്കാനും ശക്തമായ പിന്തുണ നല്കാനും. ഗവൺമെന്റ് ബാങ്കുകളോട് നിർദ്ദേശിക്കണം. താഴ്ന്ന വരുമാനമുള്ള വിഭാഗങ്ങൾക്ക് ബാങ്കുകൾ 30 ലക്ഷത്തിൽ താഴെ രൂപ ഹൗസിങ് ലോണുകളും നല്കണം; ഈ വായ്പകളെല്ലാം 100 ശതമാനം ഗ്യാരന്റിയോടെ ക്രെഡിറ്റ് ഗ്യാരന്റി സ്കീമിനുകീഴിൽ ഉൾപ്പെടുത്തപ്പെടുകയും വേണം.

പൊതുമേഖല ബാങ്കുകളിലെ ജീവനക്കാരുടെ എണ്ണം ഗവൺമെന്റ് ഇരട്ടിയാക്കുകയും അവർക്ക് ആ ബാങ്കുകൾ സ്വകാര്യവല്ക്കരിക്കപ്പെടുകയില്ല എന്ന ഉറപ്പ് നല്കുകയും വേണം; ബാങ്കുകൾ സ്വയം ഗ്രാമീണ മേഖലകളുടെയും പിന്നാക്ക മേഖലകളുടെയും വികസനത്തിൽ കേന്ദ്രീകരിക്കണം. ഭരണ സംവിധാനം മുൻഗണനാ വിഭാഗത്തിന് വായ്പ കൊടുക്കുന്നത് മെച്ചപ്പെടുത്തണം; 2 ലക്ഷം രൂപയിൽ താഴെ വരുന്ന ലോണുകൾക്കുള്ള ഒരു ഉപ-ടാർഗറ്റോടുകൂടി മൊത്തം വായ്പയുടെ 50 ശതമാനത്തിലേക്ക് അവ വർദ്ധിപ്പിക്കണം. ആർ ബി ഐ സ്വതന്ത്രമാകണം; ഗവൺമെന്റ് ആർ ബി ഐയിൽ തങ്ങളുടെ ശിങ്കിടികളെയല്ല, യഥാർത്ഥ വിദഗ്ദ്ധരെ നിയമിക്കണം. മുൻ ആർ ബി ഐ ഗവർണ്ണറായിരുന്ന വൈ വി റെഡ്ഡി ഒരിക്കൽ പറയുകയുണ്ടായി;

> ബാങ്ക് മാനേജ്മെന്റുകളും ധനകാര്യ മേഖലയും കേവലം പ്രമാണി വർഗ്ഗത്തെയോ, ധനപരമായി സജീവമായിട്ടുള്ളവരെയോ അല്ല, മറിച്ച് അവ പൊതുവിൽ ബഹുജനങ്ങളെ സേവിക്കുന്നുണ്ട് എന്ന് സെൻട്രൽ ബാങ്കുകൾ ഉറപ്പാക്കണം.

പൊതുമേഖല ബാങ്കുകളിൽ ഗവൺമെന്റ് നിർബ്ബന്ധമായും എംപ്ലോയി ഡയറക്ടർമാരെ നിയമിക്കണം; കാരണം അവർ കരുതലുള്ള നിരീക്ഷക സമിതിയെന്ന നിർണ്ണായക കടമ നിറവേറ്റുന്നുണ്ട്. ഡെവലപ്മെന്റ് ബാങ്കുകൾ തിരിച്ചുകൊണ്ടുവരാനുള്ള സമയമായിരിക്കുന്നു. ഡെവലപ്പ്മെന്റ് ബാങ്കുകൾ ഒട്ടേറെ മാറ്റങ്ങൾ കൊണ്ടുവന്നിട്ടുണ്ട് എന്ന് ആഗോള അനുഭവങ്ങൾതന്നെ കാണിച്ചുതരുന്നു. ഗവൺമെന്റ് പിന്താങ്ങുന്ന മികച്ചൊരു ക്രെഡിറ്റ് ഗ്യാരന്റി സ്കീം പ്രകാരം അപകട സാദ്ധ്യത എന്തുണ്ടായാലും അവർതന്നെ വഹിക്കേണ്ടതാണ്. നബാർഡും (NABARD) സിഡ്ബിയും (SIDBI) ഗവൺമെന്റ് ശക്തിപ്പെടുത്തണം.

എൻ സി എൽ ടി (NCLT) അടച്ചുപൂട്ടണം; കടം വീണ്ടെടുക്കുന്നതിനുവേണ്ടി ഗവൺമെന്റ് കർക്കശമായ നിയമങ്ങൾ നടപ്പാക്കണം. ഇന്ന്, കോർപ്പറേറ്റ് ലോണുകൾ കിട്ടാക്കടമായി മാറുന്നു. എന്നാൽ അതു

പകരിക്കുന്നവർ സ്റ്റൈലായി ജീവിക്കുകയോ അഥവാ രാജ്യത്തുനിന്നും തന്നെ രക്ഷപ്പെടുകയോ ചെയ്യുന്നു. ഫിനാൻസിനായുള്ള പാർലമെന്ററി സ്റ്റാന്റിങ് കമ്മിറ്റി ഫെബ്രുവരി 2016 ൽ പുറത്തുവിട്ട റിപ്പോർട്ടിൽ വിഷയം സംബന്ധിച്ച് നല്ല രീതിയിൽ പഠനം നടത്തുകയും വൻ കുടിശ്ശികക്കാരുടെ പേരുകൾ പ്രസിദ്ധീകരിക്കുക, വൻ ലോണുകളുടെ ഉത്തരവാദിത്വം മന്ത്രാലയവും ആർ ബി ഐ പ്രതിനിധികളുമടക്കമുള്ള ബോർഡ് ഡയറക്ടർമാർക്കുമേൽ ചുമത്തുക എന്നിവയുൾപ്പെടെയുള്ള ഫലപ്രദമായ നടപടികൾ നിർദ്ദേശിക്കുകയും ചെയ്തിട്ടുണ്ട്. ഗവൺമെന്റ് കോ-ഓപ്പറേറ്റീവുകളും (സഹകരണ സ്ഥാപനങ്ങൾ) കർഷക ഉല്പാദക സംഘടനകളും ശക്തിപ്പെടുത്തണം. അതിനുവേണ്ടി അവയുടെ സ്വയംഭരണാവകാശം സംരക്ഷിക്കുകയും അവയെ പരിപാലിക്കുന്നതിന് സംസ്ഥാന ഗവൺമെന്റുകളെ പിന്തുണയ്ക്കുകയും ചെയ്യണം. ഗവൺമെന്റ് വനിത സഹകരണ സംഘങ്ങൾ (SHGs) ശക്തിപ്പെടുത്തുകയും സ്ത്രീകൾക്കായൊരു ബാങ്ക് സ്ഥാപിക്കുകയും വേണം. സേവ ബാങ്ക് (Self Employed Women's Association Bank, SEWA Bank) ഇപ്പോൾത്തന്നെ മാതൃകയായി നമുക്കുമുന്നിലുണ്ട്. സ്വയം സഹകരണ സംഘങ്ങളുടെ ഫെഡറേഷനുകളെ പിന്തുണയ്ക്കുകവഴി സംസ്ഥാനങ്ങളിൽ സമാനമായ ബാങ്കുകൾ തുടങ്ങാവുന്നതാണ്. രാജ്യത്തിന് കൃഷി അനുബന്ധ പ്രവർത്തനങ്ങൾ, എം എസ് എം ഇകൾ, സ്ത്രീകളുടെ സംരംഭങ്ങൾ തുടങ്ങിയവയ്ക്ക് സ്പെഷ്യലിസ്റ്റുകളെ ആവശ്യമാണ്. അത്തരം സ്പെഷ്യലിസ്റ്റുകളെ റിക്രൂട്ടുചെയ്യുവാനും അവർക്ക് അർഹമായ ശമ്പളത്തോടെയും ന്യായമായ തൊഴിൽ സമയപ്രകാരവും ബാങ്കുകളിൽ ജോലി നല്കുവാനും അധികാരികൾ തയ്യാറാക്കണം. എൽ ഐ സിയും ജി ഐ സിയും സ്വകാര്യവല്ക്കരിക്കാനുള്ള പദ്ധതി ഗവൺമെന്റ് ഉപേക്ഷിക്കണം. അവ രണ്ടും ജനങ്ങളെ സേവിക്കുകയും, ഗവൺമെന്റിന് വലിയ തോതിൽ പിന്തുണ നല്കുകയും ചെയ്യുന്നുണ്ട്. അതുകൊണ്ടു തന്നെ അവയുടെ യഥാർത്ഥ മൂല്യം ഓഹരി കമ്പോളത്തിന് നിർണ്ണയിക്കാനാവുന്നതല്ല. കൂടാതെ, പൊതുമേഖല ബാങ്കുകളിലും എൽ ഐ സിയിലും ജി ഐ സിയിലും ഉപഭോക്താക്കളെ സംബന്ധിക്കുന്ന ബൃഹത്തായ ഡാറ്റയുണ്ട്. സ്വകാര്യവല്ക്കരണം നടപ്പാക്കിയാൽ, ഈ ഡാറ്റ സ്വകാര്യ മേഖലയുടെ കൈകളിലെത്തുകയും അവർ അത് ദുരുപയോഗം ചെയ്യുകയും അത് ദേശീയ സുരക്ഷയ്ക്കുതന്നെ ഭീഷണിയാവുകയും ചെയ്യും.

ഇവിടെ ബദലുകളുണ്ട്; ഭൂരിപക്ഷം ജനങ്ങളോടൊപ്പം നില്ക്കുകയും ചുരുക്കംവരുന്ന ന്യൂനപക്ഷങ്ങൾക്കു മാത്രം പ്രയോജനപ്പെടുന്ന പ്രമാണിവാഴ്ചകൾ സൃഷ്ടിക്കാതിരിക്കുകയും ചെയ്യുന്നതിനുള്ള രാഷ്ട്രീയ ഇച്ഛാശക്തിയാണ് ഈ മണിക്കൂറിൽ ഏറ്റവും ആവശ്യം.

*(ആൾ ഇന്ത്യാ ബാങ്ക് ഓഫീസേഴ്സ് കോൺഫെഡറേഷന്റെ (AIBOC) മുൻ ജനറൽ സെക്രട്ടറിയാണ് ലേഖകൻ)*

# ദുർബ്ബലമായ ബാലൻസ് ഷീറ്റ്

## ജയതി ഘോഷ്

ഇന്ത്യയിലെ പ്രമാണി വർഗ്ഗങ്ങൾക്കും ഇടത്തരം വർഗ്ഗങ്ങൾക്കുമിടയിൽ സാമ്പത്തിക ഉദാരവല്ക്കരണത്തിന് "മുൻപും" "ശേഷവും" എന്നതിനെക്കുറിച്ച് മുഖ്യധാരാ മാധ്യമങ്ങളിലെ ലേഖനങ്ങളിലൂടെയും സംവാദങ്ങളിലൂടെയും സ്ഥായിയായി ബലപ്പെടുത്തിയെടുത്ത ഒരു പൊതുവീക്ഷണമുണ്ട്. ഇതനുസരിച്ച് സ്വാതന്ത്ര്യലബ്ധിക്കും 1991 നുമിടയ്ക്കുള്ള കാലഘട്ടത്തിലെ ഇന്ത്യൻ സമ്പദ്ഘടന നിരാശാജനകവും മാന്ദ്യാവസ്ഥയിലുള്ളതും നിയന്ത്രിക്കപ്പെട്ടതും പ്രതിബന്ധങ്ങൾ നിറഞ്ഞതുമായിരുന്നു. നിരന്തരമായ കമ്മിയും സാമ്പത്തികാവസരങ്ങളുടെ അഭാവവും ഒട്ടുമിക്ക ഉപഭോഗ ചരക്കുകളുടെയും ലഭ്യതക്കുറവും ഈ കാലഘട്ടത്തിലുണ്ടായിരുന്നു. ഉദാരവല്കൃത സാമ്പത്തിക പരിഷ്കാരങ്ങളുടെ തുടക്കത്തോടുകൂടി ഇതെല്ലാം പ്രകടമായിത്തന്നെ പൂർണ്ണമായി മാറി; വേഗത്തിലുള്ള വളർച്ചയുണ്ടാവുകയും ഉപഭോഗ ചരക്കുകളുടെ വിപുലമായ ശേഖരം ലഭ്യമാക്കുകയും, ഇന്ന് സമ്പദ്ഘടനയിൽ നല്ലതായി തോന്നുന്ന ഏറക്കുറെ എല്ലാംതന്നെ അത് കൊണ്ടുവരുകയും ചെയ്തു.

"ഒന്നും തന്നെ ഉണ്ടായിട്ടില്ല" എന്നും ഒരു പ്രത്യേക പാർട്ടിയും അതിന്റെ നേതാവും അധികാരത്തിൽ വന്നു എന്നതിനപ്പുറം സ്വാതന്ത്ര്യം ലഭിച്ച് 70 വർഷങ്ങൾ പിന്നിട്ടിട്ടും ഒരു പുരോഗതിയും ഇന്ത്യയിലുണ്ടായിട്ടില്ല എന്ന് അവകാശപ്പെടുന്ന ഒരാളെ സംബന്ധിച്ചിടത്തോളം മേൽപറഞ്ഞ വീക്ഷണം തികച്ചും വിഡ്ഢിത്തമാണ്. അതുകൊണ്ടുതന്നെ ഒരു നിലപാടിലെ മണ്ടത്തരം കാണുന്ന ഒരാൾ, രണ്ടും തികച്ചും തെറ്റായിരിക്കവെതന്നെ മറ്റേതിനെ വിശ്വാസപൂർവ്വം ചേർത്തുപിടിക്കുന്നു എന്നത് അത്ഭുതകരമാണ്.

**ഇന്ത്യ 1991 ൽ**

1991 ൽ സാമ്പത്തിക പരിഷ്കാരങ്ങൾ കൊണ്ടുവരുന്ന സമയത്ത്, മറ്റു മിക്ക വികസ്വര രാജ്യങ്ങളെയും അപേക്ഷിച്ച് ഗണ്യമായ തോതിൽ സാമ്പത്തിക വൈവിദ്ധ്യവല്ക്കരണം നടന്ന ഒരു അർദ്ധ വ്യവസായവല്കൃത സമ്പദ്ഘടനയായിരുന്നു ഇന്ത്യയുടേത്. സോഫ്റ്റ് വെയർ വ്യവസായത്തിന്റെ ദ്രുതഗതിയിലുള്ള വളർച്ച, ലോകത്തിലെ തന്നെ ഏറ്റവും വിലക്കുറവിൽ മരുന്നുകളുണ്ടാക്കുന്ന ഔഷധ നിർമ്മാണ കമ്പനികളുടെ ആഗോള ആവിർഭാവം തുടങ്ങിയിങ്ങോട്ട് കഴിഞ്ഞ മൂന്ന് ദശകങ്ങളിലെ "വിജയങ്ങൾ" എന്നു വീമ്പു പറയുന്നവയെല്ലാം മാറിമാറി വന്ന ഗവൺമെന്റുകൾ രൂപപ്പെടുത്തിയെടുത്ത പൊതു നടപടിക്രമങ്ങളും പൊതുസ്ഥാപനങ്ങളും ഇല്ലായിരുന്നുവെങ്കിൽ സാദ്ധ്യമാകുകയില്ലായിരുന്നു. പൊതുമേഖലാ നിർമ്മാണ യൂണിറ്റുകളിൽ തുടങ്ങി ഉന്നത വിദ്യാഭ്യാസ സ്ഥാപനങ്ങൾ വരെ ഗവൺമെന്റുകൾ നടപ്പാക്കിയ പൊതു സംവിധാനങ്ങളുടെ അഭാവത്തിൽ ഇവയൊന്നും തന്നെ സാദ്ധ്യമാകുകയില്ലായിരുന്നു.

തീർച്ചയായും 1991 നുമുൻപുള്ള ഇന്ത്യൻ വികസന പദ്ധതിയിൽ എല്ലാം ശുഭമായിരുന്നു എന്നല്ല പറഞ്ഞുവരുന്നത്. മറിച്ച്, അത് ഒട്ടേറെ നിർണ്ണായകമായ രംഗങ്ങളിൽ ശ്രദ്ധേയമായ വീഴ്ചകൾ വരുത്തിയിട്ടുമുണ്ട്. എന്നാൽ, 1990 കളുടെ ആദ്യം മുതൽ നടപ്പാക്കിയ സാമ്പത്തിക ഉദാരവല്ക്കരണം വഴി ഈ വീഴ്ചകളിൽ ഒന്നുപോലും പരിഹരിക്കപ്പെട്ടിട്ടില്ല. ഈ പരിഷ്കാരം എന്തെങ്കിലും ചെയ്തിട്ടുണ്ടെങ്കിൽ അത്, ഈ വീഴ്ചകളെ പിന്നെയും വലുതാക്കുകയും വളർത്തുകയും ചെയ്തു എന്നതാണ്. കുറഞ്ഞ തൊഴിലവസര സൃഷ്ടി, പ്രാഥമിക പ്രവർത്തനങ്ങൾക്കു പുറത്ത് അപര്യാപ്തമായ സാമ്പത്തിക വൈവിദ്ധ്യവല്ക്കരണം, ഉയർന്ന മൂല്യവർദ്ധിത മാനുഫാക്ചറിങ്ങിലേക്ക് കുറഞ്ഞ കൂലികൊടുക്കുന്ന സേവനങ്ങൾ, സ്ഥായിയായ വരുമാന ദാരിദ്ര്യവും ഭക്ഷ്യക്ഷാമവും, മനുഷ്യവികസന സൂചികയിലെ മോശം പ്രകടനം തുടങ്ങിയ പരാജയങ്ങൾ നേരിടുന്നതിനുവേണ്ടിയാണ് പരിഷ്കാരങ്ങൾ നടപ്പാക്കുന്നത് എന്നാണ് പറഞ്ഞത്.

എന്നിട്ട് എന്താണുണ്ടായത്? ഈ രംഗങ്ങളിലെ പുരോഗതിയെ കൂടുതൽ മന്ദഗതിയിലാക്കുകയോ അതിനെ കീഴ്മേൽ മറിക്കുകയോ ആണ് പരിഷ്കാരങ്ങളുടെ ഈ മൂന്നു ദശകങ്ങളിൽ ഉണ്ടായത്. 1990 കളിൽ നടന്ന പരിമിതമായ ഘടനാപരമായ മാറ്റംപോലും ഇക്കഴിഞ്ഞ ദശകത്തിൽ കീഴ്മേൽ മറിക്കപ്പെട്ടു.

1991 ലെ സാമ്പത്തിക പരിഷ്കാരങ്ങളുടെ അടിയന്തര ലക്ഷ്യങ്ങൾ സ്ഥിരതയും വിദേശ സാമ്പത്തിക ഇടപാടുകളുടെ ക്രമപ്പെടുത്തലുമായിരുന്നു. കാരണം, സമ്പദ്ഘടന അന്ന് രൂക്ഷമായ അടവുശിഷ്ട പ്രതിസന്ധി നേരിടുകയായിരുന്നു; അത് പരിഹരിക്കാൻ 1991 ജൂലൈയിൽ രൂപ

യുടെ മൂല്യശോഷണവും നടപ്പാക്കിയിരുന്നു. എന്നാൽ ഇതു കൊണ്ടുവന്നത് വളരെ സുപ്രധാനമായ മറ്റനേകം മാറ്റങ്ങളോടുകൂടിയായിരുന്നു; അതായത്, ധനനിക്ഷേപം അടക്കമുള്ള ആഭ്യന്തര നിക്ഷേപത്തിന്മേലുള്ള നിയന്ത്രണം എടുത്തുമാറ്റിയതിനെത്തുടർന്ന് വലിയൊരു നിര ചരക്കുകളുടെ ഇറക്കുമതി അനിയന്ത്രിതമായി അനുവദിക്കുകയും കയറ്റുമതി പ്രോത്സാഹനം കുറയ്ക്കുകയും ഒപ്പംതന്നെ ക്രമേണ രാജ്യത്തിനകത്ത് പ്രവർത്തിക്കുന്നതിന് വിദേശ മൂലധനത്തിനുമേലുള്ള നിയന്ത്രണങ്ങൾ ലഘൂകരിക്കുകയും ചെയ്തതടക്കമുള്ള മാറ്റങ്ങൾ കൊണ്ടുവരുകയുണ്ടായി.

അന്താരാഷ്ട്ര വ്യാപാരത്തിനുമേലുള്ള നിയന്ത്രണ ചട്ടങ്ങളും വ്യത്യസ്ത കമ്പോളങ്ങളിലെ ഏജന്റുമാർക്കുമേലുള്ള നിയന്ത്രണങ്ങളും എടുത്തുമാറ്റുന്നത്, ഇന്ത്യൻ ഉല്പാദകരെ കൂടുതൽ മത്സരാധിഷ്ഠിതമായും "കാര്യപ്രാപ്തി"യോടെയും പ്രവർത്തിക്കാൻ നിർബ്ബന്ധിതരാക്കും എന്ന കാഴ്ചപ്പാടിന്റെ അടിസ്ഥാനത്തിലായിരുന്നു ഈ നടപടികൾ. അതിനോടൊപ്പം വൻകിട മൂലധനത്തിന് പ്രോത്സാഹനം നല്കുകയും ഇളവുകൾ അനുവദിക്കുകയും ചെയ്യുന്നത് സ്വകാര്യനിക്ഷേപം വർദ്ധിപ്പിക്കുന്നതിനുവേണ്ടിയായിരുന്നു. ആഭ്യന്തര സമ്പാദ്യങ്ങളാൽ നിശ്ചയിക്കപ്പെടുന്ന പരിധിക്കപ്പുറം ആഭ്യന്തര നിക്ഷേപം വർദ്ധിക്കുന്നതിനുവേണ്ടിയാണ് ധനകാര്യ മേഖല തുറന്നുകൊടുക്കുന്നത് എന്നാണന്ന് പറഞ്ഞത്. രാജ്യത്തിനകത്തുനിന്നും പുറത്തുനിന്നുമുള്ള വൻകോർപ്പറേറ്റ് നിക്ഷേപം വളർച്ചയുടെ എഞ്ചിനായി മാറുമെന്നും, പ്രത്യേകിച്ചും ഔപചാരിക മേഖലയിലെ തൊഴിലവസരം വർദ്ധിപ്പിക്കുമെന്നും, അതിർത്തികൾകടന്ന് "അരിച്ചരിച്ചിറങ്ങുന്ന" രീതിയിൽ വരുമാനം വർദ്ധിക്കുമെന്നും, അങ്ങനെ ജീവിതനിലവാരവും സാമൂഹ്യ സൂചകങ്ങളും ഒരുപോലെ അഭിവൃദ്ധിപ്പെടുമെന്നുമാണ് ലക്ഷ്യമിട്ടത്.

## നിയന്ത്രണങ്ങൾ നീക്കം ചെയ്തതിന്റെ വരുംവരായ്കകൾ

ആഭ്യന്തര നിയന്ത്രണം നീക്കം ചെയ്തതിൽ ചിലത് തീർച്ചയായും അനിവാര്യമായിരുന്നു, ഉദാഹരണത്തിന് ഗതാഗത സംബന്ധമായ ഉപകരണങ്ങളുടെയും സിവിൽ വ്യോമഗതാഗതത്തിന്റെയും കാര്യം; നിലവിലുള്ള പ്രമാണി വർഗ്ഗം മറ്റ് പ്രാദേശിക ആഗോള ഉല്പാദകരോട് മത്സരിക്കാൻ നിർബ്ബന്ധിതരായതിനാൽ ഇവ രണ്ടിലും നിർണ്ണായകമായ വിപുലീകരണം ഉണ്ടാവുകയും ഉപഭോക്താക്കൾക്ക് കുറഞ്ഞ വിലയിൽ ലഭ്യമാകുകയും ചെയ്തു. എന്നാൽ മറ്റ് ഒട്ടേറെ മേഖലകളിൽ, നിയന്ത്രണം നീക്കം ചെയ്തതും വ്യാപാര ഉദാരവല്ക്കരണവും വളരെ മന്ദഗതിയിലുള്ള ഫലമുണ്ടാക്കി; കാരണം, അതത് ഗവൺമെന്റുകൾ മാനദണ്ഡങ്ങളും സർക്കാർ സബ്സിഡികളും അനുവദിക്കുന്ന സമ്പദ്ഘടനകളിൽനിന്നും നേട്ടം ലഭിക്കുന്ന ബഹുരാഷ്ട്ര കുത്തകകളുടെയും മറ്റ് ഉല്പാ

ദകരുടെയും വിലകുറച്ചും കൂടുതൽ വ്യാപകമായും കമ്പോളത്തിലിറക്കപ്പെടുന്ന ഉല്പന്നങ്ങളോട് മത്സരിച്ചു നില്ക്കാൻ പ്രാദേശിക സംരംഭങ്ങൾക്ക് സാധിച്ചില്ല എന്നതാണ്.

ആഗോള മൂലധനത്തിന് അനുകൂലമായ ഒരു പ്രാപ്യസ്ഥാനമായി ഇന്ത്യ കണക്കാക്കപ്പെട്ടപ്പോൾ, 1990 കളിലും 2000 ങ്ങളിലും കൂടി മൊത്തം വളർച്ചാ നിരക്കിൽ ഏറക്കുറെ വർദ്ധനവുണ്ടായി. എന്നാൽ വിരോധാഭാസമെന്നുപറയട്ടെ 2000 ത്തിന്റെ ആദ്യ ദശകത്തിലേക്ക് കവിഞ്ഞൊഴുകപ്പെട്ട 1990 കളിലെ മേഖലാതല നേട്ടങ്ങൾ സമ്പൂർണ്ണ ഉദാരവല്ക്കരണത്തിന്റെ ഫലമായിരുന്നില്ല. മറിച്ച് ചില സവിശേഷ വ്യാവസായിക നയങ്ങളുടെ ഫലമായിരുന്നു അവ.

ശ്രദ്ധേയമായ മൂന്ന് നേട്ടങ്ങൾ ഔഷധനിർമ്മാണം, സോഫ്റ്റ് വെയർ, ആട്ടോമൊബൈൽ എന്നീ വ്യവസായങ്ങളിലായിരുന്നു; ഈ രംഗങ്ങളിലെല്ലാം നമ്മൾ വിജയം വരിച്ച നെറ്റ് എക്സ്പോർട്ടർമാരായി (Net Exporter –ഇറക്കുമതിയേക്കാൾ കൂടുതൽ കയറ്റുമതി ചെയ്യുന്ന രാജ്യം) മാറി. എന്തുതന്നെയായാലും, സജീവമായ വ്യാപാര–വ്യാവസായിക നയങ്ങളും വ്യക്തമായ ഗവൺമെന്റ് പിന്തുണയുമില്ലായിരുന്നെങ്കിൽ, അവയിലൊന്നിനും വിജയം കൈവരിക്കാൻ കഴിയുമായിരുന്നില്ല. ഗവൺമെന്റിന്റെ ആ പിന്തുണ ക്രമേണ വെട്ടിക്കുറച്ചതിനാൽ അവയുടെ ഭാഗ്യം ഇല്ലാതാക്കപ്പെട്ടു.

1960 ലെ ഇന്ത്യൻ പേറ്റന്റ് നിയമത്തിൽനിന്നും ഇന്ത്യയിലെ ഔഷധ വ്യവസായത്തിന് പ്രകടമായിത്തന്നെ നേട്ടമുണ്ടായി; ആ നിയമം രാസവസ്തുക്കൾക്കും ഔഷധ നിർമ്മാണത്തിനും പ്രോസസ് പേറ്റന്റുകൾ മാത്രമാണ് അനുവദിച്ചിരുന്നത്. ഇത് മരുന്നുകളുടെ കാര്യത്തിൽ ഒരു “മുന്നോട്ടുപോക്ക്” സാദ്ധ്യമാക്കുകയും ലോകത്തിലെതന്നെ ഏറ്റവും വിലക്കുറവുള്ള ഫലപ്രദമായ മരുന്ന് വ്യവസായമാക്കി ഇന്ത്യൻ ഔഷധ വ്യവസായത്തെ മാറ്റുകയും ചെയ്തിരുന്നു. എന്തുതന്നെയായാലും ലോക വ്യാപാരസംഘടനയുടെ ബൗദ്ധിക സ്വത്തവകാശത്തിന്റെ വ്യാപാര സംബന്ധമായ വശങ്ങളുമായി ബന്ധപ്പെട്ട കരാർ 2005 ൽ മേല്പറഞ്ഞ പേറ്റന്റ് നിയമ സംവിധാനത്തെ പൂർണ്ണമായി അട്ടിമറിക്കുകയും ഇനിമേലിൽ അത് സാദ്ധ്യമല്ലാതാക്കുകയും ചെയ്തു. അതുമുതൽ, ആഭ്യന്തര ഔഷധ വ്യവസായത്തിന് തീവ്രപോരാട്ടത്തിലേർപ്പെടേണ്ടിവരികയും, വിജയകരമായ ഒട്ടുമിക്ക ഉല്പാദനകമ്പനികളും വളരെ എളുപ്പത്തിൽത്തന്നെ ബഹുരാഷ്ട്ര കുത്തകകളുടെ കൈകളിലാകുകയും ചെയ്തു. ഏറെ ഗൗരവമേറിയ കാര്യം, ഒരുപാട് മരുന്നുകളുടെ പ്രധാന ഉല്പാദകർ എന്ന സ്ഥിതിയിൽനിന്നും ഇക്കാര്യത്തിൽ ഭീമമായി ഇറക്കുമതിയെ ആശ്രയിക്കുന്ന (കൂടുതലും ചൈനയിൽനിന്നും) ഒരു രാജ്യമായി ഇന്ത്യ മാറുന്ന സ്ഥിതി സംജാതമായി. പൊതുമേഖലാ ഔഷധ നിർമ്മാണ കമ്പനികളെ നിക്ഷേപമില്ലാതെ ശ്വാസംമുട്ടിക്കുകയും അവയെ മാന്ദ്യാവസ്ഥയിലാക്കാൻ അനുവദിക്കുകയും അവയിൽ ചിലത് അടച്ചു

പൂട്ടപ്പെടുകയും ചെയ്തതിനുശേഷമാണ് ഈയൊരു അവസ്ഥ സംജാതമായത്.

സോഫ്റ്റ്‌വെയർ വ്യവസായം സാമ്പത്തിക ഉദാരവല്ക്കരണ തന്ത്രത്തിന്റെ വിജയത്തിന്റെ ഉത്തമ ഉദാഹരണമായി അവതരിപ്പിക്കപ്പെടുന്ന ഒന്നാണ്. എന്നിട്ടുപോലും പ്രാരംഭഘട്ട വികസനത്തിനും തുടർന്നുള്ള വിപുലീകരണത്തിനും വേണ്ടി ഈ വ്യവസായത്തിനും പൂർണ്ണവും വ്യക്തവുമായ സർക്കാർ പിന്തുണയെ ആശ്രയിക്കേണ്ടതായി വന്നു. ഇന്ത്യൻ ഇൻസ്റ്റിറ്റ്യൂട്ട്സ് ഓഫ് ടെക്നോളജിയും സമാനമായ മറ്റു പൊതുമേഖലാ സ്ഥാപനങ്ങളും നല്കുന്ന ടെക്നിക്കൽ വിദ്യാഭ്യാസം, ഒരുതരത്തിലും ഒഴിവാക്കാൻ സാധിക്കാത്ത വിദഗ്ദ്ധ തൊഴിലാളിയെ പ്രദാനം ചെയ്യുന്ന മുഖ്യ ഉറവിടമാണ് എന്ന് വെളിപ്പെടുത്തപ്പെട്ടിട്ടുണ്ട്.

## ഭരണകൂടത്തിന്റെ പിന്തുണയോടുകൂടിയ വിജയം

പ്രധാനപ്പെട്ട ധനപരമായ ഉത്തേജനങ്ങളിൽനിന്നും വ്യവസായത്തിന് നേട്ടം ലഭിച്ചു; അതിൽ ഏറ്റവും പ്രധാനപ്പെട്ടതാണ് 1999 ൽ അവതരിപ്പിച്ച ലാഭത്തിനുമേലുള്ള നികുതിയിളവുകൾ; രണ്ട് ദശകങ്ങളായി അത് തുടർന്നു വരികയാണ്. തീർച്ചയായും, കയറ്റുമതി സേവനങ്ങൾക്ക് കുറഞ്ഞ വിലയിടൽ അനുവദിക്കുന്ന ഒരു നിർണ്ണായക ഘടകമായിരുന്നു ഇത്; ആദായകരമായ ആ നികുതിയിളവിന്റെ കാലഘട്ടം കഴിഞ്ഞതോടുകൂടി, വ്യവസായത്തിന്റെ വളർച്ചയും പതുക്കെയായി.

അതിന്റെ പ്രകടനത്തിലെ മറ്റൊരു നിർണ്ണായകവശം, ശൈശവദശയിലുള്ള കമ്പ്യൂട്ടർ ഹാർഡ്‌വെയർ വ്യവസായത്തിന്റെ ചെലവിൽ ആഭ്യന്തര സോഫ്റ്റ്‌വെയർ വ്യവസായം പ്രോത്സാഹിപ്പിക്കുന്നതിനുള്ള ഇന്ത്യാ ഗവൺമെന്റിന്റെ ബോധപൂർവ്വമായ തീരുമാനമായിരുന്നു (ആദ്യഘട്ടത്തിൽ ഇക്കാര്യം നേരെ തിരിച്ചുചെയ്ത ചൈനയിൽനിന്നും വ്യത്യസ്തമായി). ഈ തന്ത്രത്തിന്റെ ഫലമായി ഹാർഡ്‌വെയറിന്മേലുള്ള ഇറക്കുമതി ചുങ്കം കുറയ്ക്കുകയുണ്ടായി; ഊർജ്ജസ്വലമായൊരു ആഭ്യന്തര കമ്പ്യൂട്ടർ വ്യവസായത്തിന്റെ സാദ്ധ്യതകൾ അതുമൂലം ഫലപ്രദമായി നശിപ്പിക്കപ്പെടുകയാണുണ്ടായത്. ഇത് അടുത്തകാലത്തായി ഉൽക്കണ്ഠാജനകമായ ഒരു വിഷയമായി മാറിയിരിക്കുന്നു; അതായത്, ഹാർഡ്‌വെയറിൽ കൂടുതൽ കൂടുതൽ സോഫ്റ്റ് വെയർ ഉൾച്ചേർക്കപ്പെട്ടിരിക്കുന്നു (കമ്പ്യൂട്ടറിലോ, ടാബുകളിലോ, മൊബൈൽ ഫോണുകളിലോ എന്തിലായാലും); ഇതർത്ഥമാക്കുന്നത് സവിശേഷമായ, അനുപമമായ സോഫ്റ്റ്‌വെയർ സേവനങ്ങൾക്കും ഇന്ത്യയ്ക്കത്തുപോലും പുറംകരാർ പണി കൊടുക്കുന്ന ബിസിനസ് പ്രക്രിയയ്ക്കും വേണ്ടിമാത്രമേ ഇന്ത്യൻ കമ്പനികൾക്ക് ഇനി മത്സരിക്കാൻ സാധിക്കുകയുള്ളൂ എന്നാണ് – എന്നുവെച്ചാൽ എത്രയും പെട്ടെന്നുതന്നെ സോഫ്റ്റ് വെയർ സേവനങ്ങളുടെ ഒരു ശിഷ്ട ഇറക്കുമതി രാജ്യമായി ഇന്ത്യ മാറുമെന്നർത്ഥം.

മറ്റ് ഉല്പാദകർക്കുമേലുള്ള ലൈസൻസിങ് നിയന്ത്രണങ്ങൾ നീക്കം ചെയ്യുകയും ഈ രംഗത്ത് വിദേശ നിക്ഷേപം പ്രോത്സാഹിപ്പിക്കുകയും ചെയ്തതോടെ ആട്ടോമൊബൈൽ മേഖല അതിവേഗത്തിൽ വ്യാപകമാക്കപ്പെട്ടു. എന്നാൽ 1990 കളിൽ നടപ്പാക്കിയ നിക്ഷേപവുമായി ബന്ധപ്പെട്ട ചട്ടങ്ങളുടെ ഉദാരവല്ക്കരണം, (ആഭ്യന്തര ഉള്ളടക്കത്തിന്റെ അവശ്യോപാധികൾ ക്രമേണ വർദ്ധിക്കുന്ന രൂപത്തിൽ സജീവമായ വ്യാവസായിക നയങ്ങൾക്കൊപ്പമുള്ളതാണീ ചട്ടങ്ങൾ) ആഭ്യന്തര വിതരണക്കാരിൽനിന്നും ഉല്പാദനോപാധികളുടെ ഉയർന്ന അനുപാതം ലഭിക്കുന്നതിനുവേണ്ടി ഇന്ത്യയിൽ നിക്ഷേപിക്കുന്ന വിദേശ കമ്പനികളെ നിർബ്ബന്ധിതരാക്കും. ഇത് വളരെ സമൃദ്ധമായ തരത്തിൽ ആട്ടോമൊബൈൽ അനുബന്ധ വ്യവസായം സൃഷ്ടിക്കുകയും, ആട്ടോമൊബൈലിന്റെ വ്യാവസായിക ഹബ്ബുകൾ ആരംഭിക്കുകയും അനവധി പ്രദേശങ്ങളിൽ അതിന്റെ ഭാഗങ്ങൾ ഉല്പാദിപ്പിക്കുകയും ചെയ്യുന്നതിനിടയാക്കി.

ഒന്നുകൂടി പറഞ്ഞാൽ, വ്യാപാര സംബന്ധമായ നിക്ഷേപ നടപടിക്രമങ്ങളിന്മേലുള്ള (ട്രേഡ് റിലേറ്റഡ് ഇൻവെസ്റ്റ്മെന്റ് മെഷേഴ്സ് - TRIMS) ലോക വ്യാപാര സംഘടനയുടെ കരാർ, ഈ നയത്തെ ഫലപ്രദമായി നിയന്ത്രിച്ചു; പക്ഷേ, നിർഭാഗ്യവശാൽ, ഈ വ്യവസായങ്ങൾ മത്സരത്തിലേർപ്പെട്ടുകഴിഞ്ഞ ആ ഒരു ഘട്ടത്തിലേക്ക് ഉയരുകയും വികസിക്കുകയും ചെയ്തതിനുശേഷമാണ്, അതായത് 2005 മുതൽ മാത്രമാണ് അതുണ്ടായത്.

സമാനമായ നേട്ടങ്ങൾ ലഭിക്കാത്ത മറ്റു വ്യവസായങ്ങൾ അത്ര നന്നായി പ്രവർത്തിച്ചില്ല; അവയിലൊട്ടേറെ വ്യവസായങ്ങൾക്ക്, പ്രത്യേകിച്ചും ചെറുകിട-ഇടത്തരം സംരംഭങ്ങൾക്ക് ഇറക്കുമതിയിൽനിന്നുണ്ടായ മത്സരവുമായി കിടപിടിച്ചു നില്ക്കാനായില്ല; പ്രത്യേകിച്ചും പശ്ചാത്തല സൗകര്യവുമായി ബന്ധപ്പെട്ട നിയന്ത്രണങ്ങൾ വലുതായി കാണിക്കപ്പെട്ടപ്പോൾ. ആവശ്യമായ പശ്ചാത്തല സൗകര്യം അനുവദിക്കാൻ കഴിയുന്ന പൊതുനിക്ഷേപം സമീപകാലത്തൊന്നും ഉണ്ടാകാനിടയില്ല; സ്വകാര്യ നിക്ഷേപം ഇതിനെ തരണം ചെയ്യും എന്ന അപകടമായ തീരുമാനം ഗവൺമെന്റ് കൈക്കൊണ്ടിരിക്കുന്നതിനാലാണത്. പ്രത്യേകിച്ചും നിക്ഷേപത്തിന്റെ എല്ലാ അപകട സാദ്ധ്യതകളും നികുതിദായകർ ഫലപ്രദമായി നോക്കേണ്ടിവരുന്നു. വൻകിടക്കാർക്ക് സ്വാതന്ത്ര്യവും വിവിധതരം ഇളവുകളും അനുവദിക്കുമ്പോൾ, ചെറുകിട-ഇടത്തരം സംരംഭങ്ങളെ "ലൈസൻസ് രാജ്" പകർച്ചവ്യാധി പോലെ പിടികൂടുകയും അതവരുടെ ചെലവ് കൂട്ടുകയും സാമ്പത്തികമായ നിലനില്പ് കുറയ്ക്കുകയും ചെയ്യുന്നു.

ഉദാരവല്ക്കരണ കർത്താക്കളുടെ പൊങ്ങച്ചത്തിനും അഭിലാഷങ്ങൾക്കും നേർവിരുദ്ധമായി ഇന്ത്യയിലെ ഉല്പാദനരംഗം, പ്രത്യേകിച്ചും തൊഴിലാളി കേന്ദ്രിത ഉല്പാദനം ഉദാരവല്ക്കരണത്തിനുശേഷം കാര്യമായി മുന്നോട്ടുപോയിട്ടില്ല. എതിരാളികളുടെ കണക്കിലുള്ള ജി ഡി

പിയിൽ ഉല്പാദനത്തിന്റെ വിഹിതം, 1980 നും 2010 നുമിടയിലുടനീളം 15 –18 എന്ന താഴ്ന്ന ശതമാനത്തിൽ ചാഞ്ചാടി നില്ക്കുകയാണുണ്ടായത്. പിന്നീട് ഇപ്പോഴത്തെ ഗവൺമെന്റിന്റെ 'മേക്ക് ഇൻ ഇന്ത്യ' തന്ത്രം പ്രഖ്യാപിക്കപ്പെട്ടതോടെ അത് പിന്നെയും ഇടിഞ്ഞു. ലോക ബാങ്കിന്റെ ഡാറ്റയനുസരിച്ച് കഴിഞ്ഞ രണ്ട് വർഷമായി ജി ഡി പി യിലെ ഉല്പാദനത്തിന്റെ വിഹിതം 12–13 ശതമാനത്തിലേക്ക് കുത്തനെ ഇടിഞ്ഞു.

## പരിഷ്കാരങ്ങളുടെ ഇരകൾ

നവലിബറൽ പരിഷ്കാരങ്ങൾമൂലം കൃഷിയും ദുരിതം നേരിടേണ്ടതായി വന്നു, അത് 2000 ങ്ങളുടെ മദ്ധ്യത്തിൽ മാറിമാറി വന്ന കേന്ദ്ര ഗവൺമെന്റുകൾ അവഗണിച്ചതുകൊണ്ടുമാത്രമല്ല, മറിച്ച് ഇന്ത്യയിലെ ബഹുഭൂരിപക്ഷം വരുന്ന ചെറുകിട കർഷകരും വളരെയധികം ചാഞ്ചാട്ട സ്വഭാവമുള്ള ആഗോള വിലയുടെ പേക്കൂത്തുകൾക്കും കൂടുതൽ ഇളവുകളനുവദിക്കപ്പെട്ട വടക്കൻ മേഖലയിലെ അഗ്രിബിസിനസുകാരിൽനിന്നുള്ള മത്സരങ്ങൾക്കും തുറന്നുകൊടുക്കപ്പെട്ടതുകൊണ്ടാണത്.

ഈ പരിഷ്കാരങ്ങൾ ഭക്ഷ്യസുരക്ഷയ്ക്കും കൃഷിയുടെ അതിജീവനത്തിനും ഒരുപോലെ ഭീഷണിയുയർത്തി; അംഗീകൃത തൊഴിൽസേനയുടെ ഏതാണ്ട് പകുതിയോളം പേരെ ഇത് ബാധിക്കുന്നു. കഴിഞ്ഞ വർഷം കൊണ്ടുവന്നിട്ടുള്ള മൂന്നു കാർഷിക നിയമങ്ങൾ കൃഷിയിൽ കോർപ്പറേറ്റ് നിയന്ത്രണം വർദ്ധിപ്പിക്കുവാനുള്ള ഒടുവിലത്തെ ശ്രമമാണ്; ഈ നിയമങ്ങൾക്കെതിരായി തുടർന്നുവരുന്ന പ്രതിഷേധം തല്ക്കാലത്തേക്കെങ്കിലും അതിന്റെ നടപ്പാക്കലിനെ പിടിച്ചുനിർത്തുമെങ്കിലും, അത് ഇന്ത്യൻ കർഷകന്റെ ശവപ്പെട്ടിയിൽ തറയ്ക്കുന്ന അവസാനത്തെ ആണിയാകുമെന്നുറപ്പാണ്;

അതേസമയം, 2000 ങ്ങളിലുള്ള പ്രത്യേകിച്ചും 2002 നും 2012 നുമിടയ്ക്കുള്ള സാമ്പത്തിക കുതിപ്പിന്റെ കാലഘട്ടം ഭരണകൂടത്തിന്റെ പിന്മാറലിനേക്കാൾ, സജീവമായൊരു ഭരണകൂട നയത്തിന്റെ ഫലമായിരുന്നു. വൻകിട സ്വകാര്യ മൂലധനത്തിനു പ്രോത്സാഹനം നല്കുന്നതിനുവേണ്ടിയുള്ള ഒരു ആശയമായിരുന്നു അത് എന്നതുകൊണ്ടുതന്നെ, ഈ സർക്കാർ നയം അവരെ വിഭവങ്ങൾ പിടിച്ചടക്കാനും (ഭൂമിയും കാടും ധാതുക്കളും വെള്ളവും സ്പെക്ട്രവും തുടങ്ങിയവയെല്ലാം) പ്രകൃതിയെ കൊള്ളയടിക്കാനും അനുവദിച്ചു; പൊതു ഏജൻസികൾ നന്നായി നടപ്പാക്കി വന്ന അവശ്യോപാധികളുടെയും പൊതുസേവനങ്ങളുടെയും സ്വകാര്യവല്ക്കരണം നടപ്പാക്കി; വൻകിട കോർപ്പറേറ്റുകൾക്ക് നിരന്തരം വർദ്ധിച്ചതോതിലുള്ള നികുതി ഇളവുകൾ അനുവദിച്ചു.

ആഴത്തിൽ നിരീക്ഷിച്ചാൽ, ഇത് അസമത്വവും അതുപോലെതന്നെ ഭരണകൂടത്തിന്റെ മേലുള്ള ധനപരമായ നിയന്ത്രണങ്ങളും വ്യാപകമായി വർദ്ധിപ്പിച്ചു. ഭരണകൂടത്തിനുമേലുള്ള ഈ ധനപരമായ നിയന്ത്രണങ്ങൾ

(വിലക്കുകൾ) ജനങ്ങൾക്ക് പോഷകാഹാരവും ആരോഗ്യവും വിദ്യാഭ്യാസവും പോലുള്ള അവശ്യ പൊതുസേവനങ്ങൾ ലഭ്യമാക്കുക എന്ന കടമ നിർവ്വഹിക്കാൻ അതിനു സാധിക്കാത്ത സ്ഥിതിയുണ്ടാക്കുന്നു. അസമമായ ഈ വളർച്ച ഗണ്യമായ തോതിൽ പാരിസ്ഥിതിക നാശനഷ്ടങ്ങളും ആവാസ–കാലാവസ്ഥാ മാറ്റങ്ങളും ഉണ്ടാക്കിയിരിക്കുന്നു എന്നത് ഉൽക്കണ്ഠാജനകമാണ്; ഇന്നത് സാമ്പത്തിക പ്രവർത്തനത്തെ മാത്രമല്ല, മനുഷ്യന്റെ നിലനില്പിനെത്തന്നെ ബാധിച്ചുകൊണ്ടിരിക്കുകയാണ്.

ഒരുപക്ഷേ, സാമ്പത്തിക ഉദാരവല്ക്കരണത്തിന്റെ ഏറ്റവും പരാജയപ്പെട്ട വാഗ്ദാനങ്ങളിൽ പ്രധാനപ്പെട്ടത് തൊഴിലവസരത്തിന്റെ മോശം പ്രകടനമാണ്. സമ്പദ്ഘടനയുടെ ഇപ്പറയുന്ന പെട്ടെന്നുള്ള വളർച്ചയുടെ ഘട്ടത്തിൽപോലും തൊഴിലവസരത്തിന്റെ പ്രകടനം വളരെ മോശമായിരുന്നു; ഔപചാരിക തൊഴിലവസരങ്ങൾ കഷ്ടിച്ചു വളർന്നു, തൊഴിലാളികൾക്കിടയിൽ അനൗപചാരിക തൊഴിലുകൾ പ്രധാനമായിനിന്നു, ഇപ്പറയുന്ന അതിവേഗ സാമ്പത്തിക വളർച്ചയ്ക്കപ്പുറം തൊഴിൽസേനയിലെ സ്ത്രീകളുടെ പങ്കാളിത്തം അവിശ്വസനീയമായ നിലയിൽ തകർന്നു.

2010 കളിൽ, കാര്യങ്ങൾ പിന്നെയും കൂടുതൽ വഷളായി; നിക്ഷേപം ഇടിയുകയും, അതിയന്ത്രവല്ക്കരണത്തിലേക്കുള്ള പുതിയ പ്രവണതകൾ തൊഴിലവസരങ്ങളെ വീണ്ടും തകർച്ചയിലേക്ക് തള്ളിവിടുകയും ചെയ്തു. നിർണ്ണായകമായ തോതിൽ തൊഴിലവസരനഷ്ടവും നിലവിൽ തൊഴിൽ ചെയ്യുന്നവർക്കടക്കം കാതലായ രീതിയിൽ വരുമാനം കുറയുന്നതിനും ഇടയാക്കിക്കൊണ്ട് മഹാമാരി തൊഴിലവസരകമ്പോളത്തിൽ ദുരന്താത്മകമായ മാറ്റങ്ങളുണ്ടാക്കി.

ആയതിനാൽ, സാമ്പത്തിക പരിഷ്കാരങ്ങളുടെ കാലഘട്ടത്തിലെ ബാലൻസ് ഷീറ്റ് നല്ലതായി തോന്നുന്നില്ല. മഹാമാരി പോലെയുള്ള ഒരു പൊതു ആരോഗ്യ പ്രതിസന്ധിയെ നേരിടുന്നതിന് ഇന്ത്യ പ്രയാസപ്പെടുന്നതിന്റെ അടിസ്ഥാന കാരണങ്ങളിലൊന്ന് ഇതാണെന്ന് വിശ്വസിക്കാൻ കാരണമുണ്ട്. ഇതെല്ലാം ഉള്ളപ്പോൾ, ഈ പരിഷ്കാരങ്ങൾ ഒരു വൻവിജയമായിരുന്നു എന്ന പരക്കെയുള്ള വീക്ഷണം ദുരൂഹതയായി അവശേഷിക്കുന്നു.

# തൊഴിലാളികൾ ആക്രമിക്കപ്പെടുമ്പോൾ

## ടി കെ രാജലക്ഷ്മി

**അ**വശ്യ പ്രതിരോധ സേവനങ്ങളിലെ പണിമുടക്കുകൾ തടയുന്നതിന് കേന്ദ്ര ഗവൺമെന്റിന് അധികാരം നല്കുന്ന എസൻഷ്യൽ ഡിഫൻസ് സർവ്വീസസ് ഓർഡിനൻസ്, 2021 പ്രസിഡന്റ് രാംനാഥ് കോവിന്ദ് ജൂൺ 30 ന് ഒപ്പു വെച്ചു. പണിമുടക്കുകളിൽ പങ്കെടുക്കുകയോ "നിയമവിരുദ്ധമായ പണിമുടക്കുകൾ"ക്കു പ്രേരിപ്പിക്കുകയോ ചെയ്യുന്ന ജീവനക്കാർക്കെതിരായി പിരിച്ചുവിടൽ അടക്കമുള്ള അച്ചടക്ക നടപടികൾ കൈക്കൊള്ളാമെന്നും ഓർഡിനൻസ് പറയുന്നു. ഈ നിയമത്തിനു കീഴിൽ എന്തെങ്കിലും കുറ്റകൃത്യങ്ങൾ ചെയ്തു എന്നു സംശയമുള്ള ഏതൊരാളെയും വാറന്റില്ലാതെ അറസ്റ്റുചെയ്യാൻ ഏതു പൊലീസ് ഓഫീസർക്കും അധികാരം നല്കുന്നു. സ്വാഭാവികമായും ഈ ഓർഡിനൻസിനെതിരായി യൂണിയനുകൾ സമരത്തിലാണ്.

എന്നാൽ കഴിഞ്ഞ ഏഴുവർഷത്തെ നിത്യസവിശേഷതയായ, ജീവനക്കാരുടെയും തൊഴിലാളികളുടെയും അവകാശങ്ങൾക്കുനേരെയുള്ള കടന്നാക്രമണ പരമ്പരകളുടെ ഭാഗമാണ് ഈ ഓർഡിനൻസ്. തൊഴിലാളികൾക്കുനേരെയുള്ള അടിച്ചമർത്തൽ തുടങ്ങിയിട്ട് കാലങ്ങളായി, എന്നാൽ ആ അടിച്ചമർത്തലിന് പ്രധാനമന്ത്രി നരേന്ദ്രമോദി നയിക്കുന്ന എൻ ഡി എ ഗവൺമെന്റുകളുടെ കാലത്തുള്ളത്രയും തീവ്രത മുൻപുണ്ടായിട്ടില്ല. ഓർഡിനൻസിനുകീഴിൽ "പണിമുടക്ക്" എന്നതിന്റെ നിർവ്വചനം വ്യാവസായിക തർക്ക നിയമത്തിലും പുതുതായി രൂപംകൊടുത്ത വ്യാവസായിക ബന്ധ നിയമസംഹിതയിലും പ്രസ്താവിച്ചിട്ടുള്ളതിനപ്പുറം പോയി എന്നുള്ളതാണ്. വ്യാവസായിക ബന്ധ നിയമസംഹിത (കോഡ്)യ്ക്കു കീഴിൽ, പണിമുടക്ക് എന്നാൽ,

പ്രഖ്യാപിത ഓർഡിനൻസ് അനുസരിച്ച് അധികസമയം തൊഴിലെടുക്കുന്നതിലുള്ള "എതിർപ്പോ" അഥവാ അവശ്യപ്രതിരോധ സേവനങ്ങളിലെ പണിനിർത്തിവെക്കലിലേക്ക് തടസ്സപ്പെടുത്തുന്നതിലോ പ്രതിബന്ധം സൃഷ്ടിക്കുന്നതിലോ കലാശിക്കുന്ന ഏതൊരു പ്രവൃത്തിയും പണിമുടക്കിൽ ഉൾപ്പെടുന്നു. ആയതിനാൽ പുതിയ നിർവ്വചനത്തിനുകീഴിൽ, ഒരു മാനേജ്മെന്റിന്റെ തീരുമാനത്തോട് പ്രതിഷേധമോ വിസമ്മതമോ പ്രകടപ്പിക്കുന്നതുപോലെയുള്ള പണിമുടക്കിതര പ്രവർത്തനങ്ങൾപോലും പണിമുടക്കിൽ ഉൾപ്പെടുന്നു.

ഇന്ത്യയുടെ പരമാധികാരവും അന്തസ്സും കണക്കിലെടുത്തുകൊണ്ട്, ഭരണകൂടത്തിന്റെ സുരക്ഷയ്ക്കുവേണ്ടി പൊതുക്രമവും പൊതുതാല്പര്യവും മാന്യതയും ധാർമ്മികതയും കണക്കിലെടുത്തുകൊണ്ട് പണിമുടക്കുകൾ നിരോധിക്കുന്നതിനുള്ള ഉത്തരവിറക്കുവാൻ ഈ ഓർഡിനൻസ് ഗവൺമെന്റിന് അധികാരം കൊടുക്കുന്നു. ഇത് 1926 ലെ ട്രേഡ് യൂണിയൻ ആക്റ്റടക്കമുള്ള നിയമങ്ങളുടെ പരിധിക്കെല്ലാം അപ്പുറം കടന്നുപോയിരിക്കുന്നു.

ഓർഡിനൻസ് അനുസരിച്ച് പണിമുടക്ക് തുടങ്ങുന്ന വ്യക്തിയെ നിയമവിരുദ്ധമായി കണക്കാക്കുകയോ പണിമുടക്ക് തുടങ്ങുകയോ അതിൽ പങ്കാളിയാകുകയോ ചെയ്യുന്നവരെ ഒരു വർഷം വരെ തടവിൽ വെക്കുകയോ, 10,000 രൂപ പിഴ ചുമത്തുകയോ, അതല്ലെങ്കിൽ പിഴയും തടവും ഒന്നിച്ചു ചുമത്തുകയോ ചെയ്യാം. പണിമുടക്കിനു പ്രേരിപ്പിക്കുകയോ പ്രോത്സാഹിപ്പിക്കുകയോ ചെയ്യുന്നവർക്കു മേൽ രണ്ടുവർഷം വരെ തടവോ 15,000 രൂപ വരെ പിഴയോ അല്ലെങ്കിൽ രണ്ടും ഒന്നിച്ചോ ചുമത്താവുന്നതാണ്.

പണിമുടക്ക് നിയമവിരുദ്ധമാണെന്ന് പ്രഖ്യാപിക്കുന്നതാര് എന്ന് ഓർഡിനൻസിലൊരിടത്തും നിർവ്വചിച്ചിട്ടില്ല എന്നു സി ഐ ടി യു ചൂണ്ടിക്കാണിച്ചു; അതുപോലെതന്നെ കുറ്റം ചുമത്തപ്പെട്ടവന് എതിർവാദം ഉന്നയിക്കുന്നതിനോ യൂണിയനുമായി ചർച്ച നടത്തുന്നതിനോ ഉള്ള യാതൊരു വ്യവസ്ഥയും ഓർഡിനൻസിലില്ല എന്നും സി ഐ ടിയും ചൂണ്ടിക്കാണിക്കുന്നു.

## പരിഷ്കാരങ്ങളുടെ ആഘാതം തൊഴിലാളികൾക്കുമേൽ

സാമ്പത്തിക പരിഷ്കാരങ്ങളുടെ 30 വർഷത്തെ അനുഭവത്തിനിടയിൽ കുറച്ചുമാത്രം ചർച്ച ചെയ്യപ്പെട്ട വിഷയങ്ങളിലൊന്നാണ് തൊഴിലാളിക്കും തൊഴിൽ പരിഷ്കാരങ്ങൾക്കും മേലുള്ള അവയുടെ ആഘാതം. വാസ്തവത്തിൽ 1991 ൽ പരിഷ്കരണ പ്രക്രിയ തുടങ്ങിയതുമുതലിങ്ങോട്ടുള്ള എല്ലാ ഗവൺമെന്റുകളുടെയും ഇഷ്ടവിഷയങ്ങളിൽ പെട്ടവയാണ് തൊഴിൽ നിയമപരിഷ്കാരങ്ങളും ബിസിനസ് അനായാസമാക്കലും. സർവ്വ ഇടവും നിയന്ത്രണരഹിതമാക്കുന്നതിനും 'ഇൻസ്പെക്ടർ രാജ്'

ഇല്ലാതാക്കുന്നതിനുമുള്ള പിന്തുണ എന്നതായിരുന്നു ഗതിയും സ്ഥിതിയും. കർക്കശമായ തൊഴിൽ നിയമങ്ങൾ, യഥാർത്ഥ കഴിവ് തിരിച്ചറിയുന്നതിൽനിന്നും വ്യവസായ രംഗത്തെ വിലക്കി എന്നതായിരുന്നു പൊതുവായ പല്ലവി. പുറത്താക്കൽ, പിരിച്ചുവിടൽ, അടച്ചുപൂട്ടൽ എന്നിവയെ വിഷമകരമാക്കിയിരുന്ന തൊഴിൽ നിയമങ്ങൾ നശീകരണ പട്ടിക (hit list)യിലായി. ട്രേഡ് യൂണിയൻ പ്രവർത്തനം അവരുടെ കണ്ണിലെ കരടായിരുന്നു, അതുകൊണ്ടുതന്നെ, തൊഴിലാളികളെ യുണിയനുകളിൽ ചേരുന്നതിൽനിന്നും നിരുത്സാഹപ്പെടുത്തേണ്ടത് അനിവാര്യതയായി.

സ്ഥിരം തൊഴിൽ എന്നത് തൊഴിലാളികളുടെ ഉല്പാദനക്ഷമതയ്ക്കു എതിരാണെന്ന് അവർ കണ്ടു; അതിനാൽ തൊഴിലിന്റെ സ്ഥിരം രൂപമെന്ന നിലയിലടക്കം സ്ഥാപനങ്ങൾ ഹ്രസ്വകാല തൊഴിൽ കരാറുകളിലേക്ക് നീങ്ങുകയും ഗവൺമെന്റടക്കം പുറംപണി കരാർ സംവിധാനം സ്വീകരിക്കുകയും ചെയ്തു.

തൊഴിലുടമയുടെ ഉത്തരവാദിത്വം എന്ന ആശയം കുറഞ്ഞുവന്നതുപോലെതന്നെ "മുഖ്യ തൊഴിലുടമ" എന്ന ആശയവും ക്ഷയിക്കുവാൻ തുടങ്ങി. പൊതുമേഖലയും ഗവൺമെന്റിന്റെ കീഴിലുള്ള എല്ലാ സംരംഭങ്ങളും മത്സരത്തിന്റെയും സ്വതന്ത്ര കമ്പോളത്തിന്റെയും പേരിൽ അനാസ്ഥമൂലം സ്ഥിരമായി ക്ഷയിച്ചുകൊണ്ടിരുന്ന കാലഘട്ടമായിരുന്നു അത്. തൊഴിലാളിയെ സുരക്ഷിതമല്ലാത്ത അവസ്ഥയിൽ നിലനിർത്തുകയാണെങ്കിൽ അത് മത്സരവും തൊഴിലാളിയുടെ കാര്യപ്രാപ്തിയും വർദ്ധിപ്പിക്കും എന്നതായിരുന്നു പൊതുവായ വിശ്വാസം. യാതൊരു ഫലവുമുണ്ടാക്കാത്ത മറ്റൊരു കാര്യമാണിത്.

## വ്യാവസായിക അസ്വസ്ഥത

2005 ൽ ഗുഡ്ഗാവിലെ ഹീറോ ഹോണ്ട തൊഴിലാളികളെ ഹരിയാന പൊലീസ് ലാത്തിച്ചാർജ്ജു നടത്തുന്ന അമ്പരപ്പിക്കുന്ന ചിത്രങ്ങൾ കണ്ടുകൊണ്ടാണ് രാജ്യം ഉണർന്നത്. ഹരിയാനയിലെ വ്യാവസായിക ബെൽറ്റിൽ എവിടെയെങ്കിലും സംഭവിച്ച ഒന്നു മാത്രമല്ലത്, മറ്റെല്ലായിടത്തും സംഭവിക്കുന്നതിന്റെ സൂചകമാണത്. ഗുഡ്ഗാവ് സമരത്തിന്റെ പ്രധാന കാരണങ്ങളിലൊന്ന് തൊഴിലാളികൾക്ക് അവരുടേതായ യുണിയൻ വേണം എന്നാവശ്യപ്പെട്ടതായിരുന്നു. രാജ്യത്താകമാനം ആട്ടോമൊബൈൽ രംഗത്തും ആട്ടോ ഉപകരണഭാഗങ്ങളുടെ ഉല്പാദന യുണിറ്റുകളിലും ഇതേ രീതിയിൽ വ്യാവസായിക നടപടികളുടെ ഒട്ടേറെ ഉദാഹരണങ്ങളുണ്ടായിട്ടുണ്ട്; പക്ഷേ, അതിലേറെയും റിപ്പോർട്ടു ചെയ്യപ്പെടാതെ പോയി എന്നുള്ളതാണ് വസ്തുത.

പ്രക്ഷോഭങ്ങൾ പുതിയ മാനദണ്ഡമായി മാറി; ശമ്പള കരാറുകൾ ലംഘിക്കുന്ന മാനേജ്മെന്റുകളെ തൊഴിലാളികൾ പിടിച്ചുവെക്കാൻ തുടങ്ങി. ഇത് നിശ്ശബ്ദമായി നിരീക്ഷിച്ചുകൊണ്ടിരുന്ന സംസ്ഥാന ഗവൺമെന്റു

കൾ വ്യാവസായിക മേഖലയിലെ സുരക്ഷ ഉയർത്തുന്നതിനുപകരം, ഗേറ്റ് തടഞ്ഞുകൊണ്ട് യോഗങ്ങൾ നടത്തുന്നത് പ്രായോഗികമായി അസാദ്ധ്യമാക്കുകയാണ് ചെയ്തത്. അത് നല്കുന്ന സന്ദേശം വളരെ വ്യക്തമായിരുന്നു; വ്യാവസായികമായ അസ്വസ്ഥത അനുവദിക്കുന്നതല്ല. യൂണിയനുകൾ രൂപീകരിക്കുക അസാദ്ധ്യമായിത്തീർന്നു; തൊഴിൽ ഇൻസ്പെക്ഷനുകൾ കേവലം മാനദണ്ഡങ്ങളുടെ പേരിൽ നടത്തുന്ന പ്രഹസനമായി മാറി. തൊഴിലുടമകൾ കോൺട്രാക്റ്റർമാരിലൂടെ ദിവസ കൂലിക്കാരായ തൊഴിലാളികളെ കൊണ്ടുവരാൻ തുടങ്ങിയതോടെ സ്ഥിരം തൊഴിലാളികളുടെ ശതമാനം കുത്തനെ ഇടിയുവാൻ തുടങ്ങി.

സി ഐ ടി യു ഹരിയാന ഘടകത്തിന്റെ വൈസ് പ്രസിഡന്റ് സത്ബീർ സിങ് ഫ്രണ്ട്ലൈനിനോട് പറഞ്ഞത് 1980 കളിലും 1990 കളിലും സ്ഥിതി വ്യത്യസ്തമായിരുന്നു എന്നാണ്; 2014 നുശേഷമാണ് കാര്യങ്ങൾ കൂടുതൽ രൂക്ഷമായതെന്നും അദ്ദേഹം കൂട്ടിച്ചേർത്തു. ഹീറോ ഹോൺഡ തൊഴിലാളികളുടെ പ്രക്ഷോഭത്തിന്റെ ഫലവുമായി ബന്ധപ്പെട്ട് വ്യത്യസ്തതകൊണ്ടുവന്ന കോൺഗ്രസ് നേതൃത്വത്തിലുള്ള ഒരു കൂട്ടുകക്ഷി ഗവൺമെന്റ് കേന്ദ്രത്തിൽ 2005 ൽ ഉണ്ടായിരുന്നു എന്ന് അദ്ദേഹം ഓർത്തെടുത്തു. പൊലീസിന്റെ അടിച്ചമർത്തലിനെതിരായി പാർലമെന്റിൽ വലിയ ബഹളമുണ്ടാകുകയും, വിഷയം ദേശീയതലത്തിലും അന്തർദ്ദേശീയതലത്തിലും കുപ്രസിദ്ധിയാർജ്ജിക്കുകയും ചെയ്തു. ഇത് തൊഴിലാളികളെയും അവരുടെ പ്രതിനിധികളെയും കാണുവാൻ അന്നത്തെ ഹരിയാന മുഖ്യമന്ത്രിയെ നിർബ്ബന്ധിതനാക്കി. യൂണിയൻ പുനഃസ്ഥാപിക്കുകയും തൊഴിലാളികളെ യഥാസ്ഥാനത്തു നിയമിക്കുകയും ചെയ്തു.

1990 കൾക്കും മുൻപേ തന്നെ കരാർവല്ക്കരണം വേരാഴ്ത്തിക്കഴിഞ്ഞിരുന്നു; എന്നാൽ, സ്ഥിരം തൊഴിലാളികളുടെയും കരാർ തൊഴിലാളികളുടെയും അനുപാതം പതിവായി 60:40 ആയിരുന്നു. സത്ബീർ സിങ് പറയുന്നു: “ഇന്ന്, സ്ഥാപനങ്ങളിൽ 30 ശതമാനം മാത്രം സ്ഥിരം ജീവനക്കാരും ബാക്കി 70 ശതമാനത്തോളം വരുന്ന, ചില കേസുകളിൽ 80 ശതമാനത്തോളം വരുന്ന, ഭൂരിഭാഗവും കരാർ തൊഴിലാളികളും ആകണമെന്നതാണ് നിയമം. വൻകിട ആട്ടോമൊബൈലുകാരുടെ വെൻഡർ കമ്പനികളിൽ സമാനമായ പ്രവണത നമുക്ക് കാണാനാകും. ഒരു പ്രത്യേക വെൻഡർ കമ്പനിയിൽ 100 സ്ഥിരം തൊഴിലാളികൾക്ക് 600 കരാർ ജീവനക്കാർ എന്ന അനുപാതമാണുള്ളത്.

അതുകൂടാതെ പിരിച്ചുവിടലും തൊഴിലാളികളുടെ എണ്ണം വെട്ടിക്കുറയ്ക്കലും കൂടുതൽ സാധാരണമായി മാറിയെന്നും അദ്ദേഹം കൂട്ടിച്ചേർത്തു. അദ്ദേഹം തുടർന്നു. “ഉദാഹരണത്തിന്, 2021 ഏപ്രിൽ മാസത്തിൽ 119 സ്ഥിരം തൊഴിലാളികളെയടക്കം 250 തൊഴിലാളികളെ ഗുഡ്ഗാവിലെ ദാരുഹെറ വ്യവസായ മേഖലയിലെ റിക്കൊ ആട്ടോ ഇൻഡ

സ്ട്രീസ് പിരിച്ചുവിട്ടു. ആ തൊഴിലാളികൾ ജൂലൈ 5 മുതൽ സമരത്തിലാണ്. കൊടുക്കേണ്ടതെല്ലാം (dues) കൊടുത്തു എന്നും ആരെയും തിരിച്ചെടുക്കുന്നതല്ല എന്നും കമ്പനി അവകാശപ്പെട്ടു.

സത്ബീർ സിങ് പറഞ്ഞു: "ഡിമാന്റ് നോട്ടീസുകൾ വർഷങ്ങളായി തീർപ്പുകല്പിക്കാതെ കിടക്കുകയാണ്. മുൻകാലങ്ങളിൽ, ചില വിലപേശൽ അധികാരങ്ങൾ നേടിയെടുക്കുന്നതിനുവേണ്ടി തൊഴിലാളികൾ സമരം ചെയ്തിരുന്നു; എന്നാൽ മാനേജ്മെന്റുകളുടെ അടിച്ചമർത്തലും തൊഴിലാളികളുമായി സംസാരിക്കുവാൻ അവർ തയ്യാറല്ലാത്തതും, സമരം സംഘടിപ്പിക്കുക എന്നതുപോലും വെല്ലുവിളിയാക്കിയിരിക്കുന്നു.

ഹരിയാനയിലെ പാനിപത്ത് ജില്ലയിലും സോനെപത്ത് ജില്ലയിലും ഒരുപാട് അടച്ചുപൂട്ടുകളുണ്ടായി. സോനെപത്തിലെ ഒരു ചെരുപ്പ് കമ്പനി ഒറ്റയടിക്ക് 250 തൊഴിലാളികളെയാണ് പിരിച്ചുവിട്ടത്. അതൊരു അടച്ചുപൂട്ടലോ പണിനിർത്തലോ, റീട്രഞ്ച്മെന്റോ ലേ ഓഫോ ഒന്നുമായിരുന്നില്ല. അയാൾ കമ്പനിയങ്ങ് അടച്ചുപൂട്ടി." ഈ വർഷം ഏപ്രിൽ–മേയ് മാസങ്ങളിൽ സോനെപത്തിലെ ഒരു സൈക്കിൾ പാർട്സ് ഫാക്ടറി 230 തൊഴിലാളികളെയാണ് പിരിച്ചുവിട്ടത്.

ഗവൺമെന്റിന്റെ ലേബർ സംവിധാനത്തെക്കുറിച്ച് പറഞ്ഞുകൊണ്ട് സത്ബീർ സിങ് ഇങ്ങനെ തുടർന്നു: "ലേബർ കമ്മീഷണർ മുന്നോട്ടു പോകുവാൻ ഉത്തരവ് നല്കുന്നതുവരെ ലേബർ ഡിപ്പാർട്ട്മെന്റ് ഒന്നിലും ഇടപെടുകയില്ല. എല്ലാ കേസിലും ലേബർ ഡിപ്പാർട്ടുമെന്റുകൾ മൊത്തത്തിൽ പല്ല് നഷ്ടപ്പെട്ട സ്ഥിതിയിലാണ്. തൊഴിൽദാതാക്കൾ പ്രൊവിഡന്റ് ഫണ്ടും ഇ എസ് ഐ കിഴിവുകളും നിക്ഷേപിക്കുകയില്ല; എന്നിട്ട് തൊഴിലാളികൾ പ്രതിഷേധിക്കുമ്പോൾ അവരെ അടിച്ചമർത്തുന്നു. ഗവൺമെന്റിന്റെ സാമൂഹിക–രാഷ്ട്രീയ ഉത്തരവാദിത്വം ഇന്ന്, നിർജ്ജീവമാണ്. തൊഴിലാളികൾക്കെതിരായി സെക്ഷൻ 307 നുകീഴിൽ (കൊലപാതകശ്രമം) കേസുകളുണ്ട്." 2012 ൽ നടന്നതും 2005 ന്റെ ഒരാവർത്തനമാണ്, പക്ഷേ, അത് കോൺഗ്രസ് അധികാരത്തിലുള്ള അന്നത്തെ ഹരിയാനയിലെ മറ്റൊരു പ്രധാന ആട്ടോ കമ്പനിയിലാണെന്നു മാത്രം. 546 സ്ഥിരം ജീവനക്കാരെയടക്കം എല്ലാ കരാർ തൊഴിലാളികളെയും മാരുതി സുസുക്കി പിരിച്ചുവിട്ടു. അവർക്കെതിരായി കൊലപാതകവും കൊലപാതകശ്രമവും ഉൾപ്പെടെ കേസുകൾ രജിസ്റ്റർചെയ്തു. പതിമൂന്ന് തൊഴിലാളികൾ ഇപ്പോഴും ജയിലിലാണ്; വിഷയം ഹൈക്കോടതിയിൽ തീർപ്പുകല്പിക്കാതെ കിടക്കുകയുമാണ്.

നിലവിലുള്ള തൊഴിൽ നിയമങ്ങളുടെ സംരക്ഷണാത്മകമായ സവിശേഷതകളെക്കൂടി മുറിച്ചുമാറ്റുന്ന തൊഴിൽ കോഡുകൾ കൊണ്ടുവന്നതോടുകൂടി കാര്യങ്ങൾ കൂടുതൽ രൂക്ഷമായി മാറിയിരിക്കുന്നു എന്ന പൊതുധാരണ എല്ലാ യൂണിയനുകൾക്കിടയിലും ഉണ്ട് എന്ന് സത്ബീർ സിങ് പറഞ്ഞു. സ്വാതന്ത്ര്യത്തിനു മുമ്പേയുള്ള ചില തൊഴിൽ നിയമ

ങ്ങളുൾപ്പെടെ 40 തൊഴിൽ നിയമങ്ങൾ കൂട്ടിച്ചേർത്ത് അവയെ നാല് ലേബർ കോഡുകളാക്കി ചുരുക്കുകയാണ് മോദി സർക്കാർ ചെയ്തത്. കോൺഗ്രസ് നയിക്കുന്ന ഐ എൻ ടി യു സി ഉൾപ്പെടെ എല്ലാ ട്രേഡ് യൂണിയനുകളും ഈ കോഡുകളെ എതിർക്കുകയുണ്ടായി.

## ലേബർ കോഡുകളോടുള്ള എതിർപ്പ്

2021 ജനുവരിയിൽ സി ഐ ടി യു, എ ഐ ടി യു സി, ഐ എൻ ടി യു സി, ഹിന്ദ് മസ്ദൂർ സഭ, ആൾ ഇന്ത്യ യുണൈറ്റഡ് ട്രേഡ് യൂണിയൻ കോൺഗ്രസ്, യുണൈറ്റഡ് ട്രേഡ് യൂണിയൻ കോൺഗ്രസ്, ആൾ ഇന്ത്യാ കോ-ഓർഡിനേഷൻ കമ്മിറ്റി ഓഫ് ട്രേഡ് യൂണിയൻസ്, സെൽഫ് എംപ്ലോയിസ് വിമൻസ് അസോസിയേഷൻ, ലേബർ പ്രോഗ്രസീവ് ഫെഡറേഷൻ ട്രേഡ് യൂണിയൻ കോ-ഓർഡിനേഷൻ കമ്മിറ്റി എന്നീ 10 കേന്ദ്ര ട്രേഡ് യൂണിയനുകൾ ഒരു ചർച്ച പോലും നടത്താതെ ലോക്സഭയിൽ പാസാക്കിയ നാല് ലേബർ കോഡുകൾക്കായുള്ള ചട്ടങ്ങളെ എതിർത്തു.

ഗവൺമെന്റ് തൊഴിലുടമകളുടെയും കോർപ്പറേറ്റുകളുടെയും സമ്മർദ്ദത്തിന് വഴങ്ങുകയാണെന്ന് യൂണിയനുകൾ പറഞ്ഞു. പാർലമെന്റിനകത്തും പുറത്തും ലേബർ കോഡുകളെ ഏറ്റവും ശക്തമായി എതിർത്തത് ഇടതുപക്ഷ പാർട്ടികളായിരുന്നു. ആർ എസ് എസിനോട് കൂറുപുലർത്തുന്ന ഭാരതീയ മസ്ദൂർ സംഘം (ബി എം എസ്) പോലും കാലാകാലങ്ങളിൽ എൻ ഡി എ ഗവൺമെന്റിന്റെ തീരുമാനങ്ങളെ എതിർക്കുവാൻ നിർബ്ബന്ധിതമായി.

50 കോടിയോളം വരുന്ന രാജ്യത്തിന്റെ അദ്ധ്വാനശക്തിക്കുമേലുള്ള കടന്നാക്രമണം സമാനതകളില്ലാത്തതാണ്. കഴിഞ്ഞ അഞ്ചുവർഷമായി, വർഷാവർഷം കൂടുന്ന ഒരു ത്രികക്ഷി വേദിയായിട്ടുള്ള ഇന്ത്യൻ ലേബർ കോൺഫറൻസ് (ഐ എൽ സി) നടന്നിട്ടില്ല. സാധാരണയായി, ഐ എൽ സി പ്രധാനമന്ത്രി ഉദ്ഘാടനം ചെയ്യുകയും തൊഴിൽമന്ത്രി അതിന്റെ അദ്ധ്യക്ഷത വഹിക്കുകയുമാണ് പതിവ്.

കഴിഞ്ഞ കുറേ വർഷങ്ങളായി ഐ എൽ സി കേവലമൊരു ഫോർമാലിറ്റിയാക്കപ്പെട്ടുവെങ്കിലും ഒന്നല്ലെങ്കിൽ മറ്റൊരു ഒഴികഴിവ് പറഞ്ഞുകൊണ്ട് ആ കോൺഫറൻസിനെയാകെ ഇല്ലാതാക്കുകവഴി എൻ ഡി എ ഭരണം ഒരു പടികൂടി മുന്നോട്ടുപോയി. സി ഐ ടി യു ജനറൽ സെക്രട്ടറി തപൻ സെൻ പറയുന്നു: "മൂന്ന് തല (three way) യോഗം എന്നല്ല ത്രികക്ഷി സംവിധാനം കൊണ്ടർത്ഥമാക്കുന്നത്. അവർ എല്ലാ കോഡിന്മേലും ഒരു യോഗം വിളിച്ചു, പക്ഷേ, ഒരൊറ്റ വരിപോലും മാറ്റാൻ തയ്യാറായില്ല." നിയന്ത്രണങ്ങൾ എടുത്തുമാറ്റുന്ന പ്രക്രിയയുടെ ഭാഗമാണ് തൊഴിൽനിയമപരിഷ്കാരങ്ങൾ എന്നദ്ദേഹം പറഞ്ഞു. തൊഴിലാളികൾക്കുവേണ്ടിയുള്ള ചെലവ് വെട്ടിക്കുറയ്ക്കുന്നതുവഴി ഉല്പാദനച്ചെലവ്

കുറയ്ക്കുക എന്നതായിരുന്നു കാഴ്ചപ്പാട്. അദ്ദേഹം പറയുന്നതനുസരിച്ച്, തൊഴിലാളികളുടെ ചെറുത്തുനില്പും അതിന് രാഷ്ട്രീയ പാർട്ടികൾ നല്കിയ പിന്തുണയും തൊഴിൽ നിയമ പരിഷ്കാരങ്ങളുടെയും സ്വകാര്യവല്ക്കരണത്തിന്റെയും വേഗത കുറച്ചു. തൊഴിൽ നിയമങ്ങളിലെ മാറ്റങ്ങളെ തടഞ്ഞുവെച്ചെങ്കിലും, കരാർവല്ക്കരണം, താല്ക്കാലികവല്ക്കരണം, പുറം പണിക്കരാർ നല്കൽ അഥവാ അദ്ധ്വാനഭാരം ലഘൂകരിക്കൽ എന്നിവ നിർത്തുകയുണ്ടായില്ല.

തപൻസെൻ പറയുന്നു: "നിയമപരമായ മിനിമം കൂലി എന്ന ആശയം നിലവിലുണ്ട്, എന്നാൽ 30 ശതമാനം തൊഴിലാളികൾക്കുമാത്രമേ അത് ലഭിക്കുന്നുള്ളൂ. ഇൻസ്പെക്ടർ രാജ് ഇല്ലാതാക്കുന്നു എന്ന പേരിൽ ലേബർ ഡിപ്പാർട്ടുമെന്റിലെ ജീവനക്കാരുടെ എണ്ണം വെട്ടിക്കുറച്ചു." യു പി എ ഗവൺമെന്റിന് നല്കിയിരുന്ന പിന്തുണ ഇടതുപക്ഷ പാർട്ടികൾ പിൻവലിച്ചതിനുശേഷം ചില മാറ്റങ്ങൾ തിരുകിക്കയറ്റുകയുണ്ടായി. എന്നാൽ ഏറ്റവും അപകടകരമായ പരിഷ്കാരങ്ങൾ നടപ്പാക്കിയത് മോദിയുടെ കാലയളവിലാണ് എന്നദ്ദേഹം ചൂണ്ടിക്കാണിച്ചു. 29 തൊഴിൽ നിയമങ്ങളിലെ സംരക്ഷണപരമായ മിക്ക ഘടകങ്ങളും നീക്കംചെയ്തു.

പതിനാറ് പേജുള്ള 1979 ലെ കുടിയേറ്റ തൊഴിലാളിനിയമത്തിന്റെ സ്ഥാനത്ത് പകരം (1979 Migrant Workers Act) തൊഴിൽപരവും സുരക്ഷാപരവുമായ ആരോഗ്യനിയമസംഹിത കൊണ്ടുവന്നു. തപൻസെൻ തുടർന്നു: "അസാധുവാക്കിയ ആക്ടിലെ ചട്ടങ്ങളിൽ 180 പേജുകളിലായി തൊഴിലുടമകളുടെയും സംസ്ഥാന ഗവൺമെന്റുകളുടെയും നിയമപരമായ ഉത്തരവാദിത്വങ്ങളെ വിശദീകരിച്ചിരുന്നു. എന്നാൽ ഇപ്പോഴത്തെ ഒ എസ് എച്ച് നിയമസംഹിത ഈ പറയുന്ന നിയമപരമായ ഉത്തരവാദിത്വങ്ങളിൽ മിക്കവയും എടുത്തുമാറ്റുന്നു. ഗവൺമെന്റിപ്പോൾ ചട്ടങ്ങൾ ഉണ്ടാക്കുകയും തൊഴിൽ ഒരു കൺകറന്റ് സബ്ജക്ടായതിനാൽ ചില സംസ്ഥാന ഗവൺമെന്റുകളും ചട്ടങ്ങൾ തയ്യാറാക്കുകയും ചെയ്യുന്നു; അതേസമയം ചില സംസ്ഥാന ഗവൺമെന്റുകൾ അതിനെ എതിർക്കുകയും ചെയ്യുന്നുണ്ട്.

## ലോക്ഡൗൺകാലത്തെ നഷ്ടങ്ങൾ

കോവിഡ് 19 ന്റെ രണ്ടാം തരംഗത്തിൽ രണ്ട് കോടിയിലധികം ജനങ്ങൾക്ക് അവരുടെ തൊഴിലുകൾ നഷ്ടപ്പെട്ടുവെന്നാണ് കണക്കാക്കുന്നതെന്നും അദ്ദേഹം പറഞ്ഞു. ഏതാണ്ട് 23 കോടി തൊഴിലാളികളുടെ കൂലി നിയമപരമായ നിരക്കിനേക്കാൾ താഴെപോയി. ഒരിക്കൽ ഈ നിയമസംഹിതകൾ ഔദ്യോഗികമാക്കപ്പെട്ടാൽ, പിന്നെ, കടന്നാക്രമണം ട്രേഡ് യൂണിയനുകൾക്കു നേരെ തിരിയും എന്ന കാര്യത്തിൽ താൻ ആശങ്കപ്പെടുന്നുവെന്ന് തപൻസെൻ പറഞ്ഞു. ഈ നിയമസംഹിത (കോഡുകൾ) അനുസരിച്ച്, ഏതെങ്കിലുമൊരു ട്രേഡ് യൂണിയന്റെ രജിസ്ട്രേഷൻ

അനുചിതമാണെന്ന് രജിസ്ട്രാർക്കു തോന്നിയാൽ, അയാൾക്ക് അതൃപ്തിയുണ്ടായാൽ ആ യൂണിയന്റെ രജിസ്ട്രേഷൻ ക്യാൻസൽ ചെയ്യാൻ സാധിക്കുന്നതാണ്.

തപൻസെൻ പറഞ്ഞതനുസരിച്ച് ധനമന്ത്രാലയം അംഗീകരിച്ചു കഴിഞ്ഞ ദേശീയ മോണിറ്റൈസേഷൻ പൈപ്പ്ലൈൻ (എൻ എം പി) തൊഴിലാളികളിലും അതിന്റെ ആഘാതമേല്പിക്കും. അദ്ദേഹം പറഞ്ഞു: "മുൻപ് പൊതുമേഖലാ യൂണിറ്റ് വാങ്ങുന്നതിനുവേണ്ടി സ്വകാര്യമേഖല പണം കൊണ്ടുവരണമായിരുന്നു: ഇപ്പോൾ എൻ എം പിക്കുകീഴിൽ ആ സൗകര്യമാകെത്തന്നെ അവർക്കു കൈമാറുകയാണ്. അടൽ ബിഹാരി വാജ്പെയുടെ ഭരണകാലത്ത് ചില പൊതുമേഖല യൂണിറ്റുകളുടെ വില്പന നടന്നിരുന്നു. ആദ്യ മോദി സർക്കാരിന്റെ കാലത്ത് 49 പൊതുമേഖലാ യൂണിറ്റുകൾ മൊത്തത്തിലുള്ള വില്പനയ്ക്കായി പട്ടികപ്പെടുത്തി; എന്നാൽ 2019 വരെ അവർക്കത് നടപ്പാക്കാൻ കഴിഞ്ഞില്ല. പൊതുമേഖലാ യൂണിറ്റുകൾക്കുള്ളിൽനിന്നും തൊഴിലാളികളിൽനിന്നും ചെറുത്തുനില്പ് ഉണ്ടാകുമെന്നതു കാരണം സ്വകാര്യമേഖലയുടെതന്നെ ആത്മവിശ്വാസം കുറച്ചു; അതുകൊണ്ടാണ് എൻ എം പി കൊണ്ടുവന്നത്. ഈ സൗകര്യങ്ങളിൽ പണിയെടുക്കുന്ന തൊഴിലാളികൾക്കുമേൽ ഇത് പ്രത്യക്ഷമായിത്തന്നെ ആഘാതമേല്പിക്കും. അവർക്ക് തൊഴിലുള്ളവരായി തുടരാൻ കഴിയാത്ത സ്ഥിതിയുണ്ടാകും.

അദ്ധ്വാനിക്കുന്ന വർഗ്ഗത്തിനുനേരെയുള്ള ഇന്നത്തെ ഗവൺമെന്റിന്റെ നിലപാട്, മഹാമാരി പൊട്ടിപ്പുറപ്പെടുകയും ലോക്ഡൗൺ അടിച്ചേല്പിക്കുകയും ചെയ്തപ്പോൾ വ്യക്തമായതാണ്. സ്ഥാപനങ്ങൾ അടയ്ക്കപ്പെട്ടപ്പോൾ കുടിയേറ്റ തൊഴിലാളികൾക്ക് അഭയമില്ലാതെയായി. ഗ്രാമങ്ങളിലേക്ക് പോകുന്നതിനുവേണ്ടി അവരിലൊരുപാടുപേരെ മുകളിൽനിന്നുള്ള ഭരണപരമായ നിർദ്ദേശങ്ങളനുസരിച്ച്, അക്രമകാരികളായ പൊലീസുകാർ മർദ്ദിച്ചു. എല്ലാം ലോക്ഡൗൺ നടപ്പാക്കുന്നതിനെന്ന പേരിലായിരുന്നു. വീട്ടിലേക്കുള്ള വഴിയിൽ ഒരുപാടുപേർ മരണപ്പെടുകയുണ്ടായി.

അതിനിടയ്ക്ക്, കുടിയേറ്റ തൊഴിലാളികളുടെ സാഹചര്യം നിരീക്ഷിച്ച സുപ്രീം കോടതിയോട് ഗവൺമെന്റ് പറഞ്ഞത്, ആരോഗ്യമന്ത്രാലയം പ്രത്യേക റെക്കോർഡുകൾ സൂക്ഷിക്കാത്തതുകൊണ്ട് മഹാമാരിക്കാലത്ത് മരണപ്പെട്ട തൊഴിലാളികളുടെ എണ്ണത്തെക്കുറിച്ച് അതിന് യാതൊന്നും അറിയില്ല എന്നാണ്.

കൂലി, വ്യാവസായിക ബന്ധങ്ങൾ, സാമൂഹിക സുരക്ഷ, തൊഴിൽപരമായ സുരക്ഷയും ആരോഗ്യവും എന്നീ നാല് ലേബർ കോഡുകൾ (തൊഴിൽ നിയമസംഹിത) ഒക്ടോബറിൽ പുറത്തിറക്കാനാണ് വിചാരിക്കുന്നത്. വ്യാവസായിക ബന്ധ നിയമസംഹിത, 300 തൊഴിലാളികൾ വരെ പണിയെടുക്കുന്ന സ്ഥാപനങ്ങൾക്ക് ഗവൺമെന്റിന്റെ അനുവാദം തേടാതെ തൊഴിലാളികളെ പിരിച്ചുവിടാൻ അനുവാദം നല്കുന്നതാണ്.

മുൻപത്തെ പരിധി 100 തൊഴിലാളികളായിരുന്നു. ചില സംസ്ഥാന ഗവൺമെന്റുകൾ, പ്രത്യേകിച്ചും ബി ജെ പി ഭരിക്കുന്ന സംസ്ഥാനങ്ങളിലെ ഗവൺമെന്റുകൾ, ചട്ടങ്ങൾ പ്രഖ്യാപിച്ചുകഴിഞ്ഞു. എന്നാൽ മറ്റു പല ഗവൺമെന്റുകളും അത് ചെയ്തിട്ടില്ല.

തങ്ങൾക്കെതിരായി വിദ്വേഷപ്രചാരണങ്ങളെല്ലാമുണ്ടായിട്ടും അത് വകവെക്കാതെ, പൊരുതുന്നതെന്തിനു വേണ്ടിയാണോ ആ വിഷയങ്ങളിൽ പൊതുവായ കാരണം കാണുന്നതിനാൽ ഒരു വർഷമായി തുടരുന്ന കർഷകപ്രക്ഷോഭം വ്യാവസായികരംഗത്തെ അദ്ധ്വാനശക്തിക്ക് പോരാട്ടം നടത്തുന്നതിനുള്ള ആവേശം പകരുമെന്ന് ട്രേഡ് യൂണിയൻ നേതാക്കൾ പറയുന്നു.

# പ്രതിസന്ധി കാർഷിക സമൂഹത്തെ വിഴുങ്ങിയിരിക്കുകയാണ്


## ഡോ. അശോക് ധാവളെ
## പ്രസിഡന്റ്, എ ഐ കെ എസ്


(അനുപമ കടകം 'ഫ്രന്റ്ലൈനി'നുവേണ്ടി നടത്തിയ അഭിമുഖം)

*? ഇന്ത്യയിലെ ജനസംഖ്യയുടെ മൂന്നിൽ രണ്ടുഭാഗവും ഉപജീവനത്തിനായി കൃഷിയെയാണ് ആശ്രയിക്കുന്നത്. ഈ മേഖലയെ പോസിറ്റീവായി സ്വാധീനിക്കുന്നതും അതിൽ കേന്ദ്രീകരിക്കുന്നതുമായ സാമ്പത്തിക ഉദാരവല്ക്കരണ നയങ്ങൾ നടപ്പാക്കിക്കൊണ്ടിരിക്കെ ഇന്ത്യ ക്രമേണ കാർഷിക പ്രതിസന്ധിയിൽ അകപ്പെടുകയാണുണ്ടായത്; അത് ഇന്നും തുടരുന്നു. താങ്കളുടെ പ്രതികരണം എന്താണ്?*

**സ്വാ**തന്ത്ര്യാനന്തരം 75 വർഷം പിന്നിട്ടശേഷവും തങ്ങളുടെ ഉപജീവനത്തിനായി ഇന്ത്യയിലെ ജനസംഖ്യയിൽ മൂന്നിൽ രണ്ടുഭാഗവും കൃഷിയെ ആശ്രയിക്കുന്നുവെന്ന വസ്തുത തന്നെ ഇന്ത്യൻ കാർഷിക രംഗം നേരിടുന്ന ദുരിതത്തിന്റെയും പ്രതിസന്ധിയുടെയും സൂചനയാണ്. സാമ്പത്തിക ഉദാരവല്ക്കരണം ഇന്ത്യൻ സമ്പദ് വ്യവസ്ഥയുടെ ഘടനാപരമായ പരിവർത്തനത്തെ ത്വരിതപ്പെടുത്തുന്നതിൽ പരാജയപ്പെട്ടിരിക്കുകയാണ്. കാർഷികമേഖലയിലെ വളർച്ച മോശമായതുകാരണം പകുതിയിലേറെ കർഷകകുടുംബങ്ങളും ദാരിദ്ര്യരേഖയ്ക്കു കീഴിലാണ്. ഗ്രാമീണ ചോദനം സ്ഥിരമായിത്തന്നെ മാന്ദ്യത്തിലാണ്; ഗ്രാമീണ മേഖലയിൽ വാങ്ങൽ ശേഷിയിൽ വളർച്ചയുണ്ടാകുന്നില്ല. തൽഫലമായി, കാർഷിക രംഗത്തെ മോശപ്പെട്ട വളർച്ചമൂലം വ്യാവസായിക വളർച്ചയെപ്പോലും പ്രതികൂലമായി ബാധിച്ചിരിക്കുകയാണ്.

എന്നാൽ പ്രകൃതാതന്നെ ഇന്ത്യൻ കാർഷികമേഖല, കേരളത്തിലും പശ്ചിമബംഗാളിലും ത്രിപുരയിലും ഒഴികെ കാർഷിക പരിഷ്കരണം പാടെ ഒഴിവാക്കപ്പെട്ടതുമൂലം, ചരിത്രപരമായി തന്നെ പ്രതിസന്ധിയിലാണ്; ഗ്രാമീണ പശ്ചാത്തല വികസനത്തിൽ പൊതു നിക്ഷേപം വളരെ

കുറവായതും ഇതിന്റെ മറ്റൊരുകാരണമാണ്. തൽഫലമായി, ഇന്ത്യയിലെ ഗ്രാമീണ അസമത്വം ലോകത്തിലെ തന്നെ ഏറ്റവും ഉയർന്ന നിലയിലാണ്. ഗ്രാമീണ സമൂഹത്തിൽ അതിനകം തന്നെ നിലനിന്നിരുന്ന ഇത്തരം വൈരുദ്ധ്യങ്ങൾ 1991 നുശേഷം കാർഷിക സമൂഹത്തെ വിഴുങ്ങിയ പ്രതിസന്ധിമൂലം വഷളായിരിക്കുകയാണ്. കാർഷിക വളർച്ചാനിരക്ക് മന്ദഗതിയിലായിരിക്കുന്നു. പൊതുനിക്ഷേപം ഇടിഞ്ഞിരിക്കുകയാണ്. ഉല്പാദനോപാധികൾക്ക് (inputs) നല്കപ്പെടുന്ന സബ്സിഡികൾ വെട്ടിക്കുറയ്ക്കപ്പെട്ടിരിക്കുന്നു; തന്മൂലം ഉല്പാദനോപാധികളുടെ വിലകൾ ഉയർന്നിരിക്കുകയാണ്.

സ്വതന്ത്ര വ്യാപാരക്കരാറുകൾ ദ്രോഹകരമായ ഇറക്കുമതിയുടെ കുത്തൊഴുക്കിന് ഇടയാക്കിയിട്ടുണ്ട്. ഇത് നിരവധി കാർഷികോല്പന്നങ്ങളുടെ വിലത്തകർച്ചയ്ക്ക് കാരണമായി. അതേത്തുടർന്ന് മിക്കവാറും വിളകളുടെ ലാഭക്ഷമതാ നിരക്ക് ചുരുങ്ങി. കാർഷിക വായ്പകൾ ചെറുകിട–നാമമാത്ര കൃഷിക്കാർക്ക് നല്കുന്നതിനുപകരം സമ്പന്നവിഭാഗങ്ങൾക്കും കോർപ്പറേറ്റ് അഗ്രിബിസിനസുകാർക്കുമായി വഴിതിരിച്ചു വിടപ്പെട്ടു. കഴിഞ്ഞ മൂന്നു പതിറ്റാണ്ടുകാലത്തെ നവലിബറൽ നയങ്ങളാണ് വാസ്തവത്തിൽ ഇന്ന് നാം കാണുന്ന കാർഷിക പ്രതിസന്ധിയുടെ കാരണം. ഈ നവലിബറൽ നയങ്ങൾ നടപ്പാക്കാൻ തുടങ്ങിയതിന്റെ തുടക്കത്തിൽത്തന്നെ, ഒരു വർഷത്തിനകം തന്നെ, എ ഐ കെ എസ് 1992 ൽ ഹരിയാനയിലെ ഹിസ്സാറിൽ ചേർന്ന ദേശീയ സമ്മേളനത്തിൽ ഇതുയർത്തുന്ന വിപത്തിനെക്കുറിച്ച് താക്കീത് നല്കിയിരുന്നു; അന്നുതന്നെ ഇക്കാര്യങ്ങൾ മുൻകൂട്ടി പറഞ്ഞിരുന്നു.

*? എന്തുകൊണ്ട് പരിഷ്കാരങ്ങൾ പരാജയപ്പെട്ടു? സാമ്പത്തിക വളർച്ചയുണ്ടായിട്ടും ഇന്ത്യൻ കാർഷിക രംഗത്ത് അനിതര സാധാരണമായ വളർച്ചയുണ്ടാവുകയോ ചെറുകിട കർഷകർ വിമോചിതരാവുകയോ വ്യാപകമായി ഗ്രാമവികസനം ഉണ്ടാവുകയോ ചെയ്തില്ല. എന്തുകൊണ്ട്?*

കാർഷിക മേഖലയിലെ പരിഷ്കാരങ്ങൾ പരാജയപ്പെട്ടതിനു കാരണം ഈ മേഖലയുടെ ആവശ്യങ്ങളെന്തെന്ന് ശരിയായി മനസ്സിലാക്കാൻ കഴിയാത്തതാണ്. ഈ മേഖലയ്ക്ക് ആവശ്യമായിരുന്നത് കാർഷിക പരിഷ്കരണങ്ങളും കൂടുതൽ പൊതു നിക്ഷേപവും പൊതു പിന്തുണയുമാണ്. കാർഷിക മേഖലയിൽ ആഭ്യന്തര വിപണിയും വിദേശ വിപണിയും തുറന്നിടുകയാണെങ്കിൽ ഈ മേഖല സ്വമേധയാതന്നെ വളരാൻ തുടങ്ങുമെന്ന് യാതൊരു തെളിവുമില്ലാതെ തന്നെ നയങ്ങൾക്ക് രൂപം നല്കുന്നവർ കരുതുകയുണ്ടായി. പാശ്ചാത്യലോകത്തേക്ക് നോക്കൂ. ഇന്ത്യയിൽ നാം ചെയ്തതുപോലെ പാശ്ചാത്യർ തങ്ങളുടെ വിപണി തുറന്നിടുകയാണെങ്കിൽ ഒരു വർഷംപോലും പാശ്ചാത്യ കാർഷിക മേഖല അതിജീവിക്കില്ല. അതുകൊണ്ടാണ് ശക്തമായ സംരക്ഷണ നയങ്ങൾ പാശ്ചാത്യകാർഷികമേഖലയിൽ നിലനില്ക്കുന്നത്; ലോകവ്യാപാര

സംഘടനയിലെ (WTO) കൂടിയാലോചനകളിൽ ആ നയങ്ങൾ കൈവെടിയാൻ അവ വിസമ്മതിക്കുന്നതും അതുകൊണ്ടാണ്. വിരോധാഭാസമെന്നു പറയട്ടെ, അവ തങ്ങളുടെ കാർഷിക മേഖലയെ സംരക്ഷിക്കുമ്പോൾത്തന്നെ, ഇതേ രാജ്യങ്ങളാണ് ഇന്ത്യയെപ്പോലെയുള്ള രാജ്യങ്ങൾക്കു മേൽ വിപണി തുറന്നിടാൻ സമ്മർദ്ദം ചെലുത്തുന്നത്. ഇത് ഇരട്ടത്താപ്പാണ്. എന്നാൽ നമ്മുടെ സർക്കാരാകട്ടെ, തികച്ചും യുക്തിരഹിതമായ ഈ ആവശ്യത്തിനുമുന്നിൽ കീഴടങ്ങുകയാണ്.

## താഴ്ന്ന ഉല്പാദന ക്ഷമത

*?പരിഷ്കാരങ്ങളുടെ പശ്ചാത്തലത്തിൽ കൃഷിയിൽ ഉല്പാദനക്ഷമത കുറഞ്ഞതും വളർന്നുവരുന്ന തൊഴിൽ ശക്തിയെ ഉൾക്കൊള്ളാൻ കാർഷികമേഖലയ്ക്ക് കഴിയാതിരുന്നതും ശ്രദ്ധേയമാണ്. സംഭവിച്ചതാകട്ടെ കൃഷിക്കാർ, പ്രത്യേകിച്ചും ചെറുകിട കൃഷിക്കാർ കൂടുതൽ അരികുവല്ക്കരിക്കുകയായിരുന്നു. ഇതിനു കാരണങ്ങളെന്തെന്ന് വിശദീകരിക്കാമോ?*

കൃഷിയിൽ ഉല്പാദനക്ഷമത കുറവായിരിക്കുന്നത് ഗൗരവസ്വഭാവമുള്ള ഒരു പ്രശ്നമാണ്. ഇന്ത്യയിൽ കൃഷിയിൽനിന്നുള്ള വരുമാന അന്തരം വളരെ വലുതാണ്. പൊതുമേഖലയിലെ കാർഷിക ഗവേഷണത്തെ തുടർച്ചയായി ദുർബ്ബലമാക്കിക്കൊണ്ടിരിക്കുന്നത് ഉല്പാദന ക്ഷമതയിലെ വളർച്ചയുടെ നിലവാരം കുറവായതിനുള്ള കാരണങ്ങളിലൊന്നാണെന്നാണ് എ ഐ കെ എസിന്റെ അഭിപ്രായം. നമ്മുടെ കാർഷിക മൊത്ത ആഭ്യന്തരോല്പാദനത്തിന്റെ (ജി ഡി പി) രണ്ടു ശതമാനമെങ്കിലും പൊതുമേഖലയിലെ കാർഷിക ഗവേഷണത്തിന് ചെലവഴിക്കണമെന്നാണ് ഞങ്ങൾ ആവശ്യപ്പെടുന്നത്. ഇതാണ് ചൈന ചെയ്യുന്നത്.

പൊതു മേഖലയിലെ കാർഷിക ഗവേഷണം ശക്തിപ്പെടുത്തിക്കൊണ്ടും മൊൺസാന്റോ ഈടാക്കുന്നതിന്റെ 25 ശതമാനത്തോളം മാത്രം വില ഈടാക്കിക്കൊണ്ട് അവരുടേതിനു തുല്യമായ നിലയിൽ ഉയർന്ന ഉല്പാദനം നല്കുന്ന വിത്തുകൾ ഉല്പാദിപ്പിച്ചുകൊണ്ടും ചൈന മൊൺസാന്റോയെ ആ രാജ്യത്തുനിന്നും പുറത്താക്കി. ഗവേഷണ സംവിധാനത്തിന് ഇത്രയും ശക്തി ലഭിക്കണമെന്നുണ്ടെങ്കിൽ ഉയർന്ന നിലയിലുള്ള പൊതു നിക്ഷേപം നടത്തണം. ഇവിടെയാണ് നമ്മൾ പരാജയപ്പെട്ടത്. ഇവിടെ കൃഷിയുടെ കാര്യത്തിൽ നമ്മൾ മൊൺസാന്റോയുടെയും മറ്റു കോർപ്പറേറ്റു സ്ഥാപനങ്ങളുടെയും അടിമയാണ്. ഇതേപോലെ തന്നെ നമ്മുടെ വ്യാപന സംവിധാനവും (Extension System) പൂർണ്ണമായും എൻ ജി ഒകളുടെയും സ്വകാര്യ ഉല്പാദനോപാധികളുടെ കച്ചവടക്കാരുടെയും കൈപ്പിടിയിലാണ്. പൊതു ഗവേഷണം ദുർബ്ബലമാകുന്നതോടെ പൊതുവ്യാപന സംവിധാനം ആകെ തകർന്നടിയും.

## സ്വതന്ത്ര വ്യാപാരത്തിന്റെ വിപത്തുകൾ

*? സ്ഥൂല സാമ്പത്തിക ശാസ്ത്ര വിദഗ്ദ്ധർ (Macro Economists) ആവർത്തിച്ചു പറഞ്ഞുകൊണ്ടിരിക്കുന്നത് സ്വതന്ത്ര വ്യാപാരവും പൊതു ചെലവഴിക്കൽ വെട്ടിക്കുറയ്ക്കുന്നതും ഇന്ത്യയുടെ ഭക്ഷ്യസുരക്ഷ അപകടത്തിലാക്കുമെന്നാണ്.*

സ്വതന്ത്ര വ്യാപാരം ഒരു സംവിധാനമെന്ന നിലയിൽ ലോകത്തുടനീളം അവമതിക്കപ്പെട്ടിരിക്കയാണ്. വികസിത രാജ്യങ്ങൾപോലും ലോക വ്യാപാര സംഘടനയെ വിശ്വസനീയമായ സ്ഥാപനമായി കരുതുന്നില്ല. അതുകൊണ്ടാണ് വികസിത രാജ്യങ്ങൾ മേഖലാതലത്തിലുള്ളതും ഉഭയകക്ഷി അടിസ്ഥാനത്തിലുള്ളതുമായ സ്വതന്ത്രവ്യാപാര കരാറുകൾക്കായി ശ്രമിക്കുന്നത്. ലോകവ്യാപാര സംഘടന (WTO) പ്രവർത്തനക്ഷമവും ഉപയോഗപ്രദവുമാണെങ്കിൽ എന്തുകൊണ്ടാണ് നിങ്ങൾ ഇത്തരം പുതിയ കരാറുകൾക്കു പിന്നാലെ പോകുന്നത്? ആഫ്രിക്കയിലും ലാറ്റിനമേരിക്കയിലും ഏഷ്യയിലും ഉടനീളം കാർഷിക സമൂഹങ്ങൾക്കു മേൽ സ്വതന്ത്രവ്യാപാരക്കരാറുകൾ നാശം വിതച്ചുകൊണ്ടിരിക്കുകയാണ്. വില കുറഞ്ഞ ഇറക്കുമതി ഉല്പന്നങ്ങൾ അവർക്കുമേൽ കുമിഞ്ഞുകൂടുകയാണ്. തൽഫലമായി വിലകൾ ഇടിഞ്ഞിരിക്കുന്നു. കാർഷികപ്രതിസന്ധി രൂക്ഷമായിരിക്കുന്നു.

ഭക്ഷ്യധാന്യ ഉല്പാദനത്തിൽ മോശപ്പെട്ട അടിസ്ഥാനമുള്ള രാജ്യങ്ങളിൽ ഭക്ഷ്യ സുരക്ഷയെയും സ്വതന്ത്ര വ്യാപാരം ബാധിക്കുന്നു. വാണിജ്യ വിളകൾ കയറ്റി അയക്കാനും ഭക്ഷ്യ ധാന്യങ്ങൾ വാങ്ങുന്നതിന് വിദേശ നാണയം നേടാനുമാണ് അവ ശ്രമിക്കുന്നത്. എന്നാൽ വാണിജ്യ വിളകളുടെ വില ഇടിയുകയാണ്; അതുകൊണ്ടുതന്നെ കയറ്റുമതി വരുമാനവും ഇടിയുന്നു; അങ്ങനെ ഈ രാജ്യങ്ങൾക്ക് മുൻപത്തെ അതേ അളവിൽ ഭക്ഷ്യധാന്യങ്ങൾ ഇറക്കുമതി ചെയ്യാൻ കഴിയാതാവുന്നു. ഇത് അവയുടെ ഭക്ഷ്യസുരക്ഷയെ ബാധിക്കുന്നു.

ഇതിനെല്ലാം പുറമെ, പൊതുചെലവഴിക്കലിൽ വെട്ടിക്കുറവ് വരുത്തുന്നത് ന്യായമായ ലാഭത്തോടെ ഉല്പാദനം നടത്തുന്നതിനുള്ള ചെറുകിട-നാമമാത്ര കർഷകരുടെ ശേഷിയെയും പ്രതികൂലമായി ബാധിക്കുന്നു. സബ്സിഡികളിൽ വെട്ടിക്കുറവ് വരുത്തുന്നതും കോർപ്പറേറ്റുകൾ കൊള്ള ലാഭമടിക്കുന്നതുംമൂലം ഉല്പാദനോപാധികളുടെ (Inputs) വിലകൾ കുതിച്ചുയരുന്നു. കൃഷിക്കാർ ബഹുരാഷ്ട്ര കോർപ്പറേഷനുകളുടെ ആശ്രിതരായി മാറുന്നു. ഇതെല്ലാം തന്നെ ചെറുകിട-നാമമാത്ര കർഷകരെ വലിയ തോതിൽ ഞെക്കിപ്പിഴിയുന്നതിന് ഇടയാക്കുന്നു.

*? പരിഷ്കരണാനന്തരം ലക്ഷ്യമിട്ടിരുന്ന വിധത്തിൽ കാർഷിക മേഖല വളർന്നിരുന്നുവെങ്കിൽ ഇന്ത്യയുടെ വളർച്ചാ നിരക്ക് ഇപ്പോഴത്തേതിനെക്കാൾ ഉയർന്നതാകുമായിരുന്നുവെന്ന് താങ്കൾ അംഗീകരിക്കുന്നുണ്ടോ?*

1980 കളിലെ ഇന്ത്യയുടെ കാർഷിക വളർച്ചാ നിരക്ക് നവലിബറൽ നയങ്ങൾ നടപ്പാക്കി തുടങ്ങിയ ശേഷമുള്ള കഴിഞ്ഞ 30 വർഷത്തെ കാർഷിക വളർച്ചാനിരക്കിനെക്കാൾ ഉയർന്നതാണെന്നത് ലളിതമായ ഒരു വസ്തുതയാണ്. കാർഷിക മേഖലയിൽ ഒരു വളർച്ചയും നേടാൻ പരിഷ്കരണങ്ങൾക്ക് കഴിഞ്ഞില്ല എന്നു വാദിക്കാൻ ഇതിലും വലിയ തെളിവൊന്നും ആവശ്യമില്ല.

എന്നാൽ ഇവിടെ മറ്റൊരു കാര്യംകൂടി പറയേണ്ടതുണ്ട്. 2015 നും 2022 നുമിടയിൽ കാർഷികവരുമാനം ഇരട്ടിയാക്കുമെന്ന് നരേന്ദ്രമോദി ഗവൺമെന്റ് പറഞ്ഞിരുന്നു. ഇതാണ് ഇപ്പോഴത്തെ ബി ജെ പി ഗവൺമെന്റിന്റെ ഏറ്റവും വലിയ പരാജയം. വാസ്തവത്തിൽ, ഈ കാലഘട്ടത്തിലെ യഥാർത്ഥ കണക്കുപ്രകാരം കർഷകരുടെ വരുമാനം ഇടിയാനാണ് സാദ്ധ്യത. വിനാശകരമായ നോട്ട് നിരോധനം, വേണ്ടത്ര ആലോചനകൂടാതെ നടപ്പിലാക്കിയ ചരക്ക്-സേവന നികുതി (ജി എസ് ടി) സംവിധാനം, കോവിഡ് 19 പ്രതിസന്ധികാലത്ത് നടപ്പാക്കിയ കിരാതമായ ലോക് ഡൗണിന്റെ നിഷ്ഠൂരമായ അനന്തരഫലം എന്നിവയെല്ലാം കർഷകരെ ദുരിതത്തിലകപ്പെടുത്തുകയായിരുന്നു. അവരാകെ കോപാകുലരാണ്. പരിഷ്കരണങ്ങൾ അവരുടെ അവസ്ഥ വഷളാക്കി എന്നുതന്നെയാണ് അവർ കരുതുന്നത്.

## കർഷകപ്രക്ഷോഭത്തിന്റെ ക്രമാനുഗതമായ വികാസം

*? കഴിഞ്ഞ 30 വർഷമായി താങ്കൾ കാർഷിക സമരങ്ങൾക്കും പ്രസ്ഥാനത്തിനും നേതൃത്വം നല്കുകയായിരുന്നല്ലോ. ഈ കാംപെയ്നുകളുടെ മുഖ്യപ്രശ്നം എന്താണ്? ഉയർന്നുവന്ന പ്രക്ഷോഭങ്ങളെ താങ്കൾ എങ്ങനെയാണ് കാണുന്നത്?*

കഴിഞ്ഞ 30 വർഷമായി നടപ്പാക്കി വരുന്ന നവലിബറൽ നയങ്ങൾ മൂലം ഉണ്ടായ രൂക്ഷമായ കാർഷിക പ്രതിസന്ധിയുടെ പശ്ചാത്തലത്തിൽ (കഴിഞ്ഞ 25 വർഷത്തിനിടയിൽ 1995 മുതൽ, നാല് ലക്ഷത്തിലേറെ കർഷകർ ആത്മഹത്യ ചെയ്യുന്നതിന് ഇത് ഇടയാക്കി), ഈ കാലഘട്ടത്തിലെ കർഷക പ്രക്ഷോഭത്തിന്റെ മുഖ്യ വിഷയങ്ങളെക്കുറിച്ച് ഞാൻ അക്കമിട്ട് വിവരിക്കാം.

മൂന്ന് കാർഷിക നിയമങ്ങൾ റദ്ദ് ചെയ്യണമെന്ന അടിസ്ഥാനപരമായ വിഷയത്തിനൊപ്പം തന്നെ ചുവടെ ചേർക്കുന്ന വിഷയങ്ങളുമുണ്ട്: സ്വാമിനാഥൻ കമ്മിഷൻ ഫോർമുല പ്രകാരമുള്ള ഉല്പാദന ചെലവിന്റെ ഒന്നര ഇരട്ടി വരുന്ന തുക താങ്ങുവില ഉറപ്പാക്കുന്ന കേന്ദ്രനിയമം കൊണ്ടുവരുക; വൈദ്യുതി മേഖലയാകെ സ്വകാര്യവല്ക്കരിക്കുന്നതും എല്ലാവരുടെയും വൈദ്യുതിക്കു വേണ്ടിയുള്ള ചെലവ് വലിയതോതിൽ കുതിച്ചുയരുന്നതിനിടയാക്കുന്നതുമായ വൈദ്യുതി ഭേദഗതി ബിൽ പിൻവലിക്കുക;

ഡീസൽ, പെട്രോൾ, പാചകവാതകം എന്നിവയുടെ വില പകുതിയായി കുറയ്ക്കുക; കർഷക ജനതയുടെയും കർഷക തൊഴിലാളികളുടെയും കടബാദ്ധ്യതകൾ പൂർണ്ണമായി എഴുതിത്തള്ളുക (ഇപ്പോഴത്തെ കേന്ദ്ര ഗവൺമെന്റ് കഴിഞ്ഞ ഏഴ് വർഷമായി കോർപ്പറേറ്റുകൾ നല്കാനുള്ള നിരവധി ലക്ഷം കോടി രൂപയുടെ വായ്പകൾ എഴുതിത്തള്ളി); ദുരിതത്തിലകപ്പെട്ടിട്ടുള്ള കർഷകരെ സഹായിക്കാനായി വിള ഇൻഷ്വറൻസ് പദ്ധതി സമ്പൂർണ്ണമായും പുനഃക്രമീകരിക്കുക, അങ്ങനെ ചെയ്യുന്നത് പ്രധാനമന്ത്രി ഫസൽ ബീമയോജനപ്രകാരം (PMFBY) ഇപ്പോൾ ചെയ്തുകൊണ്ടിരിക്കുന്നതുപോലെ ഇൻഷുറൻസ് കമ്പനികളെ സഹായിക്കാനായിരിക്കരുത്; എല്ലാ ചെറുകിട–നാമമാത്ര കർഷകർക്കും കുറഞ്ഞ പലിശയ്ക്ക് ആവശ്യമായ വായ്പ ഉറപ്പാക്കുക; എം ജി എൻ ആർ ഇ ജി പ്രകാരം (ദേശീയ ഗ്രാമീണ തൊഴിലുറപ്പു പദ്ധതി) കർഷകത്തൊഴിലാളികൾക്കുള്ള തൊഴിൽദിനങ്ങളുടെ എണ്ണവും കൂലിയും ഇരട്ടിയാക്കുക; ഗോത്രവർഗ്ഗകൃഷിക്കാർക്കായുള്ള വനാവകാശ നിയമം കർശനമായി നടപ്പിലാക്കുക; കർഷകരിൽനിന്ന് ബലം പ്രയോഗിച്ച് ഭൂമി ഏറ്റെടുക്കുന്നത് അവസാനിപ്പിക്കുക; നിശ്ചയമായും യഥാർത്ഥ ഭൂപരിഷ്കരണത്തിനായുള്ള പ്രക്ഷോഭവും ഇതിന്റെ ഭാഗമായി വരുന്നു. ഇവയോട് കൂട്ടിച്ചേർക്കേണ്ടത് നാല് തൊഴിൽ കോഡുകൾ റദ്ദു ചെയ്യുകയെന്ന തൊഴിലാളി വർഗ്ഗത്തിന്റെ ആവശ്യങ്ങൾ കൂടിയാണ്; മറ്റൊരു കാര്യം സ്വകാര്യവല്ക്കരണത്തിന് അറുതിവരുത്തണമെന്നും ബി ജെ പി വാഴ്ചയിൽ രാജ്യത്തെ വിറ്റഴിക്കുന്നത് അവസാനിപ്പിക്കണമെന്നുമുള്ള ആവശ്യങ്ങളെക്കുറിച്ചാണ്.

നവലിബറൽ നയങ്ങൾ നടപ്പാക്കിവരുന്ന കഴിഞ്ഞ മുപ്പത് വർഷത്തിലേറെക്കാലത്തെ കർഷക പ്രക്ഷോഭങ്ങളുടെ വികാസം വ്യക്തമാക്കുന്നത് മുകളിൽ വിവരിച്ച വിഷയങ്ങളിന്മേൽ പ്രക്ഷോഭം വർദ്ധിച്ചുവരുന്ന പ്രവണത കാണുന്നതാണ്. മോദിഗവൺമെന്റ് നിലവിൽ വന്ന ശേഷമുള്ള കഴിഞ്ഞ ഏഴ് വർഷക്കാലവും കർഷക പ്രക്ഷോഭം കൃത്യമായും തീവ്രമായിക്കൊണ്ടിരിക്കുകയായിരുന്നു. ഈ ഗവൺമെന്റ് കോർപ്പറേറ്റനുകൂല നയങ്ങൾ നടപ്പാക്കുന്നതിൽ അവിശ്രമം ഏർപ്പെട്ടിരുന്നതുമുലമാണത്. മോദി ഗവൺമെന്റിന്റെ ഈ നയങ്ങളെ കർഷക ജനസാമാന്യം ശക്തമായി ചെറുത്തുനിന്നു; 2017 ലെ 11 ദിവസത്തെ കർഷക പണിമുടക്കും 2018 ൽ എ ഐ കെ എസ് നേതൃത്വത്തിൽ നടന്ന കിസാൻ ലോങ് മാർച്ചും ഉൾപ്പെടെ രാജസ്ഥാനിലും മഹാരാഷ്ട്രയിലും വലിയ സമരങ്ങളാണ് നാം കണ്ടത്. അതിനുശേഷം 2018 ൽ ദേശീയ തലസ്ഥാനത്ത് രണ്ട് പടുകൂറ്റൻ റാലികൾ നടന്നു; അതിൽ ഒന്ന്, അഖിലേന്ത്യാ കിസാൻ സംഘർഷ് ഏകോപന സമിതി നടത്തിയതാണ്; മറ്റൊന്ന് സി ഐ ടി യുവും എ ഐ കെ എസും അഖിലേന്ത്യാ കർഷകത്തൊഴിലാളി യൂണിയനും ചേർന്ന് നടത്തിയതാണ്.

ഡൽഹി അതിർത്തികളിലും രാജ്യത്തുടനീളവും 2020 നവംബർ 26 ന് ആരംഭിച്ച സംയുക്ത കിസാൻ മോർച്ചയുടെ നേതൃത്വത്തിലുള്ള

ഇപ്പോഴത്തെ ഐതിഹാസികമായ കർഷക സമരം മുൻപു നടന്ന എല്ലാ സമരങ്ങളുടെയും മൂർദ്ധന്യാവസ്ഥയാണ്. കേന്ദ്രഗവൺമെന്റ് അടിച്ചേല്പിച്ച കിരാതമായ മൂന്ന് കാർഷിക നിയമങ്ങൾ പഴഞ്ചൊല്ലിൽ പറഞ്ഞതുപോലെയുള്ള ഒട്ടകത്തിന്റെ മുതുകത്തെ അവസാനത്തെ കച്ചിത്തുരുമ്പാണ്. ഈ കർഷക സമരം മതം, ജാതി, പ്രദേശം, സംസ്ഥാനം, ഭാഷ എന്നിങ്ങനെയുള്ള എല്ലാ അതിർവരമ്പുകളെയും മറികടന്നു. അടിച്ചമർത്തലുകളെയും അപകീർത്തിപ്പെടുത്തലുകളെയുമെല്ലാം അത് ധീരമായി ചെറുത്തുതോല്പിച്ചു. അത് കൃത്യമായും കോർപ്പറേറ്റ് വർഗ്ഗീയതയെയും നവലിബറൽപരിപ്രേക്ഷ്യത്തെയും കൃത്യമായി ആക്രമണ ലക്ഷ്യമാക്കി. വിജയം കൈവരിക്കുന്നതുവരെ സമരം കൂടുതൽ തീവ്രമാക്കുന്നതിനും വിപുലപ്പെടുത്തുന്നതിനുമാണ് ദൃഢനിശ്ചയമെടുത്തത്.

**കരാർകൃഷി**

*? കരാർ കൃഷി ഒരു വിവാദ വിഷയമാണ്. അതുമായി ബന്ധപ്പെട്ട് വ്യത്യസ്തങ്ങളായ ഫലങ്ങളാണുള്ളത്, എന്നിട്ടും അത് പ്രോത്സാഹിപ്പിക്കപ്പെടുന്നുമുണ്ട്. കരാർ കൃഷിയുടെ നേട്ടങ്ങളെയും കോട്ടങ്ങളെയും സംബന്ധിച്ച് വിശദീകരിക്കാനാവുമോ?*

കഴിഞ്ഞ കുറേക്കാലമായി ഈ രാജ്യത്ത് കരാർ കൃഷി നിലവിലുണ്ട്. ഇപ്പോൾ നമുക്ക് വേണ്ടത് കരാർ കൃഷിക്ക് നല്ലതും കർഷകപക്ഷവുമായ ഒരു നിയമനിർമ്മാണമാണ്. അംഗീകരിച്ച വില നല്കാതെ കോർപ്പറേറ്റ് കമ്പനികൾ കർഷകരെ വഞ്ചിക്കില്ലെന്ന് ഉറപ്പുവരുത്തുകയാണ്. പാരിസ്ഥിതികമായി ഗുണകരമല്ലാത്ത കൃഷിരീതികൾ കർഷകർക്കുമേൽ കമ്പനികൾ അടിച്ചേല്പിക്കില്ലെന്ന് ഉറപ്പുവരുത്തേണ്ടതുണ്ട്. കർഷക സൗഹൃദപരമായ ഒരു പരാതി പരിഹാര സംവിധാനമാണ് നമുക്ക് വേണ്ടത്.

എന്നാൽ അതിനു പകരം ഇവിടെ ഗവൺമെന്റ് കൊണ്ടുവന്ന കാർഷിക നിയമങ്ങൾ കരാർ കൃഷിയിൽ ഏർപ്പെട്ടിട്ടുള്ള കമ്പനികളെ സഹായിക്കുന്നതിനുവേണ്ടി മാത്രമുള്ളവയാണ്. കർഷകരുടെ ഭൂമി ഈ കമ്പനികൾ തട്ടിയെടുത്തേക്കാമെന്ന ഭയമാണ് നിലനില്ക്കുന്നത്. കരാർ കൃഷിയെ കർശനമായി നിയന്ത്രിക്കുന്ന ഒരു നിയമമാണ് നമുക്കാവശ്യം. ഓരോ സംസ്ഥാനത്തെയും പ്രത്യേകതകൾ കണക്കിലെടുത്ത് ഈ നിയമങ്ങൾ നിർമ്മിക്കാനും പാസാക്കാനും കഴിയുന്നത് സംസ്ഥാന ഗവൺമെന്റുകൾക്കാണ്.

*? പുതിയ കാർഷിക നിയമങ്ങൾക്കെതിരെയുള്ള കർഷക പ്രക്ഷോഭത്തിൽ എ ഐ കെ എസ് സജീവമായി പങ്കെടുക്കുകയാണ്. ഈ കാർഷിക നിയമങ്ങളെക്കുറിച്ച് താങ്കൾ വിശദീകരിക്കുമോ?*

ഇന്ത്യയിലെ കർഷകരുടെ ഉപജീവനമാർഗ്ഗത്തിന്മേലുള്ള വമ്പിച്ച കട

ന്നാക്രമണമാണ് കാർഷിക നിയമങ്ങൾ. എ പി എം സി (കാർഷിക ഉല്പന്ന വിപണന സമിതി) മണ്ഡികളും (കമ്പോളം) അവശ്യസാധന നിയമവും (ഇ സി എ) 1960 കൾ മുതൽ നിലനിന്നിരുന്ന കർഷകരുടെയും ഉപഭോക്താക്കളുടെയും അവകാശങ്ങൾ സംരക്ഷിക്കുന്നതിനുള്ള നിയമങ്ങളാണ്. എ പി എം സി മണ്ഡി സംവിധാനത്തിന് ചില പിശകുകൾ ഉണ്ടെങ്കിൽപ്പോലും കർഷകർക്ക് മികച്ച കമ്പോള ലഭ്യത ഉറപ്പാക്കാനും വില സ്ഥിരതയ്ക്കും ഈ നിയമങ്ങൾ സഹായകമായിട്ടുണ്ട്. ഈ നിയമങ്ങളിലെ പിശകുകൾ തിരുത്തേണ്ടതാവശ്യമാണ്.

അതിനു പകരമാണ് ഗവൺമെന്റ് ഈ കാർഷിക നിയമങ്ങൾ കൊണ്ടുവന്നത്; കുളിപ്പിച്ച് കുളിപ്പിച്ച് കുട്ടിയെക്കൂടി വലിച്ചെറിയുകയാണ് ഇതിലൂടെ ചെയ്തിരിക്കുന്നത്. എ പി എം സി സംവിധാനം തന്നെ അവർ ഇഷ്ടപ്പെടുന്നില്ല. അതിനെ പൊളിച്ചടുക്കാനാണ് അവർ ആഗ്രഹിച്ചത്; അദാനി–അംബാനി ഗ്രൂപ്പുകളെ പോലെയുള്ള സ്വകാര്യ കോർപ്പറേറ്റ് സ്ഥാപനങ്ങൾക്ക് നിയന്ത്രണം കൈമാറാനാണ് അവർ ശ്രമിക്കുന്നത്. പഞ്ചാബും ഹരിയാനയും പശ്ചിമ ഉത്തർപ്രദേശും പോലെയുള്ള സംസ്ഥാനങ്ങളിലെ കർഷക ജനതയുടെ മരണമാണ് ഇതിന്റെ ഫലമായി സംഭവിക്കുന്നത്. 2006 ൽ ബിഹാറിൽ മണ്ഡി സംവിധാനത്തെ ഇല്ലാതാക്കിയത് അവിടെയുള്ള കർഷകരെ ദോഷകരമായി ബാധിച്ചിട്ടുണ്ട്.

അതേപോലെ തന്നെ അവശ്യ സാധന നിയമത്തിലെ ഭേദഗതി ചില്ലറ വ്യാപാര മേഖലയെയും ലോജിസ്റ്റിക്സ് മേഖല (സേവനങ്ങളും ഉപകരണങ്ങളും എത്തിച്ചു കൊടുക്കൽ) യെയും കോർപ്പറേറ്റുകൾക്ക് കൈപ്പിടിയിലൊതുക്കാൻ വിട്ടുകൊടുത്തിരിക്കുകയാണ്. ഇതിനർത്ഥം ഉപഭോക്താക്കളെ സംബന്ധിച്ചിടത്തോളം ഭക്ഷ്യസാധനങ്ങളുടെ വില കമ്പോളത്തിൽ കുതിച്ചുയരുമെന്നാണ്.

ബി ജെ പി ഭരണത്തിൽ ഈ മൂന്ന് കാർഷിക നിയമങ്ങൾ ചുരുക്കത്തിൽ താങ്ങുവില സംവിധാനത്തെയും ഭക്ഷ്യധാന്യങ്ങൾ സർക്കാർ സംഭരിക്കുന്നതിനെയും ഇന്ത്യയിലെ 81 കോടിയിലധികം ജനങ്ങൾക്ക് ലഭ്യമാകുന്ന മൊത്തം പൊതുവിതരണ സംവിധാനത്തെ തന്നെയും തകർക്കുകയെന്ന ലക്ഷ്യത്തോടെയുള്ളതാണ്. അതുകൊണ്ടാണ്, തക്കതായ കാരണത്താൽ തന്നെയാണ് ഈ കാർഷിക നിയമങ്ങൾ വെറും കാർഷിക വിരുദ്ധ നിയമങ്ങൾ മാത്രമല്ല, മറിച്ച് അടിസ്ഥാനപരമായ അർത്ഥത്തിൽ ജനവിരുദ്ധ നിയമങ്ങൾകൂടിയാണെന്ന് പറയുന്നത്.

അതും കൂടാതെ, ഈ കാർഷിക നിയമങ്ങൾ ഭരണഘടനാ വിരുദ്ധമാണെന്ന കാര്യവും നാം ഓർക്കണം. ഇവ സംസ്ഥാനസർക്കാരിന്റെ നിയന്ത്രണാധികാരത്തിൽ വരുന്ന കാര്യങ്ങളാണ്, നമ്മുടെ ഭരണഘടന വ്യക്തമായും ആ രീതിയിലാണ് അടയാളപ്പെടുത്തിയിരിക്കുന്നത്. എന്നാൽ കേന്ദ്രഗവണ്മെന്റ്, മറ്റു പല കാര്യങ്ങളിലുമെന്നപോലെ, ഭരണഘടനയോടുള്ള തങ്ങളുടെ അനാദരവ് പൂർണ്ണമായും വെളിപ്പെടുത്തുകയാണ്; ഫെഡറൽ തത്ത്വങ്ങളെ ലംഘിച്ച കേന്ദ്രസർക്കാർ സംസ്ഥാനങ്ങളുടെ

കാര്യങ്ങളിൽ ഇടപെട്ടുകൊണ്ടാണ് ഈ നിയമങ്ങൾ രൂപപ്പെടുത്തുകയും പാർലമെന്റിൽ അത് പാസാക്കുകയും ചെയ്തത്. ഇടതുപക്ഷവും മറ്റു പാർട്ടികളിലെ പാർലമെന്റംഗങ്ങളും പാർലമെന്റിൽ ഇതിനെതിരെ ശക്തമായി പ്രതിഷേധിച്ചു. എന്നാൽ രാജ്യത്തിനുമേൽ ഈ നിയമങ്ങൾ അടിച്ചേല്പിക്കപ്പെടുകയാണുണ്ടായത്; ഞെട്ടിപ്പിക്കുംവിധം സ്വേച്ഛാധിപത്യപരമായാണ് ഈ നിയമം പാസാക്കിയെടുത്തത്.

ഞങ്ങളുടെ ഡിമാൻഡ് വ്യക്തമാണ്. മൂന്നു കാർഷിക നിയമങ്ങളും റദ്ദു ചെയ്യപ്പെടണമെന്നാണ് ഞങ്ങൾ ആവശ്യപ്പെടുന്നത്. ഈ ആവശ്യം നേടിയെടുക്കുന്നതുവരെ ഒമ്പതു മാസമായി നടക്കുന്ന ഐതിഹാസികമായ പോരാട്ടം തുടരുകതന്നെ ചെയ്യും.

# ലൈസൻസ് രാജിൽനിന്ന് തീവെട്ടിക്കൊള്ളയിലേക്ക്

വി ശ്രീധർ

**ഒ**രു രാജ്യത്തിന്റെ കാര്യത്തിലാണെങ്കിൽപ്പോലും മുപ്പതുവർഷം നീണ്ട ഒരു കാലയളവാണ്. പ്രത്യേകതരം അലങ്കാരചിത്രങ്ങളുടെ ആവർത്തിച്ചുള്ള ഉപയോഗംകൊണ്ട് ഓർമ്മകളെ അറിവായി ചുട്ടെടുക്കുമ്പോൾ, യാഥാർത്ഥ്യം വിചിത്രമായി കാണപ്പെടുന്നു. 1991 ൽ ഇന്ത്യയെയപ്പാടെ വിഴുങ്ങി എന്നു കരുതപ്പെടുന്ന സാമ്പത്തിക ഉദാരവല്ക്കരണം (അതിന്റെ യഥാർത്ഥ തുടക്കം 1980 ഓടെ, ഇന്ദിരഗാന്ധിയുടെ രണ്ടാം വരവോടെയായിരുന്നു എന്ന യാഥാർത്ഥ്യം അവിടെ നില്ക്കട്ടെ) ഇന്ത്യാക്കാർക്ക് സ്വാതന്ത്ര്യം നേടിക്കൊടുത്തു എന്ന ആശയം പ്രധാനമായ ഒരാഖ്യാനമാണ്. കെട്ടുകഥ ആവിഷ്കരിക്കുന്നതു പ്രകാരം, വിധിയുമായുള്ള രണ്ടാമത്തെ കൂടിക്കാഴ്ചയ്ക്ക് അനുവദിച്ചുകൊണ്ട് 30 വർഷങ്ങൾക്കു മുമ്പ്, – സ്വതന്ത്രയല്ലാതിരുന്ന ഇന്ത്യ മോചിപ്പിക്കപ്പെട്ടു. ഭരണകൂടത്തിന്റെ ചങ്ങലക്കെട്ടുകളിൽനിന്നും ഇന്ത്യാക്കാരെ മോചിപ്പിക്കുന്ന രൂപത്തിൽ മത്സരത്തെ പരിപോഷിപ്പിക്കും എന്നതായിരുന്നു ഉദാരവല്ക്കരണത്തിന്റെ ശ്രദ്ധേയമായൊരു വാഗ്ദാനം. ഇന്ത്യൻ സ്വകാര്യ സംരംഭങ്ങളെ ചങ്ങലകളിൽ നിർത്തിയ മർദ്ദക സംവിധാനമെന്ന് ചിത്രീകരിക്കുവാൻ ഉദ്ധരിച്ചിരുന്ന, വ്യാപകമായി ഉപയോഗിക്കാറുള്ള പ്രയോഗമായിരുന്നു ലൈസൻസ് പെർമിറ്റ്‌രാജ്; ഉദാരവല്ക്കരണത്തിന്റെ വരവോടുകൂടി തുടക്കത്തിൽത്തന്നെ അത് നിഷ്കാസനം ചെയ്യപ്പെടുന്നതുവരെ. ഈ ആഖ്യാനം ശുദ്ധ തട്ടിപ്പാണ്; അതിന് വസ്തുതയുമായി വളരെ ചെറിയ ബന്ധം മാത്രമാണുള്ളത് എന്നതുകൊണ്ട് മാത്രമല്ല, യാഥാർത്ഥ്യത്തിന്റെ തലത്തിൽ നിന്നുകൊണ്ട് അത് യാഥാർത്ഥ്യത്തെ വളച്ചൊടിക്കുകയുമാണ്. സ്വാതന്ത്ര്യത്തിനുശേഷം നടപ്പാക്കിയ ഇന്ത്യൻ ആസൂത്രണത്തിൽ അത് പൊതുമേഖലയ്ക്ക് നായക സ്ഥാനം നല്കി; അത് അനന്ധികാര

ത്തിലിരുന്നവരുടെ “സോഷ്യലിസ്റ്റ്” രാഷ്ട്രീയ വീക്ഷണം കൊണ്ടുമാത്രമായിരുന്നില്ല, മറിച്ച് അത്രയും വലിയ നിക്ഷേപം നടത്താൻ അന്ന് ഇന്ത്യൻ സ്വകാര്യ മേഖലയ്ക്ക് കഴിവില്ലാതിരുന്നതുകൊണ്ടുംകൂടിയാണ്.

അത് കണ്ടെത്താനാഗ്രഹിക്കുന്നവർക്ക് ചരിത്രരേഖകൾ വ്യക്തമാക്കിക്കൊടുക്കുന്നതുപോലെ, ഇന്ത്യയിലെ സ്വകാര്യ വ്യവസായം പൊതുമേഖലയ്ക്ക് വിട്ടുകൊടുത്തത് രണ്ട് പ്രധാന കാരണങ്ങൾകൊണ്ടാണ്. ഒന്ന്, വൻകിട മൂലധനം ആവശ്യമായിട്ടുള്ള വ്യവസായങ്ങളിലേക്ക് കടക്കുന്നതിനുവേണ്ട ‘നഷ്ടം സഹിക്കുവാനുള്ള ശേഷിയോ’ (Risk appetite) മിച്ചമോ സ്വന്തം കൈവശമില്ലെന്ന് സ്വകാര്യ വ്യവസായം തിരിച്ചറിഞ്ഞു. രണ്ട്, പ്രാഥമികമായും ദേശീയ സാമ്പത്തിക ഡിമാന്റ് ഇടുങ്ങിയതായതിനാൽ, അതിന്റെ കമ്പോളം വളരെയധികം പരിമിതപ്പെട്ടതാണ് എന്ന് ഇന്ത്യൻ സ്വകാര്യമേഖല തിരിച്ചറിഞ്ഞു.

ആയതിനാൽ, ഭരണകൂടത്തിന്റെ നിക്ഷേപം മാത്രമല്ല, നിയന്ത്രണം കൂടി വേണ്ടതുണ്ട്. എല്ലാത്തിനുമപ്പുറം, പരിമിതമായ ഡിമാന്റടിത്തറ എന്നതുകൊണ്ടർത്ഥമാക്കുന്നത് ചുരുക്കം കളിക്കാർക്കു മാത്രമേ ലാഭകരമായി പ്രവർത്തിക്കാൻ സാധിക്കുകയുള്ളൂ എന്നാണ്. അതുകൊണ്ടുതന്നെ വിലങ്ങുതടിയായി നില്ക്കുന്ന ഈ പരിമിതിക്കുള്ള ഒരു ഉത്തരമാണ് ലൈസൻസുകൾ; അതായത് ഇന്ത്യൻ വ്യവസായികളുടെ സ്പഷ്ടമായ ആവശ്യപ്രകാരം ഇന്ത്യൻ ഭരണകൂടം നല്കിയിട്ടുള്ള ഒരു ഉത്തരം തന്നെയായിരുന്നു ലൈസൻസുകൾ. മറ്റു വാക്കുകളിൽ പറഞ്ഞാൽ, സ്വകാര്യ മേഖല അവരുടെ പതിവുപോലെ, സ്വയം പരിശ്രമിക്കുന്നതിനുപകരം സ്വയം സംരക്ഷണത്തിന്റെ ഒരു മാർഗ്ഗമായി ഭരണകൂട നിയന്ത്രണത്തെ ശരിക്കും ക്ഷണിക്കുകയായിരുന്നു. ഒരു കാലത്ത് നിയമപരവും യുക്തിപരവുമായിരുന്ന എല്ലാത്തിനെയും വിശ്വാസയോഗ്യമല്ലാതാക്കുന്നതിന് അവയിൽനിന്നും ഏറ്റവും കൂടുതൽ പ്രയോജനം ലഭിച്ചിട്ടുള്ളവർതന്നെ വ്യാപകമായി ദുരുപയോഗം ചെയ്തിട്ടുള്ള “സംരക്ഷണവാദം” എന്ന പദം അപഹാസ്യമാംവിധം ഉപയോഗിക്കുന്നത് വിരോധാഭാസമല്ലേ? 1944–45 കാലത്ത് പ്രസിദ്ധീകരിച്ച ബോംബെ പ്ലാനായിരുന്നു ഈ ഡിമാന്റിന്റെ ആദ്യത്തെ സ്പഷ്ടമായ പ്രകടനം. ലൈസൻസ് രാജിനെക്കുറിച്ച് ആദ്യം അന്വേഷിക്കാതെ അതിൽനിന്നും ലാഭകരമായി നേട്ടം കൊയ്തതിനുശേഷം പിന്നീട് ഇന്ത്യൻ വ്യവസായികൾതന്നെ അതിനെ ശപിക്കുന്നത് ശരിയാണോ?

തീർച്ചയായും, സ്വകാര്യവ്യവസായം ലൈസൻസ് രാജിനാൽ ബന്ധിപ്പിക്കപ്പെട്ടിരിക്കുകയായിരുന്നു എന്ന പോയിന്റ് വിവരിക്കുന്നതിനുവേണ്ടി നല്ല രീതിയിൽ ഉപയോഗിച്ചിട്ടുള്ള അംബാസഡർ കാറിന്റെ കഥപോലും ഉദ്ധരിക്കുകയുണ്ടായി; അതായത് ഇന്ത്യയിൽ കൂടുതൽ മെച്ചപ്പെട്ട കാറുകൾ നിർമ്മിക്കുന്നതിന് സ്വകാര്യമേഖലയ്ക്ക് വിലക്കേർപ്പെടുത്തിയിരിക്കുന്നു എന്ന്. ഈ ആഖ്യാനം കേൾക്കാൻ രസകരവും സമർത്ഥവുമാണ്. എന്നാൽ അത് സൂക്ഷ്മതല പരിശോധനയ്ക്ക് വിധേയമാക്കേണ്ടതാണ്.

പറയൂ, ലൈസൻസിങ് സംവിധാനത്തിലെ എന്താണ് അംബാസഡർ കാറിന്റെ കൂടുതൽ മെച്ചപ്പെട്ട മോഡൽ ഉണ്ടാക്കുന്നതിൽനിന്നും ബിർളയെ തടഞ്ഞത്? എല്ലാത്തിനുമപ്പുറം കടിഞ്ഞാണില്ലാതെയുള്ള പുതിയ മത്സരാർത്ഥികളുടെ പ്രവേശനത്തെ തടയുകമാത്രമാണ് ലൈസൻസിങ് സംവിധാനം ചെയ്തത്; അല്ലാതെ ആ സംവിധാനത്തിലൊന്നുംതന്നെ മെച്ചപ്പെട്ട കാറുകളുടെ നിർമ്മാണത്തെ തടഞ്ഞിരുന്നില്ല. ലൈസൻസിങ് രാജിന്റെ ന്യായീകരണം (സ്വന്തം താല്പര്യാർത്ഥം ഇന്ത്യയിൽ വ്യവസായികൾ അതിനു വഴിപ്പെടുകയാണുണ്ടായത്) മത്സരാർത്ഥികളുടെ അനിയന്ത്രിതമായ കടന്നുവരവും പുറത്തുപോകലും ആവശ്യമില്ലാത്ത അതിന്റെ ഉല്പന്നങ്ങളുടെ ശകലീകൃതമായ സ്വഭാവം കാരണമാണ്; അതിന് വരുമാനത്തിന്റെയും തൊഴിലവസരത്തിന്റെയും കാര്യത്തിൽ വിനാശകരമായ സ്വാധീനം ഉണ്ടാകും; സ്വാതന്ത്ര്യാനന്തരം ഏറെ കഴിയും മുൻപുതന്നെ അധികാരത്തിലുള്ളവർ ഈ അനന്തരഫലത്തെക്കുറിച്ച് മനസ്സിലാക്കിയിരുന്നു.

## നിയന്ത്രണങ്ങൾ ഇല്ലാതാക്കൽ

ഇന്ത്യയിലെ ഉദാരവല്ക്കരണത്തിന്റെ കഥ, തങ്ങളുടെ പ്രഖ്യാപിതമോ അവലംബിതമോ ആയ നിലപാടുകളൊന്നുംതന്നെ കണക്കിലെടുക്കാതെ, രാജ്യത്തിന്റെ സാമ്പത്തിക ജീവിതത്തെ പരിപാലിച്ചുപോന്നിരുന്ന നിയന്ത്രണ സംവിധാനങ്ങളെ പൊളിച്ചടുക്കുവാൻ തുടർ ഗവൺമെന്റുകൾ നടത്തിയ സ്ഥിരമായ യത്നത്തിന്റെക്കൂടി കഥയാണ്. രാജ്യത്തെ സാമ്പത്തിക ഏജൻസികളുടെ പ്രവർത്തനത്തെയും നടപ്പിനെയും നിയന്ത്രിക്കുന്ന നിയന്ത്രണഘടനയെ ഛിന്നഭിന്നമാക്കുന്നതിൽ ഭരണകൂടം പുലർത്തിയ അസാധാരണമായ താല്പര്യം ഞെട്ടിക്കുന്നതാണ്. ചുരുക്കിപ്പറയുകയാണെങ്കിൽ സ്വാതന്ത്ര്യം നേടി അധികം വൈകാതെതന്നെ രാജ്യം വ്യക്തമായും കുത്തകകളെ വിലക്കുകയും വ്യാവസായിക തൊഴിലാളികൾക്ക് സുരക്ഷയും ഉറപ്പും ലഭ്യമാക്കുന്ന നിയമനിർമ്മാണം നടപ്പിലാക്കുകയും, ക്ഷേമനടപടികൾ തുടങ്ങുകയും ചെയ്തു. കഴിഞ്ഞ 30 വർഷമായി ഈ നിയമങ്ങളും ക്ഷേമനടപടികളും നിർദ്ദയമായ കടന്നാക്രമണം നേരിടുകയാണ്.

ഉദാരവല്ക്കരണം അതിന്റെ ഹൃദയത്തിൽ ഊന്നൽ നല്കിയിട്ടുള്ളത് രണ്ട് മുഖ്യ പ്രവണതകൾക്കാണ്. അതിൽ ഒന്നാമത്തേത്, വിദേശ മൂലധനത്തിന്റെ എക്കാലത്തെയും വർദ്ധിതമായ പങ്കാണ്; വ്യാപാര ഉദാരവല്ക്കരണം അതിന് സൗകര്യമൊരുക്കുകയും, താരിഫ് വെട്ടിച്ചുരുക്കുന്നതിലൂടെയും കറൻസിയുടെ മൂല്യം കുറയ്ക്കുന്നതിലൂടെയും പിന്നെ ഉല്പാദന മേഖലയിൽ മാത്രമല്ല ധനപരമായ രംഗത്തടക്കം നിക്ഷേപത്തിനായുള്ള മൂലധനത്തിന്റെ ചലനവുമായി ബന്ധപ്പെട്ട നിയന്ത്രണങ്ങളിൽ അയവു വരുത്തുന്നതിലൂടെയും അത് വേഗത്തിലാക്കപ്പെടുകയും

ചെയ്യുന്നു. ഇതിന് അനുബന്ധമായിട്ടുള്ളതാണ് രണ്ടാമത്തെ പ്രവണത; സ്വകാര്യ മേഖലയ്ക്കുള്ള സ്ഥാനം സുഗമമാക്കുകയും വിപുലപ്പെടുത്തുകയും ചെയ്യുമ്പോൾത്തന്നെ, പൊതുമേഖലയ്ക്കുള്ള സ്ഥാനം നിരന്തരമായി പരിമിതപ്പെടുത്തുന്നു. ആദ്യത്തേതിന് വ്യാപാര നയം സൗകര്യമൊരുക്കുമ്പോൾ, നിയന്ത്രണങ്ങൾ നീക്കം ചെയ്യുന്നതിലേക്കും സ്വകാര്യവല്ക്കരണത്തിലേക്കുമുള്ള കഠിനമായ നീക്കങ്ങൾ, സമ്പദ്ഘടനയുടെ മേഖലകളിലാകെ സ്വകാര്യതാല്പര്യങ്ങൾ അധികമധികം സ്ഥാനം പിടിക്കുന്നു എന്നുറപ്പാക്കി; ഭരണകൂടത്തിന്റെ പിന്തുണയുണ്ടായിരുന്നപ്പോൾ പോലും അത് നടപ്പാക്കി.

ഇന്ത്യക്ക് സ്വന്തമായി ഒരു ദേശീയ വ്യാവസായിക നയമില്ല എന്ന വസ്തുതയേക്കാൾ നന്നായി ഇത് വ്യക്തമാക്കുന്ന മറ്റൊന്നുമില്ല. അതായത്, പ്രഖ്യാപിക്കപ്പെട്ട ഒരുകൂട്ടം ലക്ഷ്യങ്ങൾ നേടിയെടുക്കുന്നതിനുവേണ്ടിയുള്ള പ്രസ്തുത മാർഗ്ഗങ്ങളൊന്നുംതന്നെ രാജ്യത്തിനില്ല. അതിനുപകരം, അത് മുന്നോട്ടുവെക്കുന്നതെല്ലാം ഉചിതമായ പദ്ധതിയോടുകൂടിയതല്ലാത്ത 'ആഗ്രഹങ്ങളുടെ ലിസ്റ്റു'കളുടെ അവസാനമില്ലാത്ത പ്രവാഹമാണ്. അതേസമയം ഭരണകൂടത്തിന് ചുമതലയുണ്ടെന്ന് ഔദ്യോഗികമായി പറയുന്ന മേഖലകളിൽ പ്രത്യക്ഷമായി നിക്ഷേപം നടത്തുന്ന കാര്യത്തിൽ ഭരണകൂടം കാണിക്കുന്ന വർദ്ധിതമായ വിമുഖതയ്ക്കുപിന്നിലെ ഉദ്ദേശ്യവും ഇവിടെ ഒരു പ്രശ്നമാണ്; സ്വകാര്യ താല്പര്യങ്ങൾക്കനുകൂലമായി സ്ഥലം ഒഴിഞ്ഞുകൊടുക്കുവാനുള്ള മനഃപൂർവ്വമായ ഒരു നീക്കത്തെയും കൂടിയാണ് അത് കാണിക്കുന്നത്. ഇത് എല്ലാ മേഖലകളുടെ കാര്യത്തിലും വിദ്യാഭ്യാസത്തിലും ആരോഗ്യത്തിലും തുടങ്ങി വൻകിട വ്യവസായത്തിൽവരെ – സ്പഷ്ടമാണ്; ഗവൺമെന്റിന് ബിസിനസിന്റെ കാര്യത്തിൽ യാതൊരു കാര്യവുമില്ല എന്ന ഉപരിപ്ലവമായ മുദ്രാവാക്യം പ്രയോഗിച്ചുകൊണ്ട് ഇതിനെ ഏറ്റവും മികച്ചതായി ചിത്രീകരിക്കുകയും ചെയ്തു.

## ഓഹരി വിറ്റഴിക്കാൻ കുംഭകോണം

കഴിഞ്ഞ മൂന്ന് ദശകങ്ങളായി ലിബറൽ യാഥാസ്ഥിതികരുടെ സ്വാധീനം അത്രമേൽ ശക്തമാണ്; അതായത്, യഥാർത്ഥ ഉല്പാദനമെന്ന ബിസിനസിൽനിന്നും ഭരണകൂടം വിട്ടുനില്ക്കണമെന്ന ദൃഷ്ടിഗോചരമായ യുക്തി, പുരോഗമന സമൂഹത്തിലെ നല്ല രീതിയിൽ ചിന്തിക്കുന്ന വിഭാഗങ്ങൾപോലും സ്വീകരിക്കുന്ന അത്രയ്ക്ക് സ്വാധീനമാണ് ലിബറൽ യാഥാസ്ഥിതികർക്കുള്ളത്. ഒപ്പം സ്വകാര്യവല്ക്കരണത്തിന്റെ വക്താക്കൾ ക്ഷമയോടെ, തങ്ങളുടെ അവസരം കാത്തിരിക്കാൻ തയ്യാറായിരുന്നു; അവരുടെ അജൻഡകൾ വലിയ പ്രത്യാഘാതങ്ങളുണ്ടാക്കാത്ത രീതിയിൽ നടപ്പാക്കാൻ അവർ തക്കംപാർത്തിരിക്കുകയായിരുന്നു. 1990 കളിൽ, പൊതുമേഖല ആസ്തികൾ സ്വകാര്യവല്ക്കരിക്കുന്നതിനെക്കുറിച്ച് പറ

യാൻ കോൺഗ്രസിന് സാദ്ധ്യമല്ലാതിരുന്ന കാലത്ത് അവർ കൂടുതൽ സഭ്യമായ ഒരു പദം അതിനായി ഉപയോഗിച്ചു– അതാണ് ഓഹരി വിറ്റഴിക്കൽ. പൊതുമേഖലാ ഓഹരികൾ വിറ്റഴിക്കുവാനുള്ള ആദ്യത്തെ പരിശ്രമങ്ങൾ, ഇന്ത്യൻ ബാങ്കുകളും ധനകാര്യ സ്ഥാപനങ്ങളും കൈവശം വെച്ചിരുന്ന "കെട്ടുകണക്കിന്" ഓഹരികളിലൂടെയായിരുന്നു പൊതുമേഖലാ ഓഹരികൾ വില്ക്കുന്നതിനു നടത്തിയ ആദ്യ നീക്കങ്ങൾ എന്നോർക്കുക. വാസ്തവത്തിൽ, ഡിസിൻവെസ്റ്റ്മെന്റ് കമ്മീഷന്റെ ചെയർമാനായിരുന്ന ജി വി രാമകൃഷ്ണ (സെബിയുടെ ചെയർമാനുമായിരുന്നു.) ദലാൽ സ്ട്രീറ്റിലെ കുപ്രസിദ്ധരായ ബ്രോക്കർമാർക്കുമേൽ അച്ചടക്കം അടിച്ചേല്പിക്കുന്നതിൽ നിർണ്ണായകമായ പങ്കുവഹിച്ചു. 25 വർഷംമുമ്പ് ഫ്രണ്ട്ലൈൻ ലേഖകനോട് അദ്ദേഹം പറഞ്ഞത്, കാതലായ, ലാഭം ഉണ്ടാക്കുന്ന അഥവാ തന്ത്രപ്രധാനമായ സംരംഭങ്ങൾ വില്ക്കുന്നതിന് കമ്മീഷൻ തീർച്ചയായും എതിരാണ് എന്നാണ്. ഗവൺമെന്റ് ഓഹരിയുടെ വെള്ളംചേർക്കൽ പൊതുമേഖലാ സംരംഭങ്ങളുടെ പ്രവർത്തനത്തിൽ "കമ്പോളാധിഷ്ഠിത അച്ചടക്കം" കൊണ്ടുവരുമെന്നും വാദിക്കപ്പെട്ടു.

അതിനിടയ്ക്ക്, സമ്പദ്ഘടനയുടെ വലിയൊരു ഭാഗത്തിന്റെ നിയന്ത്രണം എടുത്തുമാറ്റിയത് പൊതുമേഖലാ സ്ഥാപനങ്ങൾക്ക് കൂടുതൽ സമ്മർദ്ദമുണ്ടാക്കി. ഉദാഹരണത്തിന്, ഊർജ്ജോല്പാദന മേഖലയുടെ നിയന്ത്രണം എടുത്തുമാറ്റിയതിന്റെ അടിയന്തര ഫലമായിരുന്നു മഹാരാഷ്ട്ര സർക്കാർ എൺറോണുമായി (Enron) തികച്ചും ഏകപക്ഷീയമായി നടത്തിയ ഇടപാട് (Scandalous Enrondeal, Frontline, April 7, 1995); ഭെൽ (Bharat Heavy Electricals. Ltd, BHEL) പോലെയുള്ള ഇന്ത്യൻ പൊതുമേഖലയിലെ വൈദ്യുതോപകരണ നിർമ്മാണ സ്ഥാപനങ്ങൾ വൻതോതിൽ സമ്മർദ്ദത്തിലകപ്പെട്ടു എന്നുള്ളതായിരുന്നു അതിന്റെ ഫലം. തങ്ങൾക്കു മുമ്പിലുള്ള ഒട്ടേറെ മാർഗ്ഗങ്ങളിൽ ഒന്നുമാത്രമാണ് മുഴുവനായുള്ള സ്വകാര്യവല്ക്കരണം എന്ന് രാഷ്ട്രീയ നേതാക്കൾ വളരെ വേഗം മനസ്സിലാക്കി; പൊതുമേഖലാ യൂണിറ്റുകളെ സ്വകാര്യമേഖലയുടെ താങ്ങാക്കി നിർത്തുന്നതിന് പല വഴികളുമുണ്ടായിരുന്നു.

കുറച്ചുവർഷങ്ങൾക്കുശേഷം എ ബി വാജ്പെയ് ഗവൺമെന്റ് ഗ്യാസ് പൈപ്പ്ലൈനുകളുടെ ഏറ്റവും വലിയ ശൃംഖലയുള്ള, ഇന്ത്യയുടെ പ്രഥമ ഗ്യാസ് വിതരണ സംരംഭമായ ഗെയിലിന്റെ (Gas Authority of India. Ltd, GAIL) 18 ശതമാനവും അത്യന്തം വഞ്ചനാപരമായ രീതിയിൽ അത്രയ്ക്ക് തുച്ഛമായ വിലയ്ക്കു വിറ്റു (Distress Disinvestment, Frontline, November 27, 1999). ഇത് യഥാർത്ഥത്തിൽ ഓഹരി വിറ്റഴിക്കൽ നടപടികളായിരുന്നുവെങ്കിൽ, പൊതുമേഖലാ സംരംഭങ്ങളെ അതിനുള്ളിൽനിന്നുതന്നെ ഫലപ്രദമായി അട്ടിമറിക്കുന്ന മറ്റ് നീക്കങ്ങൾ അനേകം നടക്കുകയുണ്ടായി. എയർലൈൻ രംഗത്തെയും ടെലികോം രംഗത്തെയും നിയന്ത്രണങ്ങൾ എടുത്തുമാറ്റിയത് അത്തരത്തിൽ ഉള്ളിൽനിന്നുതന്നെ

അട്ടിമറിച്ചതിന്റെ ഉദാഹരണങ്ങളാണ്; ഇന്ത്യയുടെ ആദ്യപഥികർ എന്നു പറയാവുന്ന രണ്ട് മേഖലകളെ കേന്ദ്ര ഗവൺമെന്റുതന്നെ നശിപ്പിച്ചു. എയർ ഇന്ത്യയുടെ കാര്യത്തിൽ ("Bowing to Privatisation," Frontline, August 18, 2017) ഇത് സാദ്ധ്യമാക്കിയത്, അലസനായ ഉടമസ്ഥൻ ആ കമ്പനിയെ അതിന്റെ അതിജീവനത്തെയാകെ താറുമാറാക്കുന്ന തരത്തിലുള്ള ഒരു വലിയ ഇടപാടിൽ ഏർപ്പെടാൻ നിർബ്ബന്ധിതമാക്കിയതിലൂടെയായിരുന്നു. എയർ ലൈനിലെ പ്രതിസന്ധി വളരെ ആസൂത്രിതമായ ഒരു നാടകത്തിലൂടെയാണ് സൃഷ്ടിച്ചെടുത്തത്. ആദ്യമായി, എയർ ഇന്ത്യയും, പില്ക്കാലത്ത് എയർ ഇന്ത്യയുമായി ലയിപ്പിച്ച ദേശീയ ആഭ്യന്തര സർവ്വീസായ ഇന്ത്യൻ എയർലൈൻസും, 111 എയർക്രാഫ്റ്റ് വാങ്ങുന്നതിനുവേണ്ടി ഒരു ഇടപാടിൽ ഏർപ്പെടാൻ നിർബ്ബന്ധിതമായി. ആ ഇടപാടിന്റെ വലുപ്പം, അക്കാലത്തെ എയർ ഇന്ത്യയുടെ പ്രവർത്തനങ്ങളുടെ തോതുമായി വെച്ചു നോക്കുമ്പോൾ ഒരു എയർലൈനിനുവേണ്ടിയുള്ള ഏവിയേഷൻ ബിസിനസിൽ അഭൂതപൂർവ്വവും കേട്ടുകേൾവിയില്ലാത്തതുമായ ഒന്നായിരുന്നു. കാര്യങ്ങൾ കൂടുതൽ വഷളാക്കുന്നതിനുവേണ്ടി, ലയിപ്പിക്കപ്പെട്ട സത്തയുടെ പ്രവർത്തനപരമായ ആവശ്യകതകളെക്കുറിച്ച് യാതൊരു ചിന്തയുമില്ലാതെ രണ്ടു സംവിധാനങ്ങളും തമ്മിലുള്ള ലയനം നടപ്പാക്കി; അതായത് ഏതുതരം എയർക്രാഫ്റ്റാണ് വേണ്ടത്, ഫ്ളീറ്റ് സൈസ് ഏതുതരമായിരിക്കണം എന്നിങ്ങനെയുള്ള പ്രവർത്തനപരമായ ആവശ്യകതകളെക്കുറിച്ച് യാതൊരു ചിന്തയുമുണ്ടായിരുന്നില്ല. ഇങ്ങനെ ലയനമൊക്കെ നടന്നുകഴിഞ്ഞുവെങ്കിലും, എയർ ഇന്ത്യ അതിന്റെ പ്രവർത്തനത്തിൽ കുറ്റകരമായ അനാസ്ഥ കാണിക്കാതിരുന്നുവെങ്കിൽ എയർലൈൻ അതിജീവിക്കുമായിരുന്നു.

വിദേശരാജ്യങ്ങളുമായി ബന്ധപ്പെട്ട പ്രവർത്തനങ്ങളിൽ എയർ ഇന്ത്യക്ക് കർക്കശമായ നിയന്ത്രണങ്ങൾ നേരിടേണ്ടി വന്നുവെങ്കിലും, ഗവൺമെന്റിന്റെ "തുറന്ന ആകാശ" നയം വിദേശ കാരിയറുകളെ ഇന്ത്യൻ കമ്പോളത്തിലേക്ക് അപരിമിതമായി കടക്കുവാൻ അനുവദിച്ചു. പക്ഷേ, കൂടുതൽ ദുരന്തം കാത്തിരിക്കുകയായിരുന്നു; ദശകങ്ങളായി പൊയ്ക്കൊണ്ടിരുന്ന എയർ ഇന്ത്യയുടെ ഏറ്റവും ലാഭകരമായ റൂട്ടുകൾ, അതേ റൂട്ടുകളിലൂടെ എയർ ഇന്ത്യ ഫ്ളൈറ്റുകളുടെ അതേ ടൈം സ്ലോട്ടുകളിൽ പറക്കുവാൻ അനുവദിക്കപ്പെട്ട സ്വകാര്യ കാരിയറുകളിൽനിന്നും വലിയ തോതിൽ ആക്രമണം നേരിട്ടു; ഫലത്തിൽ അത് ദേശീയ കാരിയറുകളുടെ ബിസിനസിന്റെ കടയ്ക്കൽ കത്തിവെക്കലായി. എയർ ഇന്ത്യ നിയന്ത്രണങ്ങൾ നീക്കം ചെയ്തതിന്റെ ഇരയായിരുന്നില്ല, അതിനേക്കാളുപരി അത് തെമ്മാടിയായ ഉടമസ്ഥൻ നടത്തിയ വഞ്ചനയുടെ ഇരയാണ്. എയർ ഇന്ത്യയുടെ തകർച്ചയ്ക്ക് കമ്പോള കിടമത്സരവുമായി ഒരു ബന്ധവുമില്ല. അത് കരുതിക്കൂട്ടി തകർക്കുകയായിരുന്നു.

**കുത്തുകകളെ പരിപോഷിപ്പിക്കൻ**

ടെലികോമിന്റെ കേസ് തെല്ല് വ്യത്യസ്തമാണ്. ഉടമസ്ഥന്റെ കാര്യ നിർവ്വഹണം അശ്രദ്ധമായിട്ടായിരുന്നു. 1990 കൾ വരെ രാജ്യത്തെ ടെലികോം ശൃംഖല പ്രവർത്തിപ്പിച്ചിരുന്നത് പോസ്റ്റ് ആന്റ് ടെലഗ്രാഫ് ഡിപ്പാർട്ടുമെന്റായിരുന്നു. ഏതുനിലയിൽ നോക്കിയാലും "കോർപ്പ റേറ്റ്വല്ക്കരിക്കപ്പെടാതെതന്നെ അതിന്റെ പ്രവർത്തനം നല്ല നിലയിൽ നടന്നിരുന്നതാണ്. വാസ്തവത്തിൽ, കഴിഞ്ഞ രണ്ട് പതിറ്റാണ്ട് കാലത്ത് സ്വകാര്യ മൊബൈൽ ഫോൺ കമ്പനികൾ നടത്തിയ കടന്നുകയറ്റത്തി ന്മേൽ നടക്കുന്ന അർമാദിക്കലുകൾക്കിടയിൽ, വിസ്മരിക്കപ്പെടുന്നത് ഇന്ത്യൻ ടെലികമ്യൂണിക്കേഷൻ രംഗത്ത് "വിപ്ലവ"ത്തിന്റെ ആദ്യതരംഗം കൈവരിച്ചത് 1980 കളിൽ രാജ്യത്തുടനീളം പബ്ലിക് കാൾ ഓഫീസുക ളുടെ ശൃംഖല ശ്രദ്ധേയമായ വിധം വേഗതയിൽ സ്ഥാപിച്ചുകൊണ്ടാണ് എന്നതാണ്; അതിനുവേണ്ട സൗകര്യമൊരുക്കിയതും അതിനെ പ്രോത്സാ ഹിപ്പിച്ചതും കമ്പി-തപാൽ വകുപ്പാണ്. ഈ ഒന്നാംതരംഗത്തിന് മേൽ നോട്ടം വഹിക്കുകയും അത് നടപ്പാക്കുകയും ചെയ്ത ഡിപ്പാർട്ടുമെന്റിന് എന്തുകൊണ്ടാണ് മൊബൈൽ ഫോൺ സംവിധാനത്തിന്റെ അടുത്ത തരംഗം നടപ്പാക്കാൻ പറ്റാതായത് എന്നതിന് യുക്തിക്കു നിരക്കുന്ന ഒരു മറുപടിയുമില്ല.

എന്നിട്ടും മൊബൈൽ ടെലിഫോൺ സംവിധാനം എത്തിയപ്പോൾ പൊതുമേഖലാ കമ്പനികളായ ബി എസ് എൻ എൽ ഉം എം ടി എൻ എൽ ഉം അതിൽ നിന്ന് ഒഴിവാക്കപ്പെട്ടു. ഇന്ത്യയിൽ മൊബൈൽ ടെലി ഫോൺ സംവിധാനം ഉരുവംകൊണ്ട ഓരോ ദിശയിലും, 2 ജി മുതൽ 4 ജി വരെ, പൊതുമേഖലാ സ്ഥാപനങ്ങളെ ബോധപൂർവ്വം അകറ്റിനിർത്തു കയായിരുന്നു. 1990 കളുടെ മദ്ധ്യത്തിൽ 2 ജി സേവനങ്ങളോടെ മൊബൈൽ ടെലിഫോൺ സംവിധാനം ഇന്ത്യയിൽ ആദ്യമായി എത്തി യപ്പോൾ രാജ്യത്തെ ടെലികോം സർക്കിളുകളിൽ അനുവാദം നല്കപ്പെട്ട അവസാനത്തെ ഇടപാടുകാരായിരുന്നു ബി എസ് എൻ എൽ. പക്ഷേ, എന്നിട്ടുപോലും ബി എസ് എൻ എൽ അത്ഭുതകരമായ നേട്ടങ്ങളു ണ്ടാക്കി; ഇതിനു കാരണം പ്രാഥമികമായും മറ്റുള്ളവയുമായി താരതമ്യ പ്പെടുത്തുമ്പോൾ ബി എസ് എൻ എല്ലിനുണ്ടായിരുന്ന കുറഞ്ഞനിരക്കു തന്നെയാണ്. എന്നാൽ അതിനും പുറമെ സ്വകാര്യ ഓപ്പറേറ്റർമാരുമായി താരതമ്യപ്പെടുത്തുമ്പോൾ ബി എസ് എൻ എല്ലിന്റെ ബില്ലിങ് പ്രക്രി യയ്ക്ക് കൂടുതൽ വിശ്വാസ്യത ഉണ്ടെന്നതാണ്. എന്നിരുന്നാലും ബി എസ് എൻ എൽ വരിക്കാരെ കൂട്ടിയപ്പോൾ പെട്ടെന്നുതന്നെ അതിന്റെ നെറ്റ്വർക്കിന്റെ ശേഷി അതിനനുസരിച്ച് കൂട്ടേണ്ടതുണ്ടായിരുന്നു, എന്നാൽ അതിനാവശ്യമായ ഉപകരണങ്ങൾ വാങ്ങാനുള്ള ഓർഡറുകൾ ഗവൺമെന്റ് തടഞ്ഞുവയ്ക്കുകയായിരുന്നു. സ്വാഭാവികമായും ഫോൺ കോളിന്റെ ഗുണനിലവാരം കുറഞ്ഞുവന്നതോടെ സബ്സ്ക്രൈബർമാർ

ബി എസ് എൻ എൽ -ൽ സേവനം ഉപേക്ഷിച്ചു. 3 ജി സേവനത്തിന്റെ കാര്യത്തിലും ഇതേ പ്രശ്നങ്ങൾതന്നെ നേരിടേണ്ടതായി വന്നു; അപ്പോൾ ബി എസ് എൻ എൽ പെട്ടെന്നുതന്നെ സ്പെക്ട്രം ക്ഷാമം നേരിട്ടു; അതിനു പരിഹാരം കാണാൻ ഗവൺമെന്റ് തയ്യാറായില്ല. ഇന്ന് പരക്കെ 4 ജി സേവനം വന്നുകഴിഞ്ഞപ്പോൾ, പ്രത്യേകിച്ചും ഹൈസ്പീഡ് വയർലെസ് ബ്രോഡ് ബാൻഡ് ഒരു വാഗ്ദാനമായിട്ടുള്ള വൻ നഗരങ്ങളിൽ കമ്പോളത്തിന്റെ മുഖ്യപങ്ക് റിലയൻസിന്റെ ജിയൊയും ഭാരതി എയർട്ടെല്ലും കൈക്കലാക്കിയശേഷവും ബി എസ് എൻ എൽ അതിനായുള്ള കാത്തിരിപ്പിലാണ് (മൊബൈൽ ബിസിനസിൽ റിലയൻസിന്റെ ഉയർച്ചയെക്കുറിച്ചറിയാൻ 2016 സെപ്തംബർ 30 ലെ "സ്പെക്ട്രം ഗ്രാബ്" എന്ന ഫ്രണ്ട്ലൈൻ ലേഖനം വായിക്കുക).

എന്നാൽ റിലയൻസിന്റെ പുതിയ അവതാരം, അമ്പേ പരാജയപ്പെട്ടത് ആദ്യത്തേതിൽനിന്നും തികച്ചും വ്യത്യസ്തമാണ്. രസകരമെന്നു പറയട്ടെ, ഇന്ത്യയുടെ ഏറ്റവും പുകൾപെറ്റ രണ്ട് ബിസിനസ് കുടുംബങ്ങളായ റിലയൻസും ടാറ്റയും ടെലികോം ബിസിനസ് രംഗത്ത് ആദ്യമായി കടന്നുവന്നവരും ദയനീയമായി പരാജയപ്പെട്ടവരുമാണ്; പരാജയപ്പെടുക മാത്രമല്ല, ഇരുകൂട്ടർക്കും കർക്കശമായ നടപടിക്രമങ്ങൾക്ക് വഴങ്ങേണ്ടതായും വന്നു. ''പരിമിതമായ ചലനശേഷി''യുടേതായ ലൈസൻസിനെ ഇന്ത്യൻ മൊബൈൽ ടെലിഫോൺ രംഗത്തെ ആദ്യഘട്ടത്തിൽ പൂർണ്ണമായും വിടർന്ന മൊബൈൽ സേവനം അനുവദിക്കുന്നതിനുള്ളതാക്കി മാറ്റാൻ ശ്രമിക്കുമ്പോഴായിരുന്നു ടാറ്റ പിടിക്കപ്പെട്ടത്; അതേസമയം ഇന്ത്യയിലെ ബി എസ് എൻ എൽ- എം ടി എൻ എൽ ശൃംഖലകളിലൂടെ അന്താരാഷ്ട്ര കാളുകൾ നിയമവിരുദ്ധമായി ഒതുക്കുകയും അതുവഴി കാര്യമായ വരുമാനമുള്ള രണ്ട് പൊതുമേഖലാ കമ്പനികളെ നഷ്ടത്തിലാക്കുകയുമാണ് റിലയൻസ് ചെയ്തത്. തുടർന്ന് മറ്റ് ശിക്ഷാനടപടികളിൽനിന്നും രക്ഷപ്പെടുന്നതിനുവേണ്ടി റിലയൻസ് പിഴത്തുക അടയ്ക്കുകയുണ്ടായി, പക്ഷേ, അതിന്റെ ആദ്യത്തെ ടെലികോം കൊള്ളയടി ശ്രദ്ധേയമായൊരു വീഴ്ചയായിരുന്നു. പിന്നീട് അംബാനി സഹോദരങ്ങളുടെ തമ്മിലടി അംബാനി സാമ്രാജ്യത്തിന്റെ പിളർപ്പിലേക്കു വഴിവെച്ചപ്പോൾ, ടെലികോം സംരംഭം ഇളയ സഹോദരനായ അനിൽ അംബാനിയുടെ തലയിൽ വെച്ചുകെട്ടി; അദ്ദേഹത്തിന്റെ കൈകളിൽ അത് കൂടുതൽ നഷ്ടത്തിലേക്ക് കൂപ്പുകുത്തി; ആ സംരംഭത്തിന് കടംകൊടുത്ത ഒട്ടേറെ ഇന്ത്യൻ ബാങ്കുകളെയും അത് നഷ്ടത്തിലാക്കി.

സർക്കാർ ഉടമസ്ഥതയിലുള്ള സംരംഭങ്ങളിലെ "ബിസിനസ് സംസ്കാര"ത്തിന്റെ അപര്യാപ്തതയെക്കുറിച്ച് മുറവിളികൂട്ടുന്ന പണ്ഡിതന്മാർ ടെലികോമിലെ അംബാനിയുടെ നടത്തിപ്പിന്റെ വൻതോൽവിയെക്കുറിച്ച് ഒന്നുംതന്നെ മിണ്ടുന്നില്ലായെന്നതും ശ്രദ്ധേയമാണ്. ഇന്ന്, ടെലികോം മേഖലയിലെ പൊതുതാല്പര്യം ഗുരുതരമായി വിട്ടുവീഴ്ച ചെയ്യപ്പെട്ടിരിക്കുന്നു; അതായത് രണ്ട് പ്രധാന എതിരാളികൾക്കിടയിൽ

ഈ മേഖല കഷണങ്ങളാക്കപ്പെട്ടിരിക്കുന്നു; മൂന്നാമത്തെ ഓപ്പറേറ്റർ ദാരുണമായ പരാജയത്തിന്റെ വേദനയിലുമാണ്. 5 ജി സർവ്വീസുകളുടെ ഓഫർ ഭാവി പ്രതീക്ഷകളെ ഉണർത്തുന്നുണ്ടെങ്കിലും അതിന്റെ മേധാവിത്വം രണ്ട് സേവനദാതാക്കൾക്കായിരിക്കുമെന്ന വസ്തുത കാണിക്കുന്നത്, കഴിവിന്റെ ഒരംശം മാത്രമേ സാക്ഷാൽക്കരിക്കപ്പെടു എന്നാണ്.

ആക്രമണാത്മമായ വിധത്തിലുള്ള നിയന്ത്രണം നീക്കം ചെയ്യൽ അർത്ഥമാക്കുന്നത് നിലവിലെ സാമ്പത്തിക ഇടങ്ങൾ സ്വകാര്യ താല്പര്യങ്ങൾക്കു തുറന്നുകൊടുക്കുന്നു എന്നാണ്. ദൗർഭാഗ്യമെന്ന് പറയട്ടെ, അദാനി ഗ്രൂപ്പ് ആധിപത്യം പുലർത്തിയിരിക്കുന്നതുപോലെ വിമാനത്താവളങ്ങളിലും തുറമുഖങ്ങളിലും പുതിയവരുടെ ഉദയമാണ് കാണിക്കുന്നത്; അതായത് പുതിയ കുത്തകകളുടെ ആവിർഭാവം ദൗർഭാഗ്യകരമായ ഒന്നാണ്. ഖനനത്തിലും വൈദ്യുതി ഉല്പാദനത്തിലും താല്പര്യം കാണിക്കുന്നതുകൂടാതെ അദാനിഗ്രൂപ്പ് ഇപ്പോൾ വിമാനത്താവളത്തിന്റെയും തുറമുഖ ഗതാഗതത്തിന്റെയും ഒരു നിർണ്ണായക വിഹിതം കൈവശപ്പെടുത്തിയിരിക്കുന്നു. കൂടാതെ പൊതുസംഭരണ രംഗത്തേക്കുള്ള അവരുടെ കടന്നുകയറ്റം ശ്രദ്ധയാകർഷിച്ചിട്ടുള്ള ഒരു കാര്യമാണ്; പ്രത്യേകിച്ചും കർഷകജനതയുടെയാകെ രോഷം പിടിച്ചുവാങ്ങിയ വിവാദമായ കാർഷിക നിയമങ്ങൾ.

ഓരോ മേഖലയിലുമുള്ള ഇന്ത്യയുടെ നിയന്ത്രണ സംവിധാനങ്ങൾ (regulatory systems) സ്വകാര്യ സംരംഭകർ, പ്രത്യേകിച്ചും വിദേശ സംരംഭകർ, കൈക്കൊള്ളുന്ന നടപടിക്രമങ്ങൾക്കുപിന്നിൽ പതുങ്ങി നിന്നു. ഉദാഹരണത്തിന്, ഇന്ത്യൻ ടെലികോം സംരംഭങ്ങളിൽ വിദേശ ഉടമസ്ഥതാ വ്യാപനവുമായി ബന്ധപ്പെട്ട നിബന്ധനകൾ ചിട്ടപ്പെടുത്തുന്ന നിയന്ത്രണ ചട്ടങ്ങൾ, ഉദാരവല്ക്കരണത്തിന്റെ ആദ്യ രണ്ടു ദശകങ്ങളിൽത്തന്നെ തുടർച്ചയായി തള്ളിക്കളഞ്ഞു; പൊതുമേഖലാ ഇൻഷുറൻസ് കമ്പനികൾ കർശനമായും നിയമവിധേയമായി പ്രവർത്തിച്ചിട്ടുകൂടി സ്വകാര്യ ഇൻഷുറൻസ് കമ്പനികളുടെ കാര്യത്തിലും ഇതുതന്നെ ചെയ്തു. അതേസമയം, തങ്ങളുടെ ഇഷ്ടാനുസരണം ചാർജുകൾ ഈടാക്കുന്ന ഓപ്പറേറ്റർമാരോട് പൊരുത്തപ്പെട്ടുപോകാനാവാതെ എയർപോർട്ട് റെഗുലേറ്റർമാർ പാടുപെടുകയാണ്. നിയന്ത്രണങ്ങളുടെ ഭീഷണി പരിഹരിക്കപ്പെടാതെ കിടക്കുകയാണ്; എല്ലാത്തിലുമുപരി നഷ്ടത്തിൽ കിടക്കുന്ന പ്രധാനപ്പെട്ട മറ്റനവധി സ്ഥാപനങ്ങളോടൊപ്പം എന്തവസരമാണ് കേവലമൊരു മേഖലാ ഓപ്പറേറ്റർക്ക് ഈ ഇരുണ്ട കാലത്ത് കിട്ടുക?

“ഒരു പൊതുമേഖലാ കമ്പനിയെ തകർക്കാൻ നിരവധി മാർഗ്ഗങ്ങളുണ്ട്.” ഒഡിഷ കേന്ദ്രീകരിച്ചു പ്രവർത്തിക്കുന്ന ഒരു പൊതു മേഖലാ അലുമിനിയം കമ്പനിയായ നാൽക്കോയുടെ (National Aluminium Company Ltd (Nalco)) സീനിയർ മാനേജർ 2003 ൽ ഫ്രണ്ട് ലൈനിന്റെ ലേഖകനോട് പറഞ്ഞ വാക്കുകളാണിത്; വാജ്പെയ് ഗവൺമെന്റ് ആ കമ്പനി സ്വകാര്യവല്ക്കരിക്കുവാൻ നടത്തിയ ശ്രമത്തിനെതിരെ ശക്ത

മായ പ്രതിഷേധമുയർത്തിയതായിരുന്നു സന്ദർഭം (Nalco; A Story of Resistance; Frontline, January 17, 2003). സ്വകാര്യവല്ക്കരണത്തിനുള്ള ഗവൺമെന്റിന്റെ ശ്രമങ്ങൾ പരാജയപ്പെട്ടതിനുശേഷം ഞങ്ങളുടെ ലേഖകനോട് സംസാരിക്കുമ്പോൾ അദ്ദേഹം പറഞ്ഞത്, കമ്പനിയുടെ മൊത്തത്തിലുള്ള വില്പന അപകടകരമായ സാദ്ധ്യതകളിൽ ഒന്നുമാത്രമാണെന്നാണ്. നവീനവും കൂടുതൽ മെച്ചപ്പെട്ടതുമായ ഉല്പന്നങ്ങൾ ഉണ്ടാക്കുന്നതിൽനിന്നും തടയുന്നതുവഴി "ഉള്ളിൽനിന്നുതന്നെ കമ്പനിയെ തകർക്കുവാനുള്ള" ശ്രമങ്ങളെയാണ് കൂടുതൽ ഭയപ്പെടേണ്ടത് എന്നാണദ്ദേഹം പറഞ്ഞത്. "കമ്പനിക്ക് കടിഞ്ഞാണിടുന്നത് നാൽക്കോയുടെ സ്വകാര്യ സംരംഭകർക്ക് ഇടം നല്കും" എന്നദ്ദേഹം ഓർമ്മിപ്പിച്ചു. ആദ്യത്തെ വൻ സ്വകാര്യവല്ക്കരണമായ ബാൽകോയുടെ (Bharat Aluminium Company Ltd) സ്വകാര്യവല്ക്കരണം നടപ്പാക്കിയതിനുശേഷമായിരുന്നു നാൽകൊ സ്വകാര്യവല്ക്കരിക്കുന്നതിനുള്ള ശ്രമങ്ങൾ നടത്തിയത്. അന്നത് വാങ്ങിയത് ലോകവ്യവസായത്തിലെ കുത്തകയായ വേദാന്ത (Vedanta) ആയിരുന്നു; ഇന്നാ കമ്പനി ഭാരത് പെട്രോളിയം വാങ്ങുവാനുള്ള ഓട്ടത്തിലാണ്. വാജ്പെയ് ഗവൺമെന്റ് സ്വകാര്യവല്ക്കരണത്തിലേക്കുള്ള തന്ത്രപ്രധാനമായ പാത സ്വീകരിച്ചതിനുശേഷം, തുടക്കംകുറിച്ച സുപ്രധാനമായ ഒന്നായിരുന്നു ഏറെ വിവാദമായിതീർന്ന ബാൽകൊ സ്വകാര്യവല്ക്കരണം ("Battle over Balco," Frontline, March 17, 2001). ഇന്ന് വേദാന്തയുടേതായിട്ടുള്ള ബാൽകൊയുടെ പ്ലാന്റ്, ആദിത്യ ബിർള ഗ്രൂപ്പിന്റെ ഉടമസ്ഥതയിലുള്ള ഹിന്ദാൽകൊയുമായി കിടപിടിക്കാനുള്ള ഇന്ത്യയിലെ ഒരേയൊരു എതിരാളിയാണ്. ആഗോള തലത്തിൽ അലുമിനിയത്തിന്റെ വില ആകാശം മുട്ടെ ഉയരുമ്പോൾ, ഈ ദ്വന്ദ്വം സുഖിച്ചിരിക്കുകയാണ്; അതേസമയം സർക്കാർ, ബിസിനസിൽ ഇടപെടേണ്ട എന്ന വിചിത്രമായ കമ്പത്തെ തൃപ്തിപ്പെടുത്തുന്നതിനുവേണ്ടി ഗവൺമെന്റ് ഒരു നിർണ്ണായക മേഖലയിലുള്ള തന്ത്രപ്രധാനമായ നിയന്ത്രണവും നഷ്ടപ്പെടുത്തി.

### ബിസിനസിൽ നഷ്ടസാദ്ധ്യത ഇല്ലാതാക്കൽ

ഇന്ത്യൻ റെയിൽവേ എന്ന സംരംഭത്തെ മൊത്തത്തിൽ സ്വകാര്യവല്ക്കരിക്കാതെ തന്നെ അതിന് ഇത്രയേറെ ദൂരവ്യാപകമായ തകരാറുകൾ സംഭവിച്ചതെങ്ങനെയാണ്. ഒരു കാലയളവിൽ ഇന്ത്യൻ റെയിൽവേയിലെ ക്യാറ്ററിങ് പോലെയുള്ള സേവനങ്ങൾ സ്വകാര്യവല്ക്കരിക്കപ്പെട്ടു. എന്നാൽ ഇവ നാമമാത്രമാണ്; യഥാർത്ഥ തകരാറ് സംഭവിച്ചത് വലിയൊരു ഭാഗം റെയിൽവേ ആസ്തികൾ ലാഭകേന്ദ്രങ്ങളാക്കി വേർപെടുത്തപ്പെട്ടപ്പോഴാണ്; അതിൽനിന്നുള്ള വരുമാനം ഇന്ത്യൻ റെയിൽവേക്ക് അതിന്റെ ശൃംഖല വ്യാപിപ്പിക്കുന്നതിനുവേണ്ടി കിട്ടാതെ വരുകയും ചെയ്തു. ഈ തത്ത്വത്തിന്റെ അടിസ്ഥാനത്തിലാണ് ഡെഡിക്കേറ്റഡ്

ഫ്രെയ്റ്റ് ഇടനാഴികൾ നടപ്പാക്കിയത്. അതിന്റെ നിക്ഷേപത്തിന് റെയിൽ ഫിനാൻസ് ഫലപ്രദമായി ഉപയോഗിച്ചുവെങ്കിലും, വരുമാനം അതിന് ലഭിച്ചില്ല. ഒരു പ്രത്യേക പ്രവർത്തന തുരുത്ത്, പിന്നീട് സ്വകാര്യ നിക്ഷേപകർക്ക് കൈമാറാൻ സാധിക്കുന്ന ഒരു പ്രത്യേക തുരുത്ത്, അതായിരുന്നു ആശയം. ഫലത്തിൽ പ്രോജക്ടുകൾക്കാവശ്യമായ മൂലധനം റെയിൽവേ ഇറക്കിയപ്പോൾ, അത്തരം പ്രോജക്ടുകളിൽനിന്നും ലഭിച്ച പ്രതിഫലം സ്വകാര്യ നിക്ഷേപകർ കൊയ്തു.

ആറു ലക്ഷം കോടി രൂപയുടെ ദേശീയ ആസ്തി സ്വകാര്യ നിക്ഷേപകർക്ക് ദീർഘകാല പാട്ടത്തിനു നല്കുന്നതുവഴി നാഷണൽ മൊണട്ടൈസേഷൻ പൈപ്പ് ലൈൻ സൃഷ്ടിക്കാനാണ് നീതി ആയോഗിന്റെ ഇപ്പോഴത്തെ നീക്കം; സാമ്പത്തിക പ്രവർത്തനത്തിന്റെ ഉല്പാദന മേഖലകളിൽനിന്നും സർക്കാരിന്റെ സാന്നിദ്ധ്യത്തെ ആകെ സമാനമില്ലാതാക്കുന്നതിനായുള്ള മോദി ഗവൺമെന്റിന്റെ ആക്രമണാത്മകമായ നീക്കത്തെയാണിത് കാണിക്കുന്നത്. ആസ്തിയുടെ പകുതിയിൽ കൂടുതൽ വരുന്ന റോഡ്, റെയിൽവേ ആസ്തികൾ സ്വകാര്യ സംരംഭകർക്ക് പാട്ടത്തിനു കൊടുക്കുകയാണ് (ചാർട്ട് നോക്കുക). പൊതു-സ്വകാര്യ പങ്കാളിത്തത്തിന്റെ മുൻകാല അനുഭവങ്ങൾ നമുക്ക് കാണിച്ചുതരുന്നത്, മൊത്തം നഷ്ടസാദ്ധ്യതയുടെ (risk) ഗണ്യമായ ഭാഗവും സർക്കാർ ഏറ്റെടുക്കാൻ തയ്യാറാകാത്തപക്ഷം പ്രോജക്ടുകളിലേക്ക് കാര്യമായ നിക്ഷേപങ്ങൾ നടത്താൻ സ്വകാര്യ കമ്പനികൾ തയ്യാറാകില്ല എന്നാണ്. ഇവിടെ ഉയരുന്ന ചോദ്യമിതാണ്: എല്ലാത്തരം നഷ്ടസാദ്ധ്യത (risk)കളെയും സ്വകാര്യമൂലധനം പൂർണ്ണമായും ഒഴിവാക്കുന്നുവെങ്കിൽപ്പിന്നെ ഏതു രീതിയിലായാലും മുതലാളിത്തത്തിന്റെ ഉദ്ദേശ്യമെന്താണ്? എല്ലാത്തിലുമുപരി, സാമ്പ്രദായികമായ അറിവ് പറയുന്നത്, സ്വകാര്യ സംരംഭവും പൗരനും തമ്മിലുള്ള വ്യത്യാസമെന്നത്, പൗരനിൽനിന്നു വ്യത്യസ്തമായി നഷ്ടസാദ്ധ്യത ഏറ്റെടുക്കാനുള്ള സംരംഭത്തിന്റെ ശേഷിയാണ് എന്നാണ്. ബിസിനസിനെ പൂർണ്ണമായും റിസ്ക്കില്ലാത്തതാക്കിയാൽ പിന്നെ ബിസിനസ് നടത്തുന്നതിന്റെ ഉദ്ദേശ്യമെന്താണ്?

400 റെയിൽവേ സ്റ്റേഷനുകൾ, 90 ട്രെയിനുകൾ (മൊത്തം ട്രെയിനുകളുടെ 5 ശതമാനം വരും) 1400 കിലോമീറ്റർ ട്രാക്ക്, 265 റെയിൽവേ ഷെഡ്ഡുകൾ, 673 കിലോമീറ്റർ വരുന്ന ആദായകരമായിട്ടുള്ള സമർപ്പിത ചരക്കുഗതാഗത ഇടനാഴി എന്നിവയെല്ലാം സ്വകാര്യ നിക്ഷേപകർക്ക് ദീർഘകാല പാട്ടത്തിന് നല്കുകയാണ്. സ്റ്റേഷനുകളും ട്രാക്കുകളുംപോലെയുള്ള ആസ്തികളിലെല്ലാം നിക്ഷേപത്തിന്റെ ഗണ്യമായ ഭാഗവും ഗവൺമെന്റ് ചെലവഴിച്ചതുകൊണ്ടുതന്നെ, സ്വകാര്യ നിക്ഷേപം ഇവിടങ്ങളിൽ നാമമാത്രമേ വരൂ. ഉദാഹരണത്തിന് നിലവിലുള്ള റെയിൽവേ സ്റ്റേഷനുകളുടെ കാതലിലും സ്വകാര്യ നിക്ഷേപകന് തീരെ ചെറിയൊരു തുകയേ നിക്ഷേപിക്കേണ്ടതായി വരുന്നുള്ളൂ; ആസ്തികൾ ഒറ്റയ്ക്ക് ലഭ്യമാക്കുന്നതിൽ നിന്നുമാത്രം കുത്തക ലാഭം ഊറ്റിയെടുക്കുവാനുള്ള

സ്ഥാനത്താണവർ ഇരിക്കുന്നത്. കൂടാതെ, ഇവിടെ പാട്ടക്കാലാവധിയിൽ ആസ്തിയെ സമ്മർദ്ദത്തിലാക്കുന്നതിനും, അവസാനം അതിന്റെ ഒരു പുറംതോടുമാത്രം ബാക്കിവെക്കുന്നതിനും സ്വകാര്യ നിക്ഷേപകന് ശക്തവും വിപരീതവുമായ പ്രചോദനം ലഭിക്കുകയും ചെയ്യുന്നു. ചുരുക്കത്തിൽ എൻ എം പി (National Monetisation Pipeline) ഒരു മോശപ്പെട്ട പദ്ധതി മാത്രമല്ല, മറിച്ച് തീർച്ചയായും അത് അത്യന്തം നീചമായ ഒന്നു കൂടിയാണ്.

ഇപ്പോൾ കുറച്ചു വർഷങ്ങളായിട്ട് – സൂക്ഷ്മമായി പറഞ്ഞാൽ 2013 മുതൽ – സമ്പദ്ഘടന സ്തംഭനാവസ്ഥയിലാണ്. സമ്പദ്ഘടനയിലെ മൂലധന രൂപീകരണത്തിന്റെ താഴ്ന്ന നിരക്കുകളിൽ പ്രതിഫലിക്കുന്നതുപോലെതന്നെ, സ്വകാര്യ നിക്ഷേപം ശക്തിപ്പെടുന്നതിൽ പരാജയപ്പെട്ടു. കോവിഡ് പ്രതിസന്ധി ഈ സ്ഥിതി ഗുരുതരമാക്കുക മാത്രമാണ് ചെയ്തത്. ഇത്തരമൊരു സാഹചര്യത്തിൽ, പൊതു ആസ്തികൾ സ്വകാര്യ സംരംഭകർക്ക് വില്ക്കുകയോ കൈമാറുകയോ ചെയ്യുന്നതുകൊണ്ട് യാതൊരുവിധ അധിക നിക്ഷേപവും ഉണ്ടാക്കാൻ കഴിയുകയില്ല. മഹാമാരിയുടെ കാലത്തുപോലും ഗവൺമെന്റ് ധനക്കമ്മിയോട് കാണിക്കുന്ന അമിതാസക്തിയിൽനിന്നും പ്രകടമാകുന്നതുപോലെ, ഗവൺമന്റിന് യാഥാസ്ഥിതിക നിലപാടിനോടാണ് പ്രതിബദ്ധത; ആയതിനാൽ പുതിയ ആസ്തികളിലുള്ള നിക്ഷേപം യാഥാർത്ഥ്യമാക്കുന്നതിൽ പരാജയപ്പെട്ടു. അതുകൊണ്ടുതന്നെ നിയന്ത്രണം നീക്കം ചെയ്യലിനും സ്വകാര്യവല്ക്കരണത്തിനും ദേശീയ ആസ്തി, ശ്രദ്ധേയമായ വിധം വലുതായില്ലെങ്കിൽപ്പോലും അതിന്റെ വലിയൊരു ഭാഗം അടിയറ വയ്ക്കുന്നതിന്റെ ഫലമാണുള്ളത്. കുത്സിതമായ ഈ കെട്ടുകഥയിൽ നഷ്ടം സംഭവിക്കുന്നവർ ഒരുപാടാണ്, അതേസമയം നേട്ടമുണ്ടാക്കുന്നവർ വളരെക്കുറച്ചും. മൂന്ന് ദശകങ്ങളായി നടന്നുവരുന്ന ഉദാരവല്ക്കരണത്തിന്റെ പാരമ്പര്യവും അതുതന്നെ.

# നീതിരഹിതമായ വളർച്ചയുടെ യുഗം

## പ്രഭാത് പട്നായക്

**ആ**യിരത്തിത്തൊള്ളായിരത്തി തൊണ്ണൂറ്റിയൊന്നിനുശേഷം മൊത്തം ആഭ്യന്തര ഉല്പാദന (ജി ഡി പി) വളർച്ചയിൽവന്ന വർദ്ധനവ്, 'ദശലക്ഷക്കണക്കിന്' ജനങ്ങളെ ദാരിദ്ര്യത്തിൽനിന്നും കരകയറ്റിയെന്നും എന്നാൽ മഹാമാരി അവരെ വീണ്ടും പൂർവ്വസ്ഥിതിയിലെത്തിച്ചെന്നും വാദിച്ചുകൊണ്ടേയിരിക്കുകയാണ് നവലിബറൽ സാമ്പത്തിക ശാസ്ത്രജ്ഞർ. മഹാമാരിക്കു മുൻപിവിടെ നിലനിന്ന ദാരുണമായ സാഹചര്യത്തെക്കുറിച്ച് പറയുമ്പോൾ പ്രധാനമന്ത്രി നരേന്ദ്രമോദി നോട്ടുനിരോധനം നടപ്പാക്കിയതും 'തെറ്റായ' രീതിയിൽ ചരക്കുസേവന നികുതി (ജി എസ് ടി) കൊണ്ടുവന്നതുമാണ് അതിനു കാരണമെന്നാണവർ പറയുന്നത്. കരിമ്പിൻകാട്ടിൽ ആന കയറിയതുപോലെ മോദി വന്നുകയറുന്നതിന് മുമ്പുവരെ നവലിബറലിസം ശ്രേഷ്ഠമായതായിരുന്നു എന്നാണവരുടെ വിശദീകരണം.

ലളിതമായി നോക്കിയാൽത്തന്നെ ഈ വിശദീകരണം തെറ്റാണ്. മോദി സമ്പദ്ഘടനയെ തകർക്കുകയായിരുന്നില്ല, മറിച്ച് മോദിക്കും വളരെക്കാലത്തിനു മുൻപേ തന്നെ നിലനിന്നുപോന്നിരുന്ന ജനങ്ങളുടെ തീവ്ര ദുരിതംനിറഞ്ഞ അവസ്ഥയെ അത്യധികം വഷളാക്കുകയാണ് അയാൾ ചെയ്തത്. വാസ്തവത്തിൽ, നവലിബറൽ കാലത്തുടനീളം ജി ഡി പി വളർച്ചയിൽ വർദ്ധനവ് കാണുന്നതിന് ആപേക്ഷികമായ അളവിൽ ദാരിദ്ര്യം, പ്രാഥമിക രൂപത്തിൽത്തന്നെ, അതായത് പോഷണപരമായ ദാരിദ്ര്യത്തിൽത്തന്നെ വർദ്ധിക്കുകയാണുണ്ടായത്.

ഇന്ത്യയിലെ ദാരിദ്ര്യം ഔദ്യോഗികമായി നിർവ്വചിക്കപ്പെട്ടിട്ടുണ്ട്;

എന്നാൽ പോഷണപരമായ മാനദണ്ഡങ്ങളുമായി ബന്ധപ്പെടുത്തി അതിന്റെ പ്രത്യയശാസ്ത്ര പ്രശ്നം ഇന്നേവരെ പരിഗണിക്കപ്പെട്ടിട്ടില്ല. ഗ്രാമീണമേഖലകളിൽ ഒരാൾക്ക് 2200 കലോറിയും നഗരമേഖലകളിൽ ഒരാൾക്ക് 2100 കലോറിയും എന്നതാണ് പോഷണപരമായ മാനദണ്ഡം. 1993–94 ലും 2011–12 ലും (ദേശീയ സാമ്പിൾ സർവെ ഓഫീസ് നടത്തിയ വിപുലമായ സാമ്പിൾ സർവെ പ്രകാരം) ഈ മാനദണ്ഡങ്ങൾക്കും താഴെ നില്ക്കുന്ന ഗ്രാമീണ ജനസംഖ്യയുടെ അനുപാതം യഥാക്രമം 58 ശതമാനവും 68 ശതമാനവുമാണ്. ഇതേ കണക്കുകൾ അർബൻ ഇന്ത്യ യിൽ (നഗര ഇന്ത്യ) യഥാക്രമം 57 ശതമാനവും 65 ശതമാനവുമാണ്. അപ്പോൾ കേവലം സംഖ്യകളല്ല, പോഷണപരമായ മാനദണ്ഡങ്ങൾക്ക് താഴെ നില്ക്കുന്ന ജനസംഖ്യയുടെ ശതമാനക്കണക്കുതന്നെ നവലിബ റലിസത്തിന്റെ കാലത്ത് ദാരിദ്ര്യം ഗണ്യമായതോതിൽ വർദ്ധിച്ചിരിക്കുന്നു വെന്ന് നിർവ്വചിക്കുന്നു.

ഇത് വളരെ പ്രധാനപ്പെട്ട ഒന്നാണ്; കാരണം എല്ലാ തെളിവുകളും പറയുന്നത്, ജനങ്ങൾ മെച്ചപ്പെട്ട അവസ്ഥയിലാകുമ്പോൾ അവർ തങ്ങ ളുടെ വരുമാനത്തിന്റെ ഒരു നിശ്ചിത അളവിലെങ്കിലും പ്രത്യക്ഷമായോ, പരോക്ഷമായോ (സംസ്കരിക്കപ്പെട്ട ഭക്ഷണം വഴിയും, മാംസങ്ങളും ഒപ്പം കഴിക്കുവാൻ ധാന്യങ്ങളുമൊക്കെയായി) കൂടുതൽ ഭക്ഷ്യധാന്യ ങ്ങൾ കഴിക്കുകയും അങ്ങനെ ഉയർന്ന കലോറി ഉള്ളിൽ ചെല്ലുകയും ചെയ്യുമെന്നാണ്. ഉയർന്ന വളർച്ചയുടേതായ നവലിബറൽ കാലത്ത് വൻതോതിൽ ബഹുജനങ്ങളുടെ ദാരിദ്ര്യവല്ക്കരണമാണ്, അല്ലാതെ അതിൽനിന്നും കരകയറ്റലല്ല നടക്കുന്നത് എന്ന് ഇതിൽനിന്നും ആർക്കും വ്യക്തമാകും.

## യഥാർത്ഥ ഉപഭോഗത്തിലെ ഇടിവ്

2011–12 നുശേഷം കാര്യങ്ങൾ കൂടുതൽ വഷളായി. എൻ എസ് എസ് ഒയുടെ അടുത്ത രണ്ട് വിപുലീകൃത സാമ്പിൾ സർവെ വർഷങ്ങളായ 2011–12 നും 2017–18 നുമിടയിൽ ഗ്രാമീണ ഇന്ത്യയിൽ പ്രതിശീർഷ യഥാർത്ഥ ഉപഭോഗ ചെലവിൽ 9 ശതമാനത്തിന്റെ കുറവാണുണ്ടായത്. ഇത് അമ്പരപ്പിക്കുന്നതായിരുന്നു. അതുകൊണ്ടുതന്നെ ഈ എൻ എസ് എസ് ഡാറ്റ മൊത്തത്തിൽ പൂഴ്ത്തിവെക്കുവാൻ ഗവൺമെന്റ് തീരുമാ നിച്ചു (ഈ പറഞ്ഞ വിവരങ്ങൾതന്നെ 'ചോർന്നുകിട്ടിയവ' എന്നുപറഞ്ഞ് ചില പത്രങ്ങൾ റിപ്പോർട്ടുചെയ്തതാണ്). അതോടെ ഗവൺമെന്റ് അതുവരെയുണ്ടായിരുന്ന നാഷണൽ സാമ്പിൾ സർവ്വെ സംവിധാനത്തെ പാടെ ഉപേക്ഷിക്കുവാൻപോലും തീരുമാനിക്കുകയുണ്ടായി. അങ്ങനെ പി സി മഹലനോബിസ് രൂപംകൊടുത്ത ലോകത്തിലെത്തന്നെ ഏറ്റവും

വലിയ ശാസ്ത്രീയ സാമ്പിൾ സർവെ സംവിധാനത്തിന് അന്ത്യം കുറിക്കപ്പെട്ടു.

ആയതിനാൽ, 'ദശലക്ഷക്കണക്കിന്' ആളുകളെ ദാരിദ്ര്യത്തിൽ നിന്നും കരകയറ്റി എന്നുള്ള വാദം ബ്രെട്ടൻവുഡ്സ് സ്ഥാപനങ്ങൾ നെയ്തെടുത്ത പ്രത്യയശാസ്ത്ര വിശദീകരണത്തിന്റെ ഭാഗമാണ്; എല്ലായിടത്തും നവലിബറലിസത്തെ അവധാനതയോടെതന്നെ പ്രോത്സാഹിപ്പിക്കുവാൻവേണ്ടി തയ്യാറാക്കുന്നതാണത്. അതേസമയം, ഇതിന് നേർ വിപരീതമായി, നവലിബറൽക്കാലത്ത് ജനങ്ങൾക്കിടയിൽ അതിതീവ്ര ദുരിതത്തിന്റെ വർദ്ധനവാണുണ്ടായിരിക്കുന്നത്.

ഇത് നമ്മളെ അത്ഭുതപ്പെടുത്തുകയില്ല. നവലിബറൽകാലത്ത് പ്രതിശീർഷ കാർഷിക ഉല്പാദനത്തിൽ, കുറവുണ്ടായപ്പോൾ, കൃഷിയെ ആശ്രയിച്ചു ജീവിക്കുന്ന ജനങ്ങൾ ഒരു യൂണിറ്റ് ഉപഭോഗ കൂടയ്ക്ക് നല്കുന്ന വില, ഒരു യൂണിറ്റ് ഉല്പന്നത്തിന് ലഭിക്കുന്ന വിലയ്ക്ക് ആനുപാതികമായി വർദ്ധിച്ചു. സാധാരണ വ്യാപാര കണക്കുകളിൽ ഇത് തിരിച്ചറിയാൻ സാധിക്കില്ല; എന്നാൽ, വിദ്യാഭ്യാസവും ആരോഗ്യ സുരക്ഷയും സ്വകാര്യവല്ക്കരിച്ചതിന്റെ ഫലങ്ങൾ നോക്കുമ്പോൾ, അതായത് ഈ സേവനങ്ങൾക്ക് നല്കേണ്ടിവരുന്ന തുക ആകാശംമുട്ടെ ഉയർന്നതായി വ്യക്തമാക്കുന്ന ആ ഫലങ്ങൾ നോക്കുമ്പോൾ, നമുക്കിത് കാണാനാകും. രാജ്യത്തിന്റെ അദ്ധ്വാനശക്തിയുടെ പാതിയോളംവരുന്ന കർഷകരും കർഷകത്തൊഴിലാളികളും, ഇത്തരത്തിൽ അവശ്യസേവനങ്ങൾക്ക് ക്രമാതീതമായ വില നല്കേണ്ടിവരുമ്പോൾ അവർ കടക്കെണിയിലകപ്പെടുകയും, സ്വാഭാവികമായും അവരുടെ ഭക്ഷ്യധാന്യ ഉപഭോഗം കുറയുകയും, അത് നേരത്തെ സൂചിപ്പിച്ച പോഷണപരമായ ദാരിദ്ര്യത്തിനിടയാക്കുകയും ചെയ്യുന്നു.

എന്തുതന്നെയായാലും, വർദ്ധിതമായ ദുരിതം എന്ന പ്രതിഭാസത്തെ അംഗീകരിക്കുന്ന കാര്യത്തിൽ പണ്ഡിതസമൂഹംപോലും എതിർപ്പു കാണിക്കുന്നു. നേരെമറിച്ച്, ഇതിന് ധൈഷണികമായൊരു വിശദീകരണവുമുണ്ട്: ആദ്യമായി ഡബ്ല്യു ആർതർ ലെവിസ് മുന്നോട്ടുവെച്ച മാതൃകയ്ക്കുചുറ്റുമാണ് വികസന സാമ്പത്തികശാസ്ത്രത്തിന്റെ ചർച്ചാമണ്ഡലം ഇന്നും ചുറ്റിത്തിരിയുന്നത്; അതായത് 'പരമ്പരാഗത' മേഖലയിൽനിന്നും തൊഴിലാളിയെ പുറത്തേക്ക് തള്ളിവിടുന്ന ഒന്നായി സമ്പദ്ഘടനയുടെ 'ആധുനിക' മേഖലയുടെ വളർച്ചയെ കാണുന്നതാണ് ആ മാതൃക. ചുരുക്കത്തിൽ, വളർന്നുകൊണ്ടിരിക്കുന്ന 'ആധുനിക' മേഖലയ്ക്ക് വിപരീതമായി തൊഴിലാളികളുടെ കരുതൽസേന നിറഞ്ഞുനില്ക്കുന്ന 'പരമ്പരാഗത' മേഖലയ്ക്കുമുന്നിലുള്ള ഒരേയൊരു മറുമരുന്ന് അടങ്ങിയിരിക്കുന്നത് അതിവേഗത്തിൽ വളർന്നുകൊണ്ടിരിക്കുന്ന 'ആധുനിക'

മേഖലയാണ്; ഈ ആശയം പിന്തുടരുന്ന ഏകമുഖ തൊഴിലാളി പ്രസ്ഥാനത്തിന്റെ അടിസ്ഥാനത്തിലാണ് ഈ രണ്ടു മേഖലകളും തമ്മിലുള്ള ബന്ധം കാണാനാവുന്നത്. വികസനത്തിന്റെ ചിന്താധാരയെ പൊതുവെ ഈ മാതൃക സ്വാധീനിച്ചിട്ടുണ്ട് ചില ഇടതുപക്ഷ വിഭാഗങ്ങളിലടക്കം.

## ചെറുകിട ഉല്പാദനമേഖല നശിപ്പിക്കപ്പെട്ടിരിക്കുന്നു

മാർക്സ് മുന്നോട്ടുവെക്കുകയും റോസ ലക്സംബർഗ് ഊന്നിപ്പറയുകയും ചെയ്ത അർത്ഥശാസ്ത്രത്തെയാണത് മറന്നുകളയുന്നത്; അതായത് മുതലാളിത്ത വികസനം, നൈസർഗ്ഗികമായും നിരന്തരമായും ചെറുകിട ഉല്പാദനമേഖലയെ കടന്നാക്രമിക്കുന്നു എന്ന അർത്ഥശാസ്ത്രമാണ് വിസ്മരിക്കപ്പെടുന്നത്. വൈരുദ്ധ്യം ആധുനിക മേഖലയും പരമ്പരാഗത മേഖലയും തമ്മിലല്ല, മറിച്ച്, മുതലാളിത്ത ഉല്പാദന മേഖലയും ചെറുകിട ഉല്പാദനമേഖലയും തമ്മിലാണ്; ചെറുകിട ഉല്പാദനമേഖലയുടെ വിപുലീകരണം കൂടുതൽ തൊഴിലവസരങ്ങൾ നല്കുന്നുണ്ട്. എങ്കിൽപോലും അതിനെ അടിമുടി നശിപ്പിക്കാനുള്ള സഹജമായ പ്രവണത മുതലാളിത്ത ഉല്പാദനമേഖലയ്ക്കുണ്ട്. ആയതിനാൽ, ഇരുമേഖലകളും തമ്മിലുള്ള ബന്ധം, ലെവിസ് വീക്ഷിക്കുന്നതുപോലെ കേവലം ഒരു മേഖല മറ്റൊരു മേഖലയിൽനിന്നും തൊഴിലാളികളെ പുറത്തേക്ക് തള്ളുന്നതല്ല, മറിച്ച് മറ്റനേകം കെട്ടുപാടുകളുടെ കൂട്ടമാണത്. മുതലാളിത്ത മേഖല അതിന്റെ ചരക്കുകളും സേവനങ്ങളും ചെറുകിട ഉല്പാദനമേഖലയുടെ ചെലവിൽ വിറ്റഴിക്കുന്നു (നമ്മുടെ സമീപത്തുള്ള കടകളെ ആമസോൺ അടച്ചുപൂട്ടിക്കുന്നതുപോലെ); ഫാക്ടറികളും റിയൽ എസ്റ്റേറ്റ് പ്രോജക്ടുകളും സ്ഥാപിക്കുന്നതിനുവേണ്ടി മുതലാളിത്ത മേഖല ചെറുകിട ഉല്പാദനമേഖലയിൽനിന്നും ഭൂമി പിടിച്ചെടുക്കുന്നു; ആഭ്യന്തര കമ്പോളത്തിലും അന്താരാഷ്ട്ര കമ്പോളത്തിലും മുതലാളിത്ത മേഖലയ്ക്ക് വിറ്റഴിക്കുന്നതിനാവശ്യമായിട്ടുള്ള ചരക്കുകൾ ഉല്പാദിപ്പിക്കുവാൻ അത് ചെറുകിട ഉല്പാദനമേഖലയ്ക്കുമേൽ സമ്മർദ്ദം ചെലുത്തുന്നു. തങ്ങൾക്കാവശ്യമായ അസംസ്കൃത വസ്തുക്കൾ മുതലാളിത്ത മേഖല അവർ നിർണ്ണയിക്കുന്ന വ്യവസ്ഥകളിലും വിലയിലും ചെറുകിട മേഖലയ്ക്ക് വില്ക്കുന്നു; കൂടാതെ ചെറുകിട മേഖലയ്ക്കു നല്കിവരുന്ന ധനപരമായ പിന്തുണ കുറയ്ക്കുവാൻ ഗവൺമെന്റിനോട് മുതലാളിത്ത മേഖല ആവശ്യപ്പെടുന്നു, കാരണം അങ്ങനെ ചെയ്താൽ ബജറ്റിൽനിന്നും കൂടുതൽ വിഭവങ്ങൾ അതിന്റെ വഴിക്കു വരും.

മുൻകാലങ്ങളിൽ നിലവിലുണ്ടായിരുന്ന ഡിരിജിസ്തെ (Dirigitsc) വാഴ്ചയ്ക്കുകീഴിൽ (സാമ്പത്തിക സാമൂഹിക കാര്യങ്ങളിൽ ഭരണകൂടം

ഇടപെടുന്ന സംവിധാനം) മുതലാളിത്തമേഖലയുടെ കടന്നാക്രമണ ത്തിനെതിരെ ചെറുകിട ഉല്പാദനമേഖലയെ വിവിധ മാർഗ്ഗങ്ങളിലൂടെ ഭരണകൂടം സംരക്ഷിച്ചുപോന്നിരുന്നു; നവലിബറലിസത്തിന്റെ വരവോടെ ഈ സംരക്ഷണം ഇല്ലാതായി. തേയില, കാപ്പി, റബർ, സുഗന്ധദ്രവ്യങ്ങൾ പോലെയുള്ള നാണ്യവിളകൾ കൈകാര്യംചെയ്യുന്ന വിവിധ ഔദ്യോഗിക ബോർഡുകൾ സംഭരണം നടത്തുന്നതുവഴി കമ്പോളത്തിൽ ഇടപെടുന്ന പ്രവർത്തനത്തിനുതന്നെ വിരാമമിട്ടു; അതോടെ നാണ്യവിളകളുടെ വിലയ്ക്ക് പിന്തുണ നല്കുന്നതിനുവേണ്ടി ഭരണകൂടം നടത്തി പോന്നിരുന്ന ഇടപെടലുകൾ തീർത്തും ഇല്ലാതായി; എന്തുതന്നെയായാലും, ഭക്ഷ്യവിളകൾക്ക് താങ്ങുനല്കുന്ന സംവിധാനം അപ്പോഴും തുടർന്നിരുന്നു. എന്നാലിപ്പോൾ, കുപ്രസിദ്ധമായ മൂന്നു കാർഷിക നിയമങ്ങളിലൂടെ അതിനെയും ദുർബ്ബലപ്പെടുത്തുകയാണ് മോദിസർക്കാർ. അതിനെതിരായാണ് അയൽ സംസ്ഥാനങ്ങളുമായുള്ള ഡൽഹിയുടെ അതിർത്തികളിൽ 2020 ഡിസംബർ മുതൽ കർഷകർ സമരംചെയ്യുന്നത്. വിലയിടിവ് നേരിടേണ്ടിവരുമ്പോൾ കർഷകർ അവർക്ക് തിരിച്ചടയയ്ക്കാനാകാത്തവിധത്തിലുള്ള കടക്കെണിയിലകപ്പെടുന്നു. അത് അവരെ ആത്മഹത്യയിലേക്ക് തള്ളിവിടുകയും ചെയ്യുന്നു; 1995 മുതലിങ്ങോട്ട് ഇതേവരെ നാലുലക്ഷത്തിലധികം കർഷകരാണ് ആത്മഹത്യചെയ്തത്. കർഷകർക്ക് പിടിച്ചുനില്ക്കാനാകാതെ വരുകയും അവർ നഗരങ്ങളിൽ ജോലിതേടുകയും ചെയ്യുന്നു.

മുതലാളിത്ത മേഖലയ്ക്ക് പ്രോജക്ടുകൾക്കാവശ്യമായ ഭൂമി കർഷകരിൽനിന്നും ബലാല്ക്കാരമായി പിടിച്ചെടുക്കുന്നതും ഗോത്ര ജനവിഭാഗങ്ങൾ അധിവസിക്കുന്ന ഭൂമി ധാതുലവണ വികസനത്തിനുവേണ്ടി കൈവശപ്പെടുത്തുന്നതും ചെറുകിട ഉല്പാദന (മുതലാളിത്ത പൂർവ്വ) മേഖലയ്ക്കുമേൽ മുതലാളിത്തമേഖല നടത്തുന്ന കടന്നാക്രമണത്തിന്റെ സ്പഷ്ടമായ മറ്റുദാഹരണങ്ങളാണ്. കടന്നാക്രമണത്തിന്റെ ഈ പ്രക്രിയയെയാകെ മാർക്സ് വിളിച്ചത്. 'മൂലധനത്തിന്റെ ആദിമസഞ്ചയം' എന്നാണ്. സ്വതന്ത്രമായ മുതലാളിത്ത വികസനത്തെ മുന്നോട്ടുവെക്കുന്ന നവലിബറലിസം (കെയ്ൻസിന്റെ പദപ്രയോഗങ്ങൾ ഉപയോഗിച്ചുകൊണ്ട് മുൻ പ്രധാനമന്ത്രി മൻമോഹൻസിങ് പറഞ്ഞത്, മുതലാളിമാരുടെ 'ജന്തുസഹജമായ വാസന' കെട്ടഴിച്ചുവിടുന്നു എന്നാണ്), മൂലധനത്തിന്റെ ആദിമസഞ്ചയത്തെ കെട്ടഴിച്ചുവിടുന്നു എന്നും അർത്ഥമാക്കുന്നുണ്ട്; അതുകൊണ്ടുതന്നെ മുതലാളിത്തം അത് കടന്നാക്രമിക്കുന്ന മേഖലയിൽ പണിയെടുക്കുന്ന തൊഴിലാളികളെയും പുറംതള്ളുന്നു. വാസ്തവത്തിൽ, 1991 ലെയും 2011 ലെയും സെൻസസുകൾക്കിടയിൽ, 'കൃഷി ചെയ്യുന്നവരുടെ' എണ്ണം 15 ദശലക്ഷം ഇടിഞ്ഞു;

അവരെല്ലാംതന്നെ ഒന്നുകിൽ കർഷകത്തൊഴിലാളികളായി മാറുകയോ, അല്ലെങ്കിൽ അസ്ഥിര തൊഴിലുകൾ അന്വേഷിച്ച് നഗരങ്ങളിലേക്ക് കുടിയേറുകയോ ചെയ്തു.

## പ്രച്ഛന്നമാക്കപ്പെട്ട തൊഴിലില്ലായ്മ

'അസ്ഥിരമായത്' എന്ന പ്രയോഗം തികച്ചും അനുയോജ്യമാണ്. ചരക്കുകളും സേവനങ്ങളും താരതമ്യേന സ്വതന്ത്രമായി അതിർത്തി കടന്നുപോകുന്നത്, സാങ്കേതികവിദ്യാപരമായ മാറ്റം കൊണ്ടുവരുന്നതിലുള്ള നിയന്ത്രണങ്ങൾ നീക്കം ചെയ്യുന്നതിനും ഇടയാക്കുന്നു; അല്ലെങ്കിൽ ആഭ്യന്തര ഉല്പാദകർ ഇറക്കുമതിമൂലം പുറന്തള്ളപ്പെടും. സാങ്കേതികവിദ്യാപരമായ മാറ്റത്തിന് വരുമാനത്തിലെ അസമത്വത്തിന്റെ വളർച്ചയും പ്രേരകശക്തിയാകുന്നുണ്ട്. ഇന്ത്യയിലെ സമ്പന്നവിഭാഗം വൻകിട വികസിത രാജ്യങ്ങളിലെ ധനാഢ്യരുടെ ജീവിതരീതികളെ അനുകരിക്കുന്നതുകൊണ്ടുതന്നെ, അവർ കൂടുതൽ സമ്പന്നരാകുംതോറും പുതിയ ചരക്കുകളും പ്രക്രിയകളും കൊണ്ടുവരുന്നതിനുള്ള സമ്മർദ്ദം കൂടിക്കൂടി വരുന്നു; അതായത് സാങ്കേതികവിദ്യാപരമായ മാറ്റത്തിന്റെയും ഘടനാപരമായ മാറ്റത്തിന്റെയും അതിവേഗ പ്രക്രിയ ഉണ്ടാകുന്നു; അത് ഈ പറഞ്ഞ വൻകിട വികസിത രാജ്യങ്ങളിലെ രീതികളുടെ അനുകരണമാണ്. ഇത്തരം സാങ്കേതികവിദ്യാ മാറ്റവും ഘടനാമാറ്റവും അടിസ്ഥാനപരമായി അദ്ധ്വാനം കുറയ്ക്കുന്നവയാണ്; അത് എത്ര വലിയ ജി ഡി പി വളർച്ചാനിരക്കിലും തൊഴിലവസര വളർച്ചാനിരക്കിനെ മന്ദഗതിയിലാക്കുന്നു.

തൊഴിലില്ലായ്മ മറച്ചുവയ്ക്കപ്പെട്ടിരിക്കുന്നതിനാൽ തൊഴിൽ വളർച്ച അളക്കുക എന്നത് ഒരു സൂത്രപ്പണിതന്നെയാണ് (തൊഴിൽ സംബന്ധിച്ച സംഖ്യകളെ കൃത്രിമമായി ഉയർത്തിക്കാണിക്കുന്നു അത്). അങ്ങനെയൊക്കെ ചെയ്താൽക്കൂടി, ഡിരിജിസ്തെ കാലഘട്ടത്തിൽ ശരാശരി 3.54 ശതമാനമായിരുന്ന ജി ഡി പി വളർച്ചാനിരക്ക് നവലിബറൽ കാലത്ത് 7.8 ശതമാനം എന്ന നിലയിലേക്ക് ഇരട്ടിക്കുന്നതിനോടൊപ്പം ഡിരിജിസ്തെ കാലത്ത് പ്രതിവർഷം ഏതാണ്ട് 2 ശതമാനമായിരുന്ന തൊഴിൽ വളർച്ചാനിരക്ക് നവലിബറൽ കാലത്ത് 1 ശതമാനത്തിലേക്ക് കൂപ്പുകുത്തി; അതായത് നേർപകുതിയായി കുറഞ്ഞുവെന്ന കണ്ടെത്തലിൽ ആരും അത്ഭുതപ്പെടേണ്ടതില്ല. ഈ 1 ശതമാനം എന്നത് ജനസംഖ്യാ വളർച്ചാനിരക്കിനേക്കാൾ (അദ്ധ്വാനശക്തിയുടെയും) താഴെയാണ്. അതുകൊണ്ടുതന്നെ മൂലധനത്തിന്റെ ആദിമസഞ്ചയംവഴി കർഷകരും ചെറുകിട ഉല്പാദകരും നീക്കം ചെയ്യപ്പെടുന്നു എന്നതിനൊപ്പം നവലിബറൽ കാലത്തെ തൊഴിൽ വളർച്ചയ്ക്ക് അദ്ധ്വാനശക്തിയുടെ സ്വാഭാവിക വളർ

ച്ചയെപ്പോലും ഉൾക്കൊള്ളാൻ കഴിയുന്നില്ല എന്നതും വിഴുങ്ങിക്കളയുകയാണ്. തൊഴിലാളികളുടെ കരുതൽസേനയുടെ വലുപ്പം ആപേക്ഷികമായി വർദ്ധിച്ചു.

മൂലധനത്തിന്റെ ആദിമസഞ്ചയത്തിലൂടെ മുതലാളിത്തം മുതലാളിത്ത പൂർവമേഖലയെ നശിപ്പിക്കുമ്പോൾ, അത്തരം നശീകരണംവഴി നീക്കം ചെയ്യപ്പെടുന്നവരെയെല്ലാം അത് തൊഴിലാളികളുടെ സജീവസേന എന്ന നിരയിലേക്ക് ക്രമേണ ഉൾക്കൊള്ളും എന്ന ഒരു തെറ്റായ വിശ്വാസമുണ്ട്. വളരെ ലളിതമായിപ്പറഞ്ഞാൽ തന്നെ ഇത് തെറ്റാണ്.

യൂറോപ്പ് അത്തരമൊരു സാഹചര്യം ഒഴിവാക്കി. അതായത് മൂലധനത്തിന്റെ ആദിമസഞ്ചയത്തിലൂടെ തൊഴിലാളികളെ ഉന്മൂലനം ചെയ്യുന്നത്, മൊത്തം അദ്ധ്വാനശക്തിയിലെ തൊഴിലില്ലാത്തവരുടെയും ശാശ്വതമല്ലാത്ത തൊഴിൽ ചെയ്യുന്നവരുടെയും ആപേക്ഷികമായ വലുപ്പം വർദ്ധിപ്പിക്കുക മാത്രമാണ് ചെയ്യുന്നത്; ആയതിനാൽ തന്നെ ദാരിദ്ര്യത്തിന്റെയും ദുരിതത്തിന്റെയും ആപേക്ഷികമായ വ്യാപ്തിയും വർദ്ധിക്കുന്നു. വെള്ളക്കാർ അധിവസിക്കുന്ന ഉഷ്ണമേഖലകളിലേക്ക് വൻതോതിൽ ഇവർ കുടിയേറുന്നതിലൂടെയാണ് അത് ഒഴിവാക്കിയത്. നെപ്പോളിയൻ യുദ്ധത്തിന്റെ അന്ത്യഘട്ടത്തിലും ഒന്നാം ലോക യുദ്ധത്തിനുമിടയിൽ 500 ലക്ഷം പേരാണ് യൂറോപ്പിൽനിന്നും അമേരിക്ക, കാനഡ, ആസ്ട്രേലിയ, ന്യൂസിലൻഡ് തുടങ്ങിയ സ്ഥലങ്ങളിലേക്ക് കുടിയേറിയത്. ഇന്നത്തെ മൂന്നാം ലോകരാജ്യങ്ങളിൽ ഈ അനുഭവം ആവർത്തിക്കാൻ സാധിക്കാത്തതുകൊണ്ടുതന്നെ, അവരുടെ കാര്യത്തിൽ, സ്വതന്ത്രമായ മുതലാളിത്ത വികസനം ദാരിദ്ര്യത്തിന്റെയും തൊഴിലില്ലായ്മയുടെയും തോത് വർദ്ധിപ്പിക്കുക മാത്രമേ ചെയ്യുകയുള്ളൂ. മറ്റൊരു വിധത്തിൽ വിശ്വസിക്കുന്നത്, മുതലാളിത്തത്തിനു കീഴിലെ പൊതുപ്രവണതയെന്ന നിലയിൽ യൂറോപ്യൻ അനുഭവത്തിനു സവിശേഷമായ ചിലതിനെ തെറ്റായി കാണുന്നതാണ്.

## വരുമാനത്തിലെ അസമത്വത്തിന്റെ വർദ്ധനവ്

തീർച്ചയായും, തൊഴിലാളികളുടെ കരുതൽസേനയുടെ ആപേക്ഷികമായ വലുപ്പത്തിലെ ഈ അവിരാമമായ വർദ്ധനവ് വ്യക്തമാക്കുന്നത്, നവലിബറൽ കാലത്ത് അദ്ധ്വാനിക്കുന്ന ജനങ്ങളിലെ ഒരു വിഭാഗത്തിന്റെ പോലും ജീവിത സാഹചര്യങ്ങളിൽ യാതൊരു പുരോഗതിയും ഉണ്ടായിട്ടില്ല എന്നാണ്; പൊതുമേഖലാ സംരംഭങ്ങളുടെ സ്വകാര്യവല്ക്കരണത്തിന്റെ ഭാഗമായി തങ്ങളുടെ വിലപേശൽ കരുത്തിൽക്കൂടി അധികനഷ്ടം സഹിക്കുന്ന സംഘടിതരാക്കപ്പെട്ട തൊഴിലാളികൾക്കടക്കം യാതൊരു പുരോഗതിയും ഉണ്ടായിട്ടില്ല. എന്തുതന്നെയായാലും നമ്മൾ മുൻപു

ചെയ്ത സാങ്കേതികവിദ്യാ മാറ്റത്തിന്റെ നിരക്കിലെ വൻവർദ്ധനവുമൂലം സർവ്വയിടങ്ങളിലും തൊഴിലാളികളുടെ ഉല്പാദനക്ഷമത വർദ്ധിച്ചു. ഉല്പാദനത്തിന്റെ സാമ്പത്തിക മിച്ചത്തിന്റെ വിഹിതത്തിൽ ഗണ്യമായ വർദ്ധനവുണ്ടാകുന്നു എന്നതാണിതിന്റെ ഫലം; അത് ഈ മിച്ചത്തെ ആശ്രയിച്ചു ജീവിക്കുന്നവരുടെ, അതായത് അദ്ധ്വാനിക്കുന്ന ജനങ്ങളേക്കാൾ കൂടുതൽ ഉയർന്ന വരുമാനമുള്ള സ്വത്തുടമകളായ സമ്പന്നരുടെയും അവരുടെ പാദസേവകരുടെയും, വിഹിതത്തിൽ വർദ്ധനവുണ്ടാക്കുന്നു. നവലിബറലിസത്തിന്റെ കാലഘട്ടത്തിൽ നിരീക്ഷിക്കപ്പെട്ടിട്ടുള്ള വരുമാനത്തിലെ അസമത്വത്തിന്റെ വർദ്ധനവിന് അടിസ്ഥാനമായിരിക്കുന്നതിതാണ്.

ഇതിന്റെ ഒരു സൂചകം ദേശീയ വരുമാനത്തിന്റെ ഓഹരി, ജനസംഖ്യയിലെ മുകൾത്തട്ടിലുള്ള ഒരു ശതമാനത്തിലേക്കു പോകുന്നത് കൂടിക്കൂടിവരുന്നു എന്നതാണ്. ഇൻകം ടാക്സ് ഡാറ്റയിൽ നിന്നും ഈ വിഹിതം നിർണ്ണയിച്ച തോമസ് പിക്കറ്റിയും ലൂക്കാസ് ചാൻസലും കണ്ടെത്തിയത്, 1922 ൽ ഇന്ത്യയിൽ ഇൻകം ടാക്സ് കൊണ്ടുവന്നതുമുതലിങ്ങോട്ടുള്ള എക്കാലത്തെയും (2013–14 ലേതും 2014–15 ലേതുമാണ് അവരുടെ ഏറ്റവും പുതിയ എസ്റ്റിമേറ്റുകൾ) ഏറ്റവും വലുതാണിത് എന്നാണ്; ഇതിൽനിന്നു വ്യത്യസ്തമായി, 1982 ൽ ഈ വിഹിതം 6 ശതമാനം താണിരുന്നു. അതായത് ഡിരിജിസ്തെ കാലത്ത് വരുമാനത്തിലെ അസമത്വത്തിൽ ഇടിവുണ്ടായിരുന്നു; എന്നാൽ നവലിബറലിസം അതിനെ കീഴ്മേൽ മറിച്ചു (1980 കളുടെ മദ്ധ്യത്തിൽതന്നെ നവലിബറൽ പരിഷ്കാരങ്ങൾ തുടങ്ങിക്കഴിഞ്ഞു എന്ന് ചിലർ പറയുന്നതിന് പ്രാധാന്യമില്ലാതെയല്ല ഇത് പറയുന്നത്).

അസമത്വത്തിലെ ഈ വർദ്ധനവ്, തീർച്ചയായും ലോകത്താകെയുള്ള പ്രതിഭാസമാണ്; ലോക സമ്പദ്ഘടനയിലെ പ്രതിസന്ധിയും മാന്ദ്യവും ഇതുമായി ബന്ധപ്പെട്ടിരിക്കുന്നു. തങ്ങൾക്ക് ലഭിക്കുന്ന വരുമാനത്തിലെ ഏതാണ്ട് മുഴുവൻ ഭാഗവും ഉപഭോഗം ചെയ്യുന്ന അദ്ധ്വാനിക്കുന്ന ജനങ്ങളേക്കാൾ, ലഭിക്കുന്ന വരുമാനത്തിന്റെ താഴ്ന്ന അനുപാതം മാത്രമേ മിച്ചം സമ്പാദിക്കുന്നവർ ഉപഭോഗിക്കുന്നുള്ളൂ എന്നതിനാൽ അദ്ധ്വാനിക്കുന്ന ജനങ്ങളിൽനിന്നു മിച്ചം സമ്പാദിക്കുന്നവരിലേക്കുള്ള വരുമാന വിതരണത്തിലെ എന്തെങ്കിലുമൊരു ചെറിയ മാറ്റം ഏതുകാലത്തായാലും ഉപഭോഗവും അതുകൊണ്ടുതന്നെ മൊത്തം ചോദനവും കുറയ്ക്കും (ഈ കാലഘട്ടത്തിലെ നിക്ഷേപം മുൻകാല തീരുമാനങ്ങളാൽ നിശ്ചയിക്കപ്പെട്ടിരിക്കുന്നു). ഇത് തൊഴിലിന്റെയും ഉല്പാദനത്തിന്റെയും രൂപരേഖകളെ താഴ്ത്തുകയും, അത് ക്രമേണ നിക്ഷേപം കുറയ്ക്കുകയും മാന്ദ്യം കെട്ടഴിച്ചുവിടപ്പെടുകയും ചെയ്യുന്നു.

ഭരണകൂടത്തിന്റെ ചെലവഴിക്കലിന് ഇത്തരം മാന്ദ്യത്തെ മുട്ടുകുത്തിക്കാനാകും; പക്ഷേ, ധനക്കമ്മിയിലൂടെയോ മിച്ചം സമ്പാദിക്കുന്നവർക്കുമേൽ നികുതി ചുമത്തുകവഴിയോ ആയിരിക്കണം അതിന് പണം കണ്ടെത്തേണ്ടത്; ഏതെങ്കിലും തരത്തിൽ തങ്ങളുടെ വരുമാനമാകെ ഉപഭോഗം ചെയ്യുന്ന അദ്ധ്വാനിക്കുന്ന ജനങ്ങൾക്കുമേൽ നികുതി ചുമത്തിക്കൊണ്ട് പണം കണ്ടെത്തിയാൽ, അതൊരിക്കലും മൊത്തം ചോദനത്തിൽ നേരിയ വർദ്ധനവുപോലും ഉണ്ടാക്കുകയില്ല, അതുകൊണ്ടുതന്നെ മാന്ദ്യത്തെ മുട്ടുകുത്തിക്കുന്നതിന് അത് ഫലപ്രദവുമല്ല. എന്നാൽ ഒരു നവലിബറൽ സമ്പദ്ഘടനയിൽ സർക്കാർ ചെലവഴിക്കലിനായി മിച്ചം സമ്പാദിക്കുന്നവർക്കുമേൽ നികുതി ചുമത്തി പണം കണ്ടെത്തുന്നതിനെ അനുവദിക്കുന്നില്ല.

## ഫിനാൻസ് ക്യാപിറ്റലിസ്റ്റുകളുടെ ജന്തുസഹജമായ വാസന

ഇത്തരത്തിലൊരു സമ്പദ്ഘടന ഫിനാൻസ് അടക്കമുള്ള മൂലധനം ഏറക്കുറെ സ്വതന്ത്രമായി അതിർത്തി കടന്നുപോകുന്നതിന് തുറന്നുകൊടുക്കപ്പെട്ടതാണ്; അത് ഈ ആഗോളവല്കൃത ധനമൂലധനത്തിന്റെ തോന്ന്യാസങ്ങൾക്ക് പഞ്ചപുച്ഛമടക്കി നില്ക്കുവാൻ പ്രസ്തുത ഭരണകൂടത്തെ നിർബ്ബന്ധിതമാക്കുന്നു: ആഗോളവല്കൃത ധനമൂലധനത്തിന്റെ ആജ്ഞകളെ ഭരണകൂടം എതിർത്താൽ, ധനമൂലധനം അതിന്റെ പിന്തുണ മൊത്തമായി പിൻവലിക്കുകയും അത് ഗുരുതരമായ സാമ്പത്തിക ബുദ്ധിമുട്ടുകൾ സൃഷ്ടിക്കുകയും ചെയ്യും. ആഗോളവല്കൃത ധനമൂലധനം എതിർക്കുന്നത്, കൂടുതൽ സർക്കാർ ചെലവഴിക്കലിനു പണം കണ്ടെത്തുന്നതിനുവേണ്ടി മുതലാളിമാരിൽനിന്നും നികുതി ഈടാക്കുന്നതിനെ മാത്രമല്ല; സമ്പദ്ഘടനയെ ഉത്തേജിപ്പിക്കുന്നതിനുവേണ്ടി ധനക്കമ്മി ഉണ്ടാക്കുന്നതിനും അത് എതിരാണ്; കാരണം ഇത്തരം നടപടികൾ മുതലാളിമാരുടെ, പ്രത്യേകിച്ചും ധനമുതലാളിമാരുടെ സാമൂഹികമായ സാധുതയെ ദുർബലപ്പെടുത്തും എന്നതാണ്; അതായത് സമ്പദ്ഘടനയുടെ ആരോഗ്യത്തിനുവേണ്ടി അവരുടെ 'ജന്തുസഹജമായ വാസന' അപ്രസക്തമാകും.

സർക്കാർ ചെലവഴിക്കലിലൂടെ സമ്പദ്ഘടനയെ ഉത്തേജിപ്പിക്കുന്നില്ല എന്നിരിക്കെ നവലിബറൽ മുതലാളിത്തത്തിൽ അന്തർലീനമായിട്ടുള്ള മാന്ദ്യത്തിന്റേതായ പ്രവണതയ്ക്കുള്ള ഒരേയൊരു പ്രതിവിധി ആസ്തി വില 'കുമിളകളിലാ'ണ് കാണുന്നത്. പക്ഷേ, അത്തരം 'കുമിളകൾ' ലളിതമായി ക്രമീകരിക്കുവാൻ സാധിക്കില്ല; അതുകൊണ്ടാണ് അമേരിക്കയിലെ വീടുനിർമ്മാണ 'കുമിള'യുടെ തകർച്ചയ്ക്കുശേഷം ലോക സമ്പദ്ഘടനയാകെ ദീർഘകാല മാന്ദ്യത്തിലേക്ക് കൂപ്പു

കുത്തിയത്; മൂന്നാം ലോകസമ്പദ്ഘടനകളെയടക്കം അത് ബാധിച്ചു. ഇന്ത്യൻ സമ്പദ്ഘടനയുടെ ഇപ്പോഴത്തെ മെല്ലെപോക്ക് ഇതിന്റെ പ്രതിഫലനമാണ്; 'ജന്തുസഹജമായ വാസന'യെ ശക്തിപ്പെടുത്തും എന്ന വിശ്വാസത്തിൽ പിന്നെയും മിച്ചത്തിന്റെ വിഹിതം ഉയർത്തുന്നതിനുള്ള തന്റെ ശ്രമങ്ങളിലൂടെ ഈ സാഹചര്യത്തെ കൂടുതൽ രൂക്ഷമാക്കുക മാത്രമാണ് നവലിബറലിസത്തിന്റെ അനുസരണയുള്ള അനുയായിയായ മോദി ചെയ്തത്. മാർക്സിന്റെ വാക്കുകൾ കടമെടുത്തുകൊണ്ട് നമുക്ക് ഇങ്ങനെ പറയാം, ഇന്ത്യയിലെ അദ്ധ്വാനിക്കുന്ന ജനങ്ങൾ നവലിബറലിസത്തിനുകീഴിലെ അതിവേഗ വളർച്ചയാലും അത് കെട്ടഴിച്ചുവിടുന്ന മാന്ദ്യത്താലും ദുരിതമനുഭവിക്കുകയാണ്.

## നവഫാസിസവുമായി സഖ്യം

മാന്ദ്യത്തിന്റെ രാഷ്ട്രീയ വിവക്ഷകൾ ഞെട്ടിപ്പിക്കുന്നതാണ്. പ്രതിസന്ധിയുടെയും തൊഴിലില്ലായ്മയുടെയും സാഹചര്യങ്ങൾ ഫാസിസത്തിന്റെ വളർച്ചയുമായി നിരന്തരം ബന്ധപ്പെട്ടിരിക്കുന്നു. ഇന്ത്യയിലടക്കം ലോകത്താകമാനം നവലിബറലിസത്തിന്റെ പ്രതിസന്ധി നവഫാസിസത്തിന്റെ ആവിർഭാവത്തിന് സാക്ഷ്യം വഹിച്ചിരിക്കുന്നു; നവലിബറലിസവും നവഫാസിസവും തമ്മിലുള്ള സഖ്യത്തിലൂടെയാണത് നടപ്പാക്കുക. നവലിബറലിസം അതിന്റെ വളർച്ചയുടെ ഘട്ടത്തിലായിരിക്കുമ്പോൾ, എല്ലാവർക്കും ഒരു നല്ല നാളെ ഉറപ്പുനല്കിക്കൊണ്ട് അത് അതിനുള്ള പിന്തുണ ഉറപ്പാക്കുന്നു. 'ദശലക്ഷക്കണക്കിനാളുകളെ' ദാരിദ്ര്യത്തിൽനിന്നും കരകയറ്റും എന്നൊക്കെയുള്ള ഈ വർത്തമാനങ്ങൾ വാസ്തവമായി തോന്നിക്കുകയും ഹഠാദാകർഷിക്കുകയും ചെയ്യും. എന്നാൽ നവലിബറലിസം ദീർഘകാല മാന്ദ്യത്തിലേക്കു വീഴുന്നതോടെ, ഈ നവലിബറൽ വാഴ്ചയെ പിന്തുണയ്ക്കുന്നതിന് ഒരു ഊന്നുവടി ആവശ്യമാണ്; നവഫാസിസവുമായുള്ള അതിന്റെ സഖ്യത്തിലൂടെയാണ് ഈ ഊന്നുവടി സാദ്ധ്യമാക്കുന്നത്.

അതുകൊണ്ടാണ് ഇന്ത്യയിൽ ഒരു കോർപ്പറേറ്റ്ഹിന്ദുത്വ സഖ്യം വന്നതും, അതിനെ രൂപപ്പെടുത്തുന്നതിന് പുതിയ കോർപ്പറേറ്റ് സ്ഥാപനങ്ങൾ (ജപ്പാനിലെ ഷിൻങ്കോ ഷയ്ബത്സു) നയിക്കുന്നതും. ഈ സഖ്യം സംവാദമണ്ഡലത്തിൽ ഒരു മാറ്റമുണ്ടാക്കുന്നു; അതായത്, നവലിബറൽ ക്രമത്തിന്റെയും അതിന്റെ ആഭ്യന്തര കോർപ്പറേറ്റ് അനുയായികളുടെയും സൗകര്യാർത്ഥം ഭൗതിക ജീവിതസാഹചര്യങ്ങളെ കണക്കിലെടുക്കുക എന്നത് പിന്നിലേക്ക് തള്ളപ്പെടുകയും, മറ്റുള്ളവരോട് 'വെറുപ്പ്' എന്നത് കേന്ദ്ര സ്ഥാനത്തെത്തപ്പെടുകയും ചെയ്യുന്നു.

എന്തുതന്നെയായാലും 1930 കളിൽ, അന്നത്തെ പ്രതിസന്ധി

കോർപ്പറേറ്റ് പിന്തുണയോടെ ഫാസിസത്തെ അധികാരത്തിൽ കൊണ്ടു വന്നപ്പോൾ, കടമെടുക്കുക വഴി പണം കണ്ടെത്തിക്കൊണ്ട് ഗവൺമെന്റ് നടപ്പാക്കിയ സൈനികവല്ക്കരണ നീക്കത്തിലൂടെ തൊഴിലില്ലായ്മയെ മറികടന്നതിനാൽ അത് തൊഴിലാളികൾക്ക് കുറച്ചാശ്വാസം നല്കി (യുദ്ധത്തിന്റെ ഭീകരത അഴിച്ചുവിടപ്പെടുന്നതിനു മുൻപ്); എന്നാൽ 1930 കളിലേതിൽനിന്നു വ്യത്യസ്തമായി നവഫാസിസത്തിന്റെ നിലവിലെ ആധിപത്യത്തിന്, മുൻപു സൂചിപ്പിച്ച കാരണങ്ങൾക്കൊണ്ടുതന്നെ, അദ്ധ്വാനിക്കുന്ന ജനങ്ങൾ നേരിടുന്ന തൊഴിലില്ലായ്മയ്ക്ക് യാതൊരാ ശ്വാസവും നല്കുവാൻ സാധിക്കില്ല.

ആയതിനാൽ അതിന്റെ കൈയിലുള്ള രണ്ടേ രണ്ട് ആയുധങ്ങൾ വെറുപ്പിന്റെ രാഷ്ട്രീയവും അടിച്ചമർത്തലുമാകുന്നു; അത് നവഫാസി സത്തെ സവിശേഷകരമായി അപകടകരമാക്കുന്നു. 30 വർഷം അദ്ധ്വാനി ക്കുന്ന ജനങ്ങളുടെ ദാരിദ്ര്യവല്ക്കരണം നടപ്പാക്കിയ നവലിബറലിസം ഇപ്പോൾ, കൊളോണിയൽ വിരുദ്ധ പോരാട്ടത്തിലൂടെ ജനങ്ങൾ നേടിയെ ടുത്ത വിലപ്പെട്ട നേട്ടങ്ങളായ മൗലികാവകാശങ്ങളും പൗരസ്വാതന്ത്ര്യവും ഇല്ലാതാക്കിക്കൊണ്ട് അവർക്കുനേരെ വെല്ലുവിളിയുയർത്തുകയാണ്.

# കോർപ്പറേറ്റ്-വർഗ്ഗീയ അവിശുദ്ധ കൂട്ടുകെട്ട്

## സീതാറാം യെച്ചൂരി/ ടി കെ രാജലക്ഷ്മി

*ഇടതുപക്ഷം എക്കാലവും നവലിബറൽ പരിഷ്കരണങ്ങളെ വിമർശിക്കുകയാണ് ചെയ്തിട്ടുള്ളത്. ഇന്ന്, പരിഷ്കരണങ്ങൾ മൂന്നു ദശകങ്ങൾ പിന്നിടുമ്പോൾ, ഇടതുപക്ഷം അതിന്റെ വിമർശനങ്ങളിൽ ഉറച്ചുനില്ക്കുന്നുവെന്ന് താങ്കൾക്ക് പറയാനാകുമോ?*

തീർച്ചയായും! നവലിബറൽ പരിഷ്കരണങ്ങളുടെ ഊന്നൽ ലാഭകേന്ദ്രിതമാണ്, ഒരിക്കലും ജനങ്ങളെ കേന്ദ്രീകരിച്ചുള്ളതല്ല. ജനങ്ങളെ ദാരിദ്ര്യവല്ക്കരിച്ചും ദാരിദ്ര്യം വർദ്ധിപ്പിച്ചും സാമ്പത്തിക അസമത്വത്തിൽ ക്രമാതീതമായ വർദ്ധനവുണ്ടാക്കിയും എല്ലാ രാജ്യങ്ങളിലും ആഭ്യന്തര ചോദനത്തിൽ കുത്തനെ ഇടിവുണ്ടാക്കിയും ലാഭം പരമാവധിയാക്കുന്നതിലാണ് പരിഷ്കരണങ്ങളുടെ പിന്നിട്ട ദശകങ്ങൾ പൂർണ്ണമായും കേന്ദ്രീകരിച്ചിട്ടുള്ളത്; അതാണ് ലോകത്തിലെയും ഇന്ത്യയിലെയും അനുഭവം. ആഗോള സാമ്പത്തികമാന്ദ്യവും ജനങ്ങളുടെ ജീവിതത്തിൽ അതുണ്ടാക്കിയ ആഘാതവും, ഇന്നും വിടാതെ പിന്തുടരുന്ന മഹാമാരിയുടെ കടന്നാക്രമണത്തോടുകൂടി ആക്രാമകമാംവിധം വർദ്ധിച്ചിരിക്കുന്നു. ഒരിക്കൽ മാർക്സ് പറഞ്ഞ വാക്കുകളെ ഇത് ഓർമ്മിപ്പിക്കുന്നു: 'ഭീമമായ തരത്തിലുള്ള ഉല്പാദനോപാധികളെയും വിനിമയത്തെയും മുതലാളിത്തം ആവാഹിച്ചിരിക്കുന്നു; മന്ത്രംചൊല്ലി പാതാളലോകത്തിന്റെ ശക്തികളെ വിളിച്ചുവരുത്തിയ മന്ത്രവാദിക്ക് അവയെ നിയന്ത്രിക്കാനാവാത്തതുപോലെയുള്ള ഒരവസ്ഥയിലാണ് മുതലാളിത്തം ഇപ്പോൾ.'

മൂന്നു കർഷകനിയമങ്ങൾക്കെതിരായും താങ്ങുവില ഉറപ്പാക്കുന്നതിനുവേണ്ടിയും കർഷകർ നടത്തിവരുന്ന അഭൂതപൂർവ്വമായ പോരാട്ടത്തിന്റെ പശ്ചാത്തലത്തിലാണ് ഇപ്പോൾ ഇന്ത്യയിലെ സാമ്പത്തിക

പരിഷ്കരണങ്ങളുടെ മൂന്നുദശകങ്ങൾ പൂർത്തിയാകുന്നത്. ഇത് ഒരു നൂറ്റാണ്ടിനുമുമ്പ് നിർബ്ബന്ധിതമായ നീലം കൃഷിക്കെതിരായി നടന്ന ചമ്പാരൻ സത്യാഗ്രഹത്തിന്റെ ഓർമ്മകളെ ഉണർത്തുന്നതാണ്; കോർപ്പറേറ്റ് കൃഷിയും ചെറുകിട ഉല്പാദനം ഇല്ലാതാക്കലും (മോദിയുടെ നോട്ടസാധുവാക്കൽ) ഭക്ഷ്യകമ്മിയും വളരെ വേഗം ക്ഷാമാവസ്ഥയിലേക്കെത്തിക്കും.

അന്താരാഷ്ട്ര ധനമൂലധനത്തിന്റെ ആധിപത്യത്തിലുള്ള നവലിബറലിസത്തിന്റെ പ്രത്യയശാസ്ത്ര നിർമ്മിതിയിൽനിന്നും അവിഭാജ്യമായ ഒന്നാണ് ഇന്ത്യയിലെ പരിഷ്കരണപ്രക്രിയ. ഇവിടെ ലക്ഷ്യം മുതലാളിത്തത്തിന്റെ ക്രൂരമായ ഇരപിടിയൻ സ്വഭാവത്തെ കെട്ടഴിച്ചുവിട്ടുകൊണ്ട് അനിയന്ത്രിതമായി കൊള്ളലാഭം പരമാവധിയാക്കലാണ്– മുതലാളിത്തത്തിന്റെ 'മൃഗീയവാസന'യാണ് ഇവിടെ കെട്ടഴിച്ചുവിടപ്പെടുന്നത്. പൊതു ആസ്തികളുടെയും ജനങ്ങൾക്കാവശ്യമായ എല്ലാ സേവനങ്ങളുടെയും സകല ധാതു വിഭവങ്ങളുടെയും വൻതോതിലുള്ള സ്വകാര്യവല്ക്കരണം നടപ്പാക്കുകയും ജനങ്ങൾക്കുമേൽ അതിന്റെ 'യൂസർ ചാർജ്ജ്' ചുമത്തുകയും ചെയ്യുന്നു. ലോകത്താകെയും ഇന്ത്യയിലും നവലിബറലിസം കോർപ്പറേറ്റുകൾക്ക് സമൃദ്ധിയുണ്ടാക്കുകയാണ് ചെയ്തത്. അത് ആധിപത്യം സ്ഥാപിച്ചതുമുതൽ, സമ്പന്നർക്കുമേലുള്ള നികുതി ആഗോളതലത്തിൽ 79 ശതമാനംകണ്ട് ഇടിഞ്ഞു. 2008 ലെ സാമ്പത്തിക തകർച്ചയ്ക്കുശേഷം ഒട്ടുമിക്ക ശതകോടീശ്വരന്മാരും മൂന്നുവർഷംകൊണ്ട് അവരുടെ സമ്പത്ത് വീണ്ടെടുക്കുകയും, 2018 ഓടുകൂടി അത് ഇരട്ടിയാക്കുകയും ചെയ്തു. ഈ സമ്പത്ത് വളർന്നത് ഉല്പാദനത്തിലൂടെയല്ല, മറിച്ച് ഊഹക്കച്ചവടത്തിലൂടെയാണ്; ഇത്രയേറെ വമ്പിച്ച ആഗോള സാമ്പത്തിക മാന്ദ്യം എന്തുകൊണ്ട് ഓഹരിക്കമ്പോളത്തെ ദോഷകരമായി സ്വാധീനിച്ചില്ല എന്ന് ഇത് വിവരിക്കുന്നു.

അതേസമയം, ആഗോളതലത്തിൽ സ്വന്തമായി വരുമാനമുള്ളവരിൽ 80 ശതമാനവും 2008 നുമുമ്പുള്ള തലത്തിലേക്ക് ഇനിയും എത്തിയിട്ടില്ല. സംഘടിത വ്യവസായത്തിനുമേലും തൊഴിലാളിവർഗ്ഗത്തിന്റെ അവകാശങ്ങൾക്കുമേലുമുള്ള കടന്നാക്രമണങ്ങൾ, 1979 ൽ അമേരിക്കയിൽ നാല് തൊഴിലാളികളിൽ ഒരാളെ പ്രതിനിധീകരിച്ചിരുന്ന ട്രേഡ് യൂണിയനുകൾ ഇന്ന് പത്തിൽ ഒരാളെ പ്രതിനിധീകരിക്കുന്ന നിലയിലേക്ക് തകരുന്നതിനിടയാക്കി.

ജെഫ് ബെസോസിന്റെ ബഹിരാകാശ യാത്രയോട് ഓക്സ്ഫാം ഇന്റർനാഷണലിന്റെ ഗ്ലോബൽ ഇനിക്വാളിറ്റി ക്യാമ്പയിൻ തലവനായ ദീപക് സേവ്യർ പ്രതികരിച്ചതിങ്ങനെയാണ്: 'നമ്മളിപ്പോൾ ബഹിരാകാശപരമായ അസമത്വത്തിലേക്കെത്തിയിരിക്കുന്നു. ഭൂമിയിൽ ഓരോ മിനിറ്റിലും 11 മനുഷ്യർ വിശപ്പുകൊണ്ട് മരിക്കുമ്പോഴാണ് ജെഫ് ബെസോ

സ് 11 മിനിറ്റിന്റെ വ്യക്തിഗത ബഹിരാകാശ സന്ദർശനത്തിനൊരുങ്ങുന്നത്. ഇത് മനുഷ്യന്റെ വിഡ്ഢിത്തമാണ്, അല്ലാതെ നേട്ടമല്ല.'

അന്യായമായ നികുതി സംവിധാനങ്ങളെയും പരിതാപകരമായ തൊഴിൽ സംരക്ഷണത്തെയുമാണ് അതിസമ്പന്നർ അവലംബിക്കുന്നത്. മഹാമാരിക്കാലത്ത് അമേരിക്കയിലെ ശതകോടീശ്വരന്മാർ ഏതാണ്ട് 1.8 ലക്ഷം കോടി ഡോളർ അധികം സമ്പാദിച്ചു. കോവിഡ്-19 വാക്സിന്റെ നിർമ്മാണ കുത്തക 9 പുതിയ ശതകോടീശ്വരന്മാരെക്കൂടി സൃഷ്ടിച്ചു.

മഹാമാരി തുടങ്ങിയതുമുതലിങ്ങോട്ട് ആഗോള സമ്പദ്വ്യവസ്ഥയെ സുഗമമായി കൊണ്ടുപോകുന്നതിന് കഴിഞ്ഞ 18 മാസത്തിനിടയിൽ കേന്ദ്ര ബാങ്കുകൾ ചെലവഴിച്ചത് 11 ലക്ഷം കോടി ഡോളറിനടുത്താണ്; അതായത്, ഓരോ മണിക്കൂറിലും 83.4 കോടി ഡോളർ. ഇത് ഒരു തലമുറയിലെ ഏറ്റവും വലിയ ഓഹരി കമ്പോളവർദ്ധനവിനാണ് തുടക്കം കുറിച്ചത്; അതേസമയം ജനങ്ങൾ വർദ്ധിച്ചുവരുന്ന തൊഴിലില്ലായ്മയും ദാരിദ്ര്യവും പട്ടിണിയും ദുരിതവും നേരിടുകയാണ്. ശതകോടീശ്വരന്മാർ ഈ ഊതിവീർപ്പിക്കപ്പെട്ട ഓഹരി കമ്പോളത്തിലൂടെ വാഹനമോടിക്കുകയാണ്. തീവ്രമായ ഒരു സാമ്പത്തിക മാന്ദ്യത്തിനിടയിൽ ഉണ്ടായിട്ടുള്ള ഈ ഓഹരി കമ്പോള വളർച്ച വെറുമൊരു കുമിളയാണ്; എല്ലാ കുമിളകളുംപോലെ അനന്തമായി നീളുവാൻ കഴിയാത്ത ഒരു കുമിള. അത് പൊട്ടിത്തകരുകതന്നെ ചെയ്യും; സമ്പദ്വ്യവസ്ഥയെയാകെ നശിപ്പിച്ചുകൊണ്ട് അത് തകരുകതന്നെ ചെയ്യും.

## നെഹ്റൂവിയൻ കാലഘട്ടത്തിനെതിരായ സമകാലികാവസ്ഥ

*1980 കൾവരെയുള്ള നെഹ്റൂവിയൻ കാലഘട്ടത്തിലെ സാമ്പത്തിക നയങ്ങളെയും ഇടതുപക്ഷം വിമർശിച്ചിട്ടുണ്ടല്ലോ. സാമ്പത്തികനയങ്ങൾ സംബന്ധിച്ച ഇന്നത്തെ വിമർശനം അന്നത്തേതിൽനിന്ന് എങ്ങനെയാണ് വ്യത്യസ്തമാകുന്നത്?*

ശരിയാണ്, നെഹ്റൂവിയൻ കാലഘട്ടത്തിൽ നടപ്പാക്കിയിരുന്ന സാമ്പത്തിക നയങ്ങളുടെ ശക്തരായ വിമർശകർതന്നെയായിരുന്നു ഞങ്ങൾ. ആ വിമർശനങ്ങൾ ഇന്ത്യൻ ഭരണവർഗ്ഗം തെരഞ്ഞെടുത്ത സാമ്പത്തിക വികസനപാത-അതായത്, വൻകിട ബൂർഷ്വാസിയാൽ നയിക്കപ്പെടുന്ന ബൂർഷ്വാ ഭൂപ്രഭുസഖ്യം-സ്വാതന്ത്ര്യത്തിനുവേണ്ടി നടന്ന ഐതിഹാസികമായ പോരാട്ടത്തിന്റെ ഘട്ടത്തിൽ രാജ്യത്തെ ജനങ്ങൾക്കു നല്കിയ വാഗ്ദാനങ്ങളുടെയും അഭിലാഷങ്ങളുടെയും ലംഘനമാണ് എന്ന വസ്തുതയെ അടിസ്ഥാനപ്പെടുത്തിയുള്ളതായിരുന്നു. ദാരിദ്ര്യവും പട്ടിണിയും തൊഴിലില്ലായ്മയും നിരക്ഷരതയും ഇല്ലായ്മ ചെയ്യുന്നതിനു പകരം, ഇതിലെല്ലാംതന്നെ ഇക്കാലത്ത് വർദ്ധനവാ

ണുണ്ടായത്. നെഹ്റുവിയൻ കാലഘട്ടത്തിലെ പ്രചാരണവും സംസാരവും 'സമൂഹത്തിന്റെ സോഷ്യലിസ്റ്റ് മാതൃക'യെക്കുറിച്ചായിരുന്നുവെങ്കിലും, യഥാർത്ഥത്തിൽ നടപ്പാക്കിയത് മുതലാളിത്ത വികസനപാതയായിരുന്നു. നിർവ്വചനപ്രകാരം, ലാഭം ഉണ്ടാക്കുന്നതിനുവേണ്ടി മനുഷ്യനെ ചൂഷണംചെയ്യുന്നത് വർദ്ധിപ്പിക്കുന്നതിലൂടെ മാത്രമേ മുതലാളിത്തത്തിന് മുന്നോട്ടുപോകാനാവുകയുള്ളൂ.

നിലവിലെ സാമ്പത്തിക നയങ്ങളെക്കുറിച്ചുള്ള വിമർശനങ്ങൾ തികച്ചും വ്യത്യസ്തമാണ്. നെഹ്റുവിയൻ കാലഘട്ടത്തിൽ കൈവരിച്ച 'പോസിറ്റീവ്' ആയ കാര്യങ്ങളെല്ലാംതന്നെ അതിവേഗം ഇല്ലാതാക്കപ്പെടുകയാണ്. ആസൂത്രണകമ്മീഷനിലൂടെയും പഞ്ചവത്സര പദ്ധതികളിലൂടെയും ആസൂത്രണം നടത്തുക എന്ന കാഴ്ചപ്പാട്, പൊതുമേഖലാ സംവിധാനം, സമ്പദ്ഘടനയിൽ 'ഉത്തരവുകൾ പുറപ്പെടുവിക്കുവാനുള്ള' പൊതുമേഖലയുടെ അധികാരം എന്നിവ ഇന്ത്യയിൽ ഒരു സ്വതന്ത്ര സാമ്പത്തികാടിത്തറയ്ക്ക് ശിലയിട്ടിരുന്നു.

മോദി ഗവൺമെന്റ് നടപ്പാക്കുന്ന നവലിബറലിസത്തിന്റെ ആക്രാമകമായ നയങ്ങൾ ഈ അടിത്തറയെയാകെ നിഷ്കരുണം തകർക്കുകയാണ്. ഇത് വ്യവസായരംഗത്ത് മാത്രമായി ഒതുങ്ങുന്നില്ല, മറിച്ച് കാർഷികമേഖലയിലേക്കും നുഴഞ്ഞുകയറുന്നു; പുതിയ കാർഷിക നിയമങ്ങൾ വഴി കൃഷിയെ അതിവേഗം നശിപ്പിക്കുകയാണ്.

ആത്യന്തികമായി സ്വകാര്യ മുതലാളിത്ത മേഖലയ്ക്ക് വളരുവാനും വികസിക്കുവാനും പ്രയോജനപ്പെടുന്ന പശ്ചാത്തല സൗകര്യ വികസനത്തിൽ പൊതുമേഖലയ്ക്ക് ഒരു പങ്കുണ്ട്. എന്നിരുന്നാലും പാശ്ചാത്യ മൂലധനത്തിന്റെ സാമ്പത്തിക പിണിയാളാകുന്നതിൽനിന്നും ആശ്രിതത്വത്തിലേക്ക് തരംതാഴുന്നതിൽനിന്നും ഇന്ത്യയെ സംരക്ഷിച്ചുനിർത്തിയ ഒരു കവചമായിരുന്നു അത്. ഇന്ത്യയുടെ സ്വതന്ത്ര സാമ്പത്തികാടിത്തറയും നമ്മുടെ ദേശീയ ആസ്തിയും സംരക്ഷിക്കുകയും സുരക്ഷിതമാക്കുകയും ചെയ്യേണ്ടതിന്റെ ആവശ്യകത തിരിച്ചറിഞ്ഞാണ് ഇടതുപക്ഷം രാജ്യത്തിന്റെ പൊതുമേഖലയെ പ്രതിരോധിക്കുന്നത്.

## ഇന്ത്യ തിളങ്ങുകയാണോ കഷ്ടപ്പെടുകയാണോ?

*സാമ്പത്തിക ഉദാരവല്ക്കരണംവഴി ഒരുപാട് വരുമാനവും സമ്പത്തും ഉല്പാദിപ്പിക്കപ്പെട്ടു എന്ന് വിശ്വസിക്കുന്നവരുണ്ട്. അദ്ധ്വാനിക്കുന്ന ജനങ്ങളുടെ സാമ്പത്തികമായ അധഃപതനവുമായി ബന്ധപ്പെട്ട് പരിശോധിക്കുമ്പോൾ ഇതിന് മറ്റൊരു വശമില്ലേ?*

നവലിബറൽ പരിഷ്കാരങ്ങളുടെ പ്രത്യാഘാതം സാമ്പത്തിക അസമത്വങ്ങളുടെ കുത്തനെയുള്ള വർദ്ധനവാണ്. 'തിളങ്ങുന്ന ഇന്ത്യ

എല്ലായ്പ്പോഴും കഷ്ടപ്പെടുന്ന ഇന്ത്യയുടെ ചുമലുകളിലാണ് സഞ്ചരിക്കുന്നത്.' 'തിളങ്ങുന്ന ഇന്ത്യ'യുടെ ശോഭ 'കഷ്ടപ്പെടുന്ന ഇന്ത്യ'യോടുള്ള നീതികേടുമായി ഒത്തുനോക്കുമ്പോൾ വിപരീതാനുപാതത്തിലാണ്.

2020 മാർച്ചുമുതൽ ഇന്ത്യയിലെ 100 ശതകോടീശ്വരന്മാരുടെ സമ്പത്ത് 12,97,822 കോടി രൂപകണ്ട് വർദ്ധിച്ചിരിക്കുന്നു; അതായത്, ഇന്ത്യയിലെ 13.8 കോടി ദരിദ്രജനങ്ങളിൽ എല്ലാവർക്കും ആളൊന്നിന് 94,045 രൂപയുടെ ചെക്ക് നല്കാനുള്ളത്രയും തുകയാണിത്.

ഓക്സ്ഫാം റിപ്പോർട്ടിന്റെ ഇന്ത്യയിലെ സപ്ലിമെന്റായ ദ ഇനിക്വാളിറ്റി വൈറസിന്റെ പുതിയ പതിപ്പിലെ കണ്ടെത്തൽപ്രകാരം, മഹാമാരിക്കാലത്ത് മുകേഷ് അംബാനി ഒരു മണിക്കൂറുകൊണ്ട് ഉണ്ടാക്കുന്നത്, ഉണ്ടാക്കുവാൻ ഒരു അവിദഗ്ദ്ധ തൊഴിലാളിക്ക് 10,000 വർഷം വേണ്ടിവരും എന്നാണ്; അതുപോലെതന്നെ മുകേഷ് അംബാനി ഒരു സെക്കൻഡിൽ ഉണ്ടാക്കുന്ന സമ്പത്തുണ്ടാക്കുവാൻ ഒരു അവിദഗ്ദ്ധ തൊഴിലാളിക്ക് മൂന്നുവർഷം വേണ്ടിവരും.

മറ്റു വാക്കുകളിൽ പറഞ്ഞാൽ 2020 ഏപ്രിൽ മാസത്തിൽ ഓരോ മണിക്കൂറിലും 1,70,000 ആളുകൾക്ക് അവരുടെ തൊഴിൽ നഷ്ടപ്പെട്ടു. അതേസമയം ഇന്ത്യൻ ശതകോടീശ്വരന്മാരുടെ ആസ്തി ലോക്ഡൗൺ കാലത്ത് 35 ശതമാനംകണ്ടും 2009 നെ തുടർന്ന് 90 ശതമാനംകണ്ടും വർദ്ധിച്ച് 42,290 കോടി ഡോളറിലെത്തിയിരിക്കുന്നു. വാസ്തവത്തിൽ മഹാമാരിക്കാലത്ത് ഇന്ത്യയിലെ ഏറ്റവും മുകളിലുള്ള 11 ശതകോടീശ്വരന്മാരുടെ സമ്പത്തിൽ ഉണ്ടായ വർദ്ധനവ്, നീണ്ട 10 വർഷം നമ്മുടെ തൊഴിലുറപ്പ് പദ്ധതിയെ അതുമല്ലെങ്കിൽ നമ്മുടെ ആരോഗ്യ മന്ത്രാലയത്തിന്റെ ബജറ്റിനെ മുന്നോട്ടു കൊണ്ടുപോകാൻ മതിയായത്ര തുകയാണ്.

ഏറ്റവും മുകൾത്തട്ടിലുള്ള 20 ശതമാനത്തിലെ 93.4 ശതമാനത്തോട് താരതമ്യപ്പെടുത്തുമ്പോൾ 20 ശതമാനം ദരിദ്രരിൽ 6 ശതമാനം പേർക്കു മാത്രമാണ് സ്വന്തമായി മെച്ചപ്പെട്ട സാനിറ്റേഷൻ സൗകര്യങ്ങളുള്ളത്. ഇന്ത്യയുടെ ജനസംഖ്യയിലെ 59.6 ശതമാനത്തോളം പേർ ഒറ്റമുറിയിലോ അതിലും പരിമിതമായ അവസ്ഥയിലോ ജീവിക്കുന്നവരാണ്.

ഗവൺമെന്റ് ചെലവഴിക്കലിലെ ഇന്ത്യയുടെ വിഹിതം വെച്ചുനോക്കുമ്പോൾ കുറഞ്ഞ ആരോഗ്യ ബജറ്റുള്ള ലോകത്തിലെ നാലാമത്തെ രാജ്യമാണ് ഇന്ത്യ. മഹാമാരിക്കാലത്ത് ഇന്ത്യയിലെ ഏറ്റവും വലിയ 11 ശതകോടീശ്വരന്മാരുടെ സമ്പത്തിലുണ്ടായ വർദ്ധനവിന്റെ കേവലം ഒരു ശതമാനം നികുതിയായി പിരിച്ചിരുന്നെങ്കിൽ, അത് ജൻ ഔഷധി സ്കീമിലെ സർക്കാരിന്റെ ചെലവഴിക്കൽ 140 തവണകണ്ട് വർദ്ധിപ്പിക്കുവാനുള്ള തുകയുണ്ടാകുമായിരുന്നു; അങ്ങനെയെങ്കിൽ ദരിദ്രർക്കും അരികുവല്ക്കരിക്കപ്പെട്ടവർക്കും താങ്ങാനാവുന്ന വിലയ്ക്ക് മരുന്നു ലഭ്യമാക്കാമായിരുന്നു.

ഇന്ത്യയിലെ പരിഷ്കരണത്തിന്റെ പതിറ്റാണ്ടുകളിൽ സാമ്പത്തിക അസമത്വം കുത്തനെ വർദ്ധിക്കുകയാണുണ്ടായത്; ഈ പരിഷ്കരണം ജനപക്ഷമാകുന്നതിനുപകരം ലാഭകേന്ദ്രിതമായതിനാലാണ് ഇങ്ങനെ സംഭവിച്ചത്. പ്രധാനമന്ത്രി മോദി സ്വത്തുല്പാദകരെ ആദരിക്കാൻ നമ്മെ നിരന്തരം ഉദ്ബോധിപ്പിക്കുകയാണ്. സ്വത്തെന്നു പറഞ്ഞാൽ മൂല്യത്തിന്റെ പണവല്ക്കരണമല്ലാതെ മറ്റൊന്നുമല്ല; ആ മൂല്യമാകട്ടെ അദ്ധ്വാനിക്കുന്ന ജനങ്ങളാണ് സൃഷ്ടിക്കുന്നത്. നമ്മുടെ ജനങ്ങളുടെയാകെ മൊത്തത്തിലുള്ള സ്വത്തിനെ സംബന്ധിച്ചിടത്തോളം ഈ മൂല്യസ്രഷ്ടാക്കളെയാണ് ആദരിക്കേണ്ടത്.

ആസൂത്രണ കമ്മിഷനെ ഇല്ലാതാക്കിയതിനൊപ്പം മോദി ഗവൺമെന്റ് ഉപേക്ഷിച്ചത് സ്വാതന്ത്ര്യാനന്തരം ഇന്ത്യ പിന്തുടർന്നിരുന്ന ഒരു കാര്യത്തെയാണ് – ദാരിദ്ര്യ നിലവാരം അളക്കുന്നതിനുള്ള അടിസ്ഥാന പോഷക മാനദണ്ഡമാണത്. ഇന്ത്യയിലെ ഗ്രാമങ്ങളിൽ പ്രതിദിനം ഒരാൾക്ക് 2,200 കലോറിയും നഗരങ്ങളിൽ 2,100 കലോറിയും ആയാണ് പോഷക മാനദണ്ഡം നിശ്ചയിക്കപ്പെട്ടിരുന്നത്. ദേശീയ സാമ്പിൾ സർവ്വെ (എൻ എസ് എസ്)യുടെ 1993–94 ലെ വിശാല സാമ്പിൾ സർവെ വെളിപ്പെടുത്തിയത് ഗ്രാമീണ ഇന്ത്യയിൽ ഈ മാനദണ്ഡപ്രകാരം 58 ശതമാനം പേരും നഗരങ്ങളിൽ 57 ശതമാനം പേരും ദാരിദ്ര്യരേഖയ്ക്ക് താഴെയാണെന്നാണ്. സമാനമായവിധം പിന്നീട് നടത്തിയ 2011–12 ലെ സാമ്പിൾ സർവ്വെ ഈ ശതമാനം യഥാക്രമം 69 ഉം 65 ഉം എന്നാണ് വെളിപ്പെടുത്തിയത്. 2017–18 ലാണ് പിന്നീട് വിശാലമായ സാമ്പിൾ സർവ്വെ നടത്തിയത്. എന്നാൽ സത്യം മൂടിവെക്കുന്നതിനായി മോദി ഗവൺമെന്റ് ഈ എൻ എസ് എസ് കണ്ടെത്തലുകൾ പുറത്തുവിട്ടില്ല. ലോകപ്രശസ്തമായ നമുടെ ഡാറ്റാ ബേസ് സ്ഥാപനങ്ങളെയും ഈ ഗവൺമെന്റ് നശിപ്പിച്ചുകൊണ്ടിരിക്കുകയാണ്. മാധ്യമങ്ങൾക്ക് ചോർന്നുകിട്ടിയ ഡാറ്റ വെളിപ്പെടുത്തുന്നത് ഗ്രാമീണ ഇന്ത്യയിലെ യഥാർത്ഥ പ്രതിശീർഷ ഉപഭോഗച്ചെലവിൽ (ഭക്ഷണത്തിനുവേണ്ടിയുള്ളതു മാത്രമല്ല) 9 ശതമാനത്തിന്റെ ഇടിവ് ഉണ്ടായതായാണ്. മഹാമാരി പിടിപെടും മുൻപുതന്നെ ഇന്ത്യൻ ഗ്രാമങ്ങളിലും നഗരങ്ങളിലും കേവല ദാരിദ്ര്യം അഭൂതപൂർവ്വമായ വിധം വർദ്ധിച്ചിരുന്നുവെന്ന് വ്യക്തമാണ്. അതിനുശേഷം സ്ഥിതി കൂടുതൽ വഷളായി.

ഇന്ന് ആഗോള പട്ടിണി സൂചിക ഇന്ത്യയെ 'ഗുരുതരാവസ്ഥയിലുള്ള' വിഭാഗത്തിലാണ് ഉൾപ്പെടുത്തിയിരിക്കുന്നത്. അഞ്ചാമത് ദേശീയ കുടുംബാരോഗ്യ സർവ്വെ (എൻ എഫ് എച്ച് എസ് –5) വെളിപ്പെടുത്തുന്നത് പോഷക ദാരിദ്ര്യം, പ്രത്യേകിച്ചും കുട്ടികളിൽ അപകടകരമായി വർദ്ധിച്ചുവരുന്നതായാണ്; ശിശുമരണനിരക്കും മറ്റ് ആരോഗ്യ സൂച

കങ്ങളും ഇതേപോലെ വർദ്ധിച്ചുവരികയാണ്. സമീപകാലത്തായി സുസ്ഥിര വികസന ലക്ഷ്യങ്ങൾ സംബന്ധിച്ച ആഗോള സൂചികയിൽ ഇന്ത്യയെ രണ്ട് റാങ്ക് താഴേക്ക് മാറ്റുകയാണുണ്ടായത്. കഴിഞ്ഞ ഒരു വർഷത്തിനിടയിൽ ഇന്ത്യയിൽ ദാരിദ്ര്യരേഖയ്ക്കു താഴെയായ ആളുകളുടെ എണ്ണം 6 കോടിയിൽനിന്ന് 13.4 കോടിയായി വർദ്ധിച്ചുവെന്നാണ് പ്യൂ റിസർച്ച് സെന്റർ കണക്കാക്കുന്നത്. കഴിഞ്ഞ വർഷത്തെ ആഗോള ദാരിദ്ര്യത്തിന്റെ വളർച്ചയിൽ ഇന്ത്യയുടെ സംഭാവന 57.3 ശതമാനമാണ്. നമ്മുടെ ഇടത്തരം വർഗ്ഗങ്ങളിലെ 59.3 ശതമാനം പേരെങ്കിലും ദാരിദ്ര്യത്തിലേക്ക് വഴുതിവീണു.

## യു പി എയ്ക്കുമേൽ ഇടതുപക്ഷം ചെലുത്തിയ സമ്മർദ്ദം

*യു പി എ ഗവൺമെന്റിന്റെ ഭരണകാലത്ത് ഇടതുപക്ഷത്തുനിന്നുള്ള സമ്മർദ്ദംമൂലം പരിഷ്കരണങ്ങൾ കുറച്ചുകാലം മരവിപ്പിച്ചിരുന്നുവെന്ന് വിശ്വസിക്കുകയുണ്ടായി. യു പി എയുടെ നയങ്ങൾ നവലിബറലിസത്തിൽ നിന്നുള്ള ശ്രദ്ധേയമായ വേർപിരിയൽ പ്രതിഫലിപ്പിച്ചിരുന്നോ?*

യു പി എ ഗവൺമെന്റ് സാമ്പത്തിക പരിഷ്കരണങ്ങൾ മരവിപ്പിക്കുകയല്ല ചെയ്തത്. പൊതുമിനിമം പരിപാടി നവലിബറൽ പരിഷ്കരണ പ്രക്രിയ തുടരുന്നതിനുള്ള രൂപരേഖയായിരുന്നതുമൂലമാണ് ആ മുന്നണിയിൽ ചേരാതെ ഇടതുപക്ഷ പാർട്ടികൾ പുറത്തുനിന്നുമാത്രം പിന്തുണ നല്കിയത്. ഇന്ത്യൻ റിപ്പബ്ലിക്കിന്റെ മതനിരപേക്ഷ ജനാധിപത്യസ്വഭാവം സംരക്ഷിക്കുന്നതിനും അത്തരമൊരു റിപ്പബ്ലിക്കിനെ ദുർബ്ബലപ്പെടുത്തുകയും അതിന്റെ അടിത്തറ തകർക്കുകയും ചെയ്യാവുന്നവിധം വർഗ്ഗീയശക്തികൾ അധികാരം പിടിക്കുന്നത് തടയുന്നതിനും വേണ്ടിയാണ് ഈ പിന്തുണ നല്കിയത്.

ശരിയാണ്; ഇടതുപക്ഷത്തിന്റെ സമ്മർദ്ദംമൂലമാണ് ഒരു പൊതുമിനിമം പരിപാടിക്ക് (സി എം പി) രൂപം നല്കിയത്; അതുപ്രകാരമാണ്, ദേശീയ ഗ്രാമീണ തൊഴിലുറപ്പ് നിയമം, വനാവകാശനിയമം, ഭക്ഷ്യാവകാശനിയമം, ഭൂമി ഏറ്റെടുക്കൽ സംബന്ധിച്ച പുതിയൊരു നിയമം, വിവരാവകാശ നിയമം, വിദ്യാഭ്യാസാവകാശനിയമം എന്നിവ സി എം പിയിൽ ഉൾപ്പെടുത്തിയത്; ഇല്ലായിരുന്നെങ്കിൽ ഇത്തരം നടപടികൾ ഒന്നുംതന്നെ ഇതേവരെ വെളിച്ചം കാണില്ലായിരുന്നു.

ഭരണഘടന എല്ലാ പൗരർക്കും ചില മൗലികാവകാശങ്ങളും ഉറപ്പുകളും നല്കുന്നുണ്ട്. ഇന്ത്യ വികസിക്കുന്നതിനനുസരിച്ച് ഈ അവകാശങ്ങളും ഉറപ്പുകളും വികസിച്ചുകൊണ്ടിരിക്കുമെന്ന് ഇടതുപക്ഷം ഉറച്ചുവിശ്വസിക്കുന്നു. തൊഴിൽ അവകാശം ഭരണഘടനയിൽ മൗലികാ

വകാശമല്ല. എന്നാൽ, ചുരുങ്ങിയത് ഗ്രാമപ്രദേശങ്ങളിലെങ്കിലും ഗ്രാമീണ തൊഴിലുറപ്പ് നിയമം ഈ അവകാശം ഉറപ്പുനല്കി. അതിന് പരിമിതികളുണ്ടെങ്കിലും ഭരണവർഗ്ഗങ്ങൾ അത് നടപ്പാക്കാതിരിക്കാൻ ബോധപൂർവ്വം ശ്രമിക്കുമെന്നിരിക്കിലും അത് ഗ്രാമീണ തൊഴിലവകാശത്തിന്റെ വിപുലീകരണമാണ്.

ഗ്രാമീണ തൊഴിലുറപ്പ് നിയമം പാസാക്കിയപ്പോൾ സമാനമായവിധം നഗരങ്ങളിൽ തൊഴിലുറപ്പ് നല്കുന്നതിനുള്ള ഒരു നിയമംകൂടി നടപ്പാക്കപ്പെടുമെന്ന് അക്കാലത്ത് നല്കിയിരുന്ന വാഗ്ദാനം നടപ്പാക്കണമെന്ന് ഇനിയും ഇടതുപക്ഷം ആവശ്യപ്പെട്ടുകൊണ്ടിരിക്കും. അതുപോലെ തന്നെ വിദ്യാഭ്യാസ അവകാശവും ഭരണഘടനയിൽ വിഭാവനം ചെയ്തിട്ടുള്ള മൗലികാവകാശമല്ല. എന്നാൽ നടപ്പാക്കപ്പെട്ടിട്ടില്ലെങ്കിലും വിദ്യാഭ്യാസാവകാശം ഭരണഘടനയിൽനിന്നുള്ള മുന്നോട്ടുപോക്കെങ്കിലുമാണ്. അതുപോലെതന്നെ, വിവരാവകാശനിയമവും ഗോത്രസമൂഹങ്ങൾക്കായുള്ള വനാവകാശനിയമവും മറ്റുമെല്ലാം ജനങ്ങൾക്കായുള്ള അവകാശങ്ങളുടെയും ഉറപ്പുകളുടെയും വിപുലീകരണം തന്നെയാണ്. ആ അർത്ഥത്തിൽ, ഇടതുപക്ഷത്തിന്റെ സമ്മർദ്ദമില്ലായിരുന്നെങ്കിൽ നവലിബറലിസത്തിൻകീഴിൽ സാധാരണഗതിയിൽ വരാനിടയില്ലാതിരുന്നതാണ് ആ നിയമങ്ങളെല്ലാം.

*ഇന്ത്യയുടെ മതനിരപേക്ഷ ജനാധിപത്യത്തെ സംബന്ധിച്ചിടത്തോളം നവലിബറലിസത്തിലേക്ക് ഇന്ത്യ തിരിഞ്ഞതിന്റെ അനന്തരഫലങ്ങൾ എന്തെല്ലാമാണ്? ഇതും സ്വേച്ഛാധിപത്യത്തിന്റെ ഉയർച്ചയും തമ്മിൽ എന്തെങ്കിലും ബന്ധമുണ്ടോ?*

2014 നുശേഷം ഇന്ത്യയിൽ ഉയർന്നുവന്നത് കോർപ്പറേറ്റു താല്പര്യങ്ങളുടെയും വർഗ്ഗീയ രാഷ്ട്രീയത്തിന്റെയും കടുത്ത കൂട്ടുകെട്ടാണ്. ഇത് അക്രാമകമായവിധം പിന്തുടരുന്നത് ദേശീയ ആസ്തികൾ കൊള്ളയടിക്കുന്നതിലൂടെയും പൊതുമേഖലയുടെയും പൊതുസേവനങ്ങളുടെയും ധാതുവിഭവങ്ങളുടെയും വൻതോതിലുള്ള സ്വകാര്യവല്ക്കരണത്തിലൂടെയും ലാഭം പരമാവധിയാക്കുന്നതിനാണ്. ഇത് അഭൂതപൂർവ്വമായവിധത്തിലുള്ള ശിങ്കിടി മുതലാളിത്തത്തിന്റെയും രാഷ്ട്രീയ അഴിമതിയുടെയും വളർച്ചയ്ക്ക് ഇടയാക്കിയിരിക്കുന്നു. ജനങ്ങളുടെ ജനാധിപത്യാവകാശങ്ങൾക്കും പൗരസ്വാതന്ത്ര്യങ്ങൾക്കും മനുഷ്യാവകാശങ്ങൾക്കുംമേലുള്ള നിഷ്ഠുരമായ കടന്നാക്രമണങ്ങൾ ഇതിനെ തുടർന്നുണ്ടായി; എല്ലാ ഭിന്നാഭിപ്രായ പ്രകടനങ്ങളെയും ദേശദ്രോഹമായി കണക്കാക്കുന്നതും യു എ പി എയും രാജ്യദ്രോഹം സംബന്ധിച്ചതുമായ കിരാത നിയമങ്ങൾ പ്രകാരം ആളുകളെ വിവേചനരഹിതമായി അറസ്റ്റ്

ചെയ്യുന്നതുമെല്ലാം ഇതിന്റെ തുടർച്ചയാണ് – ഭരണഘടനയെയും ജനങ്ങൾക്ക് അതുനല്കുന്ന ഉറപ്പുകളെയും തകിടംമറിക്കുന്ന ഒരു പ്രക്രിയയാണ് ഇതെല്ലാം.

ഇതാണ് 'തിരഞ്ഞെടുക്കപ്പെട്ട സ്വേച്ഛാധിപത്യം' എന്ന് ഇന്ത്യയെ വിളിക്കാൻ ലോകത്തിന് ഇടവരുത്തിയത്. ആഗോള സാമ്പത്തിക സ്വാതന്ത്ര്യ സൂചിക ഇന്ത്യയ്ക്ക് നല്കുന്നത് 105–ാം സ്ഥാനമാണ്; കഴിഞ്ഞ വർഷം അത് 79 ആയിരുന്നു. മാനവസ്വാതന്ത്ര്യ സൂചികയിൽ ഇന്ത്യയുടെ സ്ഥാനം കഴിഞ്ഞ വർഷം 94 ആയിരുന്നത് ഈ വർഷം 111 ആയി താണു. യു എൻ ഡി പിയുടെ മാനവ വികസന സൂചിക ഇന്ത്യയെ കഴിഞ്ഞ വർഷത്തെ 129–ാം സ്ഥാനത്തുനിന്ന് ഈ വർഷം 131–ാം സ്ഥാനത്തേക്ക് തള്ളിവീഴ്ത്തിയിരിക്കുന്നു.

നമ്മുടെ ജനങ്ങളിൽ മഹാഭൂരിപക്ഷത്തിന്റെയും ദുരിതങ്ങൾ വർദ്ധിച്ചുവരുന്നതിനുപുറമെ, വളർന്നുകൊണ്ടിരിക്കുന്ന ഈ സ്വേച്ഛാധിപത്യം 'ഭരണവുമായി കോർപ്പറേറ്റുകളെ വിളക്കിച്ചേർക്കൽ' എന്ന അപകട സൂചന പതിയിരിക്കുന്ന മുസ്സോളിനിയുടെ ഫാസിസത്തെ സംബന്ധിച്ച് നിർവ്വചനത്തിനടുത്തേക്ക് നീങ്ങിക്കൊണ്ടിരിക്കുകയുമാണ്.

*ഇപ്പോൾ അതേ നവലിബറലിസം തന്നെ ഒരു പ്രതിസന്ധിയെ നേരിടുകയാണ്; കോവിഡ് 19 ഈ പ്രതിസന്ധി രൂക്ഷമാക്കിയിരിക്കുകയുമാണ്. എന്താണ് അതിന്റെ ഭാവി? എന്താണ് ബദൽ?*

കോവിഡ് 19 മഹാമാരിയും നമ്മുടെ ജനങ്ങളുടെ ജീവനും ഉപജീവനവും സംരക്ഷിക്കാൻ അല്പവും കഴിയാത്ത, തികച്ചും അപര്യാപ്തമായ ആരോഗ്യപരിചരണ സംവിധാനവും നവലിബറലിസത്തെ കൃത്യമായി തുറന്നുകാണിച്ചിരിക്കുകയാണ്. നാം ഇന്നു നേരിടുന്ന കടുത്ത സാമ്പത്തിക മാന്ദ്യം ആഗോള നവലിബറൽ പരിപ്രേക്ഷ്യത്തിന്റെ ഭാഗമാണ്; ചെലവുചുരുക്കൽ നടപടികൾ മുതൽ കൂലി വെട്ടിക്കുറയ്ക്കലും തൊഴിലുകൾ ലേ ഓഫ് ചെയ്യുന്നതും വരെയുള്ള സാദ്ധ്യമായ സർവ്വവിധത്തിലും ജനങ്ങളെ ചൂഷണം ചെയ്യുന്നത് രൂക്ഷമാക്കുന്നതിലൂടെ ലാഭം പരമാവധിയാക്കുന്നതാണ് ആ പരിപ്രേക്ഷ്യം; ഇന്ത്യയിൽ 'നോട്ട് അസാധുവാക്കലി'ലൂടെ ചെറുകിട ഉല്പാദനത്തെ തന്നെ ഇല്ലാതാക്കുന്നതും ഇതിനൊപ്പം കൂട്ടിച്ചേർക്കപ്പെടേണ്ട പ്രധാനപ്പെട്ട ഒരു കാര്യമാണ്. സാമ്പത്തിക പ്രവർത്തനത്തിന്റെ എല്ലാ വഴികളിലും കടന്നുകയറ്റം നടത്തുന്നതും, ഇപ്പോൾ കോർപ്പറേറ്റുകൾക്ക് കൊള്ളലാഭമുണ്ടാക്കാനും കരാർ കൃഷി നടത്തുന്നതിനും വേണ്ടി ഇന്ത്യൻ കാർഷിക മേഖലയെ തകർക്കുന്നതിന്റെ ഫലമായി ഭക്ഷ്യദൗർലഭ്യം സൃഷ്ടിക്കുന്നതും ഇക്കാര്യം വാചാലമായി വെളിപ്പെടുത്തുന്നു.

ആഗോളമായി തന്നെ, സമ്പദ്ഘടനയെ പുനരുജ്ജീവിപ്പിക്കുന്നതിൽ നവലിബറൽ പരിഷ്കരണങ്ങളുടെ പാപ്പരത്തവും വലിയ തോതിൽ അംഗീകരിക്കപ്പെട്ടുകൊണ്ടിരിക്കുകയാണ്. അപകടകരമായവിധത്തിൽ വർദ്ധിച്ചുകൊണ്ടിരിക്കുന്ന അസമത്വത്തെക്കുറിച്ച് സർവ്വെ ചെയ്ത ഇക്കണോമിസ്റ്റ് വാരിക ഇത്തരമൊരു നിഗമനത്തിലാണെത്തുന്നത്: 'വളർച്ചയെ സംബന്ധിച്ചിടത്തോളം ഫലപ്രദമല്ലാത്തതും മോശവുമായ ഒരു ഘട്ടത്തിലേക്കാണ് അസമത്വം എത്തിയിരിക്കുന്നത്'. *അസമത്വത്തിന്റെ വില (The Price of Inequality)* എന്ന തന്റെ പുസ്തകത്തിൽ ജോസഫ് സ്റ്റിഗ്ളിറ്റ്സ് ഏറ്റവും മുകൾത്തട്ടിലുള്ള ഒരു ശതമാനം പേരുടെയും ജനങ്ങളിൽ അവശേഷിക്കുന്ന 99 ശതമാനം പേരുടെയും കാര്യം പറയുകയും ഇങ്ങനെ നിഗമനത്തിലെത്തുകയും ചെയ്യുന്നു. കൃത്യമായി അളക്കുകയാണെങ്കിൽ, 'നമ്മുടെ സാമ്പത്തിക വളർച്ച സമൂഹം വലിയ തോതിൽ വിഭജിക്കപ്പെട്ടിരിക്കുമ്പോൾ നമുക്ക് കൈവരിക്കാൻ കഴിയുന്നതിനേക്കാൾ ഏറെ കൂടുതലായിരിക്കും.'

എല്ലാ വികസിത രാജ്യങ്ങളും നവലിബറലിസത്തിന് ഏറെ വെറുപ്പുള്ള വൻതോതിലുള്ള സർക്കാർ ചെലവഴിക്കലിലൂടെ ഉത്തേജക പാക്കേജുകൾ പ്രഖ്യാപിക്കുകയുണ്ടായി. ഇവയെല്ലാം തന്നെ ആഭ്യന്തര ചോദനവും സാമ്പത്തിക പ്രവർത്തനങ്ങളും മെച്ചപ്പെടുത്തുന്നതിനു ലക്ഷ്യമിട്ടുള്ള നടപടികളാണ്. 'ഞാനൊരു കമ്യൂണിസ്റ്റുകാരനല്ല, പക്ഷേ....' എന്ന മുഖവുരയോടുകൂടി ബ്രിട്ടീഷ് പ്രധാനമന്ത്രി ബോറിസ് ജോൺസൺ അടുത്തകാലത്ത് നടത്തിയ ഒരു പ്രസംഗത്തിൽ ഗവൺമെന്റ് ചെലവുകൾ വർദ്ധിപ്പിക്കുന്നതിനായി വാദിച്ചു.

എന്നാൽ മോദി ഗവൺമെന്റ് അവരുടെ ശിങ്കിടികളെടുത്ത ഭീമമായ വായ്പകളുടെ കുടിശ്ശിക എഴുതിത്തള്ളുമ്പോൾപോലും ചെലവഴിക്കലുകൾ വർദ്ധിപ്പിക്കാൻ തയ്യാറാകുന്നില്ല. പെട്രോളിന്റെയും ഡീസലിന്റെയും വില നിത്യേന വർദ്ധിപ്പിക്കുകയും തന്മൂലം മൊത്തത്തിൽ വിലക്കയറ്റമുണ്ടാക്കുകയും ചെയ്യുന്നതിലൂടെ ജനങ്ങൾക്കുമേൽ കനത്ത ഭാരം അടിച്ചേല്പിക്കുകയാണ്. ഇത് ആഭ്യന്തരചോദനം കുറയ്ക്കുന്നതിനും അതിലൂടെ സാമ്പത്തിക മാന്ദ്യം പിന്നെയും വർദ്ധിക്കുന്നതിനും ഇടയാക്കുന്നു.

ഇന്ത്യയിൽ ഈ പരിഷ്കരണ പരിപ്രേക്ഷ്യത്തെക്കുറിച്ച് നാം ഗൗരവപൂർവ്വം ആത്മപരിശോധന നടത്തേണ്ടതും നമ്മുടെ മുൻഗണനകളെ പുനഃക്രമീകരിക്കേണ്ടതുമുണ്ട്: കാർഷികമേഖലയെ ശക്തിപ്പെടുത്തുക, ഭക്ഷ്യസുരക്ഷ ഉറപ്പാക്കുക, ആരോഗ്യ - വിദ്യാഭ്യാസ മേഖലകളിൽ കൂടുതൽ നിക്ഷേപം നടത്തുക, ആഭ്യന്തര ചോദനം വർദ്ധിപ്പിക്കുന്നതിനും തൊഴിലവസരങ്ങൾ സൃഷ്ടിക്കുന്നതിനുമായി ഏറെ അനിവാര്യമായ സാമ്പത്തികവും സാമൂഹികവുമായ പശ്ചാത്തല സൗകര്യങ്ങൾ കെട്ടിപ്പടുക്കുന്നതിന് പൊതുനിക്ഷേപം കുത്തനെ വർദ്ധിപ്പിക്കുക.

*1990 കളുടെ തുടക്കത്തിൽ നടപ്പാക്കാൻ തുടങ്ങിയ നവലിബറൽ പാതയിലേക്ക് ഒരു ദേശീയവാദ പാർട്ടിയെന്ന് സ്വയം അവകാശപ്പെടുന്ന ഭാരതീയ ജനതാ പാർട്ടി വിട്ടുവീഴ്ചയില്ലാതെ നീങ്ങിക്കൊണ്ടിരിക്കുകയാണ്. നവലിബറൽ പരിഷ്കരണങ്ങൾ സംബന്ധിച്ച ബി ജെ പിയുടെ കാഴ്ചപ്പാട് മറ്റെല്ലാ പാർട്ടികളുടേതിനെയുംകാൾ കൂടുതൽ അക്രാമകമാണോ?*

ബി ജെ പി എല്ലായ്പ്പോഴും ഇരട്ടത്താപ്പാണ് പ്രകടമാക്കുന്നത്. ആ പാർട്ടി പറയുന്നതും അത് പ്രവർത്തിക്കുന്നതും തികച്ചും വ്യത്യസ്തമായ വിധത്തിലാണ്. ഒരുവശത്ത് ദേശീയവാദപാർട്ടിയെന്നവകാശപ്പെടുകയും 'സ്വദേശി' പോലെയുള്ള മുദ്രാവാക്യങ്ങൾ ഉയർത്തുകയും പ്രതിപക്ഷത്തായിരുന്നപ്പോൾ ലോകവ്യാപാര സംഘടനയെ എതിർക്കുകയും ചെയ്തിരുന്നു; എന്നാൽ ഭരണത്തിന്റെ ചുക്കാൻ കൈയിൽ കിട്ടിയപ്പോൾ അത് നേരെ തിരിഞ്ഞു.

പ്രത്യേകിച്ചും 2014 നുശേഷം ബി ജെ പി ഗവൺമെന്റ് അക്രാമകമായവിധം നവലിബറൽ പരിഷ്കരണങ്ങൾ നടപ്പാക്കിക്കൊണ്ടിരിക്കുകയാണ്. ഇത്തരമൊരു ആക്രമണം മുൻപൊരിക്കലും കണ്ടിട്ടില്ലാത്തതാണ്. ഇതിനൊരു കാരണവുമുണ്ട്. ബി ജെ പി, ആർ എസ് എസ്സിന്റെ രാഷ്ട്രീയ വിഭാഗമാണ്. ആർ എസ് എസ്സാകട്ടെ ഇന്ത്യയിൽ തീവ്ര അസഹിഷ്ണുതയോടുകൂടി മതാധിഷ്ഠിതവും ഫാസിസ്റ്റ് പ്രവണതയോടുകൂടിയതുമായ ഹിന്ദുത്വരാഷ്ട്രം സ്ഥാപിക്കുകയെന്ന രാഷ്ട്രീയ പദ്ധതിയാണ് സദാ പിന്തുടർന്നുകൊണ്ടിരിക്കുന്നത്. സ്വാതന്ത്ര്യം ലഭിച്ച കാലത്ത് അത് നേടിയെടുക്കുന്നതിൽ പരാജിതരായ ആർ എസ്സുകാർ, ഭരണഘടനയാൽ സ്ഥാപിതമായ നമ്മുടെ മതനിരപേക്ഷ ജനാധിപത്യ റിപ്പബ്ലിക്കിനെ തകർക്കാൻ നിരന്തരം ശ്രമിച്ചുകൊണ്ടിരിക്കുകയാണ്; തൽസ്ഥാനത്ത് ഫാസിസ്റ്റ് സ്വഭാവമുള്ള 'ഹിന്ദുത്വരാഷ്ട്രം' സ്ഥാപിക്കാനും ശ്രമിക്കുന്നു.

ആഗോളവല്കൃതമായ ഒരു ലോകത്ത് ഇത്തരമൊരു ലക്ഷ്യം കൈവരിക്കണമെങ്കിൽ അന്താരാഷ്ട്ര പിന്തുണ ആവശ്യമാണ്; ചുരുങ്ങിയ പക്ഷം അന്താരാഷ്ട്ര സമൂഹത്തിൽനിന്നും കടുത്ത എതിർപ്പ് ഉണ്ടാകാതിരിക്കുകയെങ്കിലുംവേണം. ഇത് ഉറപ്പാക്കാൻ ശ്രമിക്കുന്നതിനുള്ള ഏറ്റവും മികച്ച വഴി നവലിബറൽ പരിഷ്കരണങ്ങൾ അക്രാമകമായവിധം നടപ്പാക്കുകയാണ്; നാടനും മറുനാടനുമായ മൂലധനത്തിനും കോർപ്പറേറ്റുകൾക്കും ലാഭം പരമാവധിയാക്കുന്നതിനുള്ള പുതിയ മേഖലകൾ നല്കിക്കൊണ്ട് അവരുടെ പിന്തുണ ഉറപ്പാക്കുകയാണ്.

## വലതുപക്ഷത്തേക്കുള്ള ചുവടുവയ്പ്

*ലോക രാഷ്ട്രീയത്തിലെ അതിന്റെ പങ്കിനെയും സമീപനത്തെയും സംബന്ധിച്ചിടത്തോളം നവലിബറലിസത്തിലേക്കുള്ള ചുവടുവയ്പ് എന്തു പ്രത്യാഘാതമാണ് ഉണ്ടാക്കുന്നത്?*

സുദീർഘമായ ആഗോള മുതലാളിത്ത പ്രതിസന്ധിയുടെ അനന്തര ഫലമാണ് ആഗോളതലത്തിൽ രാഷ്ട്രീയമായി വലതുപക്ഷത്തേക്കുള്ള ചുവടുമാറ്റം. ലാഭം പരമാവധിയാക്കുന്നതിലെ ഇടിവ് ആഗോളമുതലാളിത്തത്തിന് താങ്ങാനാവുന്നതല്ല, എന്നുമാത്രമല്ല, ആഗോള മുതലാളിത്ത താല്പര്യങ്ങളെ അത് പ്രതികൂലമായി ബാധിക്കുകയും ചെയ്തു. വൈകാരികമായ അന്തരീക്ഷമൊരുക്കലും വംശീയത, അന്യമതവിദ്വേഷം, വെറുപ്പ് പ്രചരിപ്പിക്കൽ എന്നിങ്ങനെയുള്ള ശിഥിലീകരണ പ്രവണതകളും ജനാധിപത്യാവകാശങ്ങളും പൗരസ്വാതന്ത്ര്യങ്ങളും അടിച്ചമർത്തുന്നതുമെല്ലാം ലോകത്തുടനീളമുള്ള തൊഴിലാളിവർഗ്ഗം നയിക്കുന്ന അദ്ധ്വാനിക്കുന്ന ജനങ്ങളുടെ പ്രതിഷേധങ്ങളിൽ വളർന്നുവരുന്ന ഐക്യത്തെ ശിഥിലമാക്കുന്നതിനാണ് കൊണ്ടുവരപ്പെട്ടത്.

ഇന്ത്യയിൽ, ഇത്തരമൊരു വലതുപക്ഷത്തേക്കുള്ള ചുവടുവയ്പ് ഉയർന്നുവന്നത് വർഗ്ഗീയ ധ്രുവീകരണം രൂക്ഷമാക്കിക്കൊണ്ടും മതന്യൂനപക്ഷങ്ങൾക്കെതിരെ വിഷലിപ്തമായ വിദ്വേഷ പ്രചാരണം നടത്തിക്കൊണ്ടും അക്രമമഴിച്ചുവിട്ടുകൊണ്ടുമാണ്; ഇത് ആർ എസ് എസിന്റെ ഫാസിസ്റ്റ് സ്വഭാവമുള്ള പദ്ധതിയുടെ ഭാഗമാണ്. സ്വാഭാവികമായും ഫാസിസ്റ്റ് സ്വഭാവത്തിന് ആനുപാതികമായ വിധം സ്വേച്ഛാധിപത്യത്തിന്റെ ഉയർച്ചയ്ക്കും വളർച്ചയ്ക്കും ഇതിടയാക്കുന്നു.

പ്രത്യേകിച്ച് 2014 നുശേഷം, ഒരു കോർപ്പറേറ്റ് – വർഗ്ഗീയ അവിശുദ്ധ കൂട്ടുകെട്ട് ഉയർന്നുവന്നിരിക്കുകയാണ്; അത് നിരന്തരം ശക്തിപ്പെട്ടുകൊണ്ടിരിക്കുകയുമാണ്. ഇത് ശിങ്കിടി മുതലാളിത്തത്തിന്റെ ഏറ്റവും വൃത്തികെട്ട പ്രകടനത്തിനു വഴി തെളിച്ചു; സ്വാഭാവികമായും ഭരണാധികാരികളുടെ ശിങ്കിടികളായ കോർപ്പറേറ്റുകൾ തങ്ങളുടെ സമ്പത്ത് ശിങ്കിടി മുതലാളിത്തത്തിന്റെ അത്യന്തം മോശപ്പെട്ട പ്രകടനത്തിലേക്കാണ് നയിക്കുന്നത്. കടിഞ്ഞാണില്ലാത്ത നവലിബറൽ സാമ്പത്തിക പരിഷ്കരണങ്ങളുടെയും ആർ എസ് എസ് പദ്ധതി നടപ്പാക്കുന്നതിന്റെയുമാകെ ഭാഗമായി പ്രഖ്യാപിക്കപ്പെട്ട ഏറ്റവും ഒടുവിലത്തെ ദേശീയ മോണിറ്റൈസേഷൻ പൈപ്പ്ലൈൻ പദ്ധതിയോടുകൂടി ഇന്ത്യയുടെ ദേശീയ ആസ്തികൾ വൻതോതിൽ കൊള്ളയടിക്കുന്നിടത്തേക്ക് എത്തിയിരിക്കുകയാണ്.

സ്വാഭാവികമായും അനിയന്ത്രിതമായ നവലിബറലിസത്തിന്റേതായ

ഇത്തരമൊരു നയം അന്താരാഷ്ട്ര ബന്ധങ്ങളിൽ ഇന്ത്യയുടെ പങ്കിന്നെയും കൂടുതലായി അരക്കിട്ടുറപ്പിക്കുന്നു; അത് ഇന്ത്യയെ അന്താരാഷ്ട്ര ധനമൂലധനത്തിന്റെ അനുബന്ധവും അമേരിക്കൻ സാമ്രാജ്യത്വത്തിന്റെ പിണിയാളുമാക്കിമാറ്റിയിരിക്കുന്നു. ഒരുകാലത്ത് വികസ്വര ലോകത്തിന്റെ നായകൻ, ചേരിചേരാ പ്രസ്ഥാനത്തിന്റെ വക്താവ് എന്നെല്ലാമുള്ള നിലകളിൽ ഇന്ത്യക്കുണ്ടായിരുന്ന മഹത്വം ചരിത്രത്തിന്റെ ഏടുകളിൽ മാത്രമായി ചുരുക്കപ്പെട്ടിരിക്കുകയാണ്.

ഇപ്പോൾ അമേരിക്കൻ സാമ്രാജ്യത്വത്തിന്റെ ജൂനിയർ പങ്കാളിയെന്ന നിലയിൽ ആക്രാമകമായ വിധം നവലിബറൽ പരിഷ്കരണങ്ങൾ നടപ്പാക്കിവരുന്ന കോർപ്പറേറ്റ് – വർഗ്ഗീയ അവിശുദ്ധ കൂട്ടുകെട്ട്, ഇന്ത്യയെ ഭരണഘടന നിർവ്വചിച്ചതുപ്രകാരമുള്ള മതനിരപേക്ഷ ജനാധിപത്യ റിപ്പബ്ലിക്കിൽനിന്ന് ആർ എസ് എസ് കാഴ്ചപ്പാടുപ്രകാരമുള്ള അതിതീവ്ര അസഹിഷ്ണുതയോടുകൂടിയ മതാധിഷ്ഠിത ഫാസിസ്റ്റ് സ്വഭാവമുള്ള ഹിന്ദുത്വ രാഷ്ട്രം ആക്കി രൂപാന്തരപ്പെടുത്തുക എന്ന മൊത്തത്തിലുള്ള പാക്കേജിന്റെ ഭാഗമാണ്.

www.ingramcontent.com/pod-product-compliance
Lightning Source LLC
LaVergne TN
LVHW100312051026
849517LV00006B/2268
* 9 7 8 9 3 9 3 4 6 8 1 2 3 *